ഗ്രീൻ ബുക്സ്
ഇരുളിലെ ജീവതാരകം
പി.എൻ. ദാസ്

കൃതികൾ: ബോധിവൃക്ഷത്തിന്റെ ഇലകൾ, ബുദ്ധൻ കത്തിയെരിയുന്നു, വേരുകളും ചിറകുകളും, കരുണയിലേക്കുള്ള തീർത്ഥാടനം, ജീവിതഗാനം, പക്ഷിമാനസം, ഒരു തുള്ളി വെളിച്ചം, പ്രതീക്ഷാമുനമ്പ്, ജീവിതപുസ്തകത്തിൽനിന്ന്, സംസ്കാരത്തിന്റെ ആരോഗ്യവും ആരോഗ്യത്തിന്റെ സംസ്കാരവും.

എഡിറ്റ് ചെയ്ത കൃതികൾ: ആരോഗ്യത്തിന്റെ ഹരിതദർശനം, വൈദ്യവിമുക്തമായ സമൂഹം.

മേൽവിലാസം: 'വിശ്രാന്തി', തലക്കുളത്തൂർ പി.ഒ., കോഴിക്കോട് - 673 317
മൊബൈൽ: 9495453661

തത്ത്വചിന്ത
ഇരുളിലെ ജീവതാരകം

പി.എൻ. ദാസ്

ഗ്രീൻ ബുക്സ്

green books private limited
gb building, civil lane road, ayyanthole,
thrissur- 680 003, kerala, ph: +91 487-2381066, 2381039
website: www.greenbooksindia.com
e-mail: info@greenbooksindia.com

malayalam
irulile jeevatharakam
philosophy
by
p.n. das

first published july 2011
reprinted august 2017
copyright reserved

cover design : rajesh chalode

branches:
thrissur 0487-2422515
palakkad 0491-2546162
kannur 0497-2763038
thiruvananthapuram 8589095301

isbn : 978-93-80884-29-5

---

no part of this publication may be reproduced,
or transmitted in any form or by any means,
without prior written permission of the publisher.

GBPL/379/2011

മുഖക്കുറി

ലോകപ്രശസ്തരായ ആത്മീയാചാര്യന്മാർ, ഒറ്റയ്ക്കും കൂട്ടായും അവർ പിന്നിട്ട വഴിത്താരകൾ, തുറന്നിട്ട ദാർശനിക ചക്രവാളങ്ങൾ, വാഗ്ധാരകൾ - വായനാലോകത്തിന് പരിചിതരായ ഈ മഹാരഥന്മാരുടെ ദാർശനിക ലോകത്തുനിന്നും അടർത്തിയെടുത്ത ചിന്താപഥങ്ങളാണ് പി.എൻ. ദാസിന്റെ ഇരുളിലെ ജീവതാരകം.

അനുകമ്പയുടെ പ്രകാശം പൊഴിക്കുന്ന ഈ കുറിപ്പുകളിൽ ശ്രീബുദ്ധനും നാരായണഗുരുവും ജിദ്ദു കൃഷ്ണമൂർത്തിയുമെല്ലാമുണ്ട്. പ്രകൃതിയിലൂടെ മനുഷ്യനും മനുഷ്യനിലൂടെ പുൽക്കൊടിയും പുഴുവുമുൾപ്പെടുന്ന പ്രകൃതിയും തമ്മിലുള്ള അതീത പാരസ്പര്യത്തിന്റെ ആന്തരശ്രുതിയാണ് ഈ പുസ്തകത്തെ ശ്രദ്ധേയമാക്കുന്നത്. ആത്മീയ വ്യക്തിത്വങ്ങളും സൂഫിസം, താവോയിസം, സെൻബുദ്ധിസം തുടങ്ങിയ വഴിത്താരകളും നിറഞ്ഞ കരുണയുടെ പ്രകാശലോകം മിഴിവോടെ അവതരിപ്പിക്കുമ്പോൾ പി.എൻ. ദാസ് തുറന്നിടുന്നത് ആന്തരികപ്രജ്ഞയുടെ മാനുഷികഭാവങ്ങളെയാണ്. പുതിയൊരു ലോകത്തെ തേടാനും കണ്ടെത്താനും പ്രാപ്തമാണീ പുസ്തകം. ആത്മീയ വിശുദ്ധിയുടെ ഭാവദീപ്തി ചിതറുന്ന ഈ ലേഖനങ്ങൾ അപൂർവമായൊരു വായനാനുഭവമാണ് പകരുന്നത്.

കൃഷ്ണദാസ്
മാനേജിങ് എഡിറ്റർ

ഉള്ളടക്കം

വെളിച്ചമില്ലാത്ത വിളക്കുകൾ 09

ഇരുളിലെ ജീവതാരകം 15

സെയിന്റ് ഫ്രാൻസിസ്; വേദനയുടെ വെളിച്ചം 22

സൂഫികൾ: ദിവ്യാനുരാഗത്തിന്റെ വാടാമലരുകൾ 39

ദൈവപുസ്തകത്തിലെ മൊഴികൾ 51

ബുദ്ധനെ, യേശുവിനെ വെടിയുക... 56

പാതയുടെ സംഗീതം 62

ബോധനിറവ് 68

ആദിജലമൂലകം, സ്വപ്നം, സംഗീതം, നദികൾ... 73

ഇലഞ്ഞെട്ടിൽ നിന്നു 'സ്പാനർ' മുളച്ചു വരുന്നു 77

നിങ്ങളുടെയും എന്റെയും ഭൂമി 85

കൃഷിമതത്തിന്റെ പ്രവാചകൻ 90

ഭൂമിക്കുമീതെ നടന്നു പോകുന്ന ഒരു പ്രാർത്ഥന 96

വീടും വിപ്ലവവും 101

മതരോഗത്തിന് സംസ്കാരവൈദ്യം 106

എം.എൻ. വിജയൻ കണ്ടതും കാണാത്തതും 109

ഇവാൻ ഇലിയിച്ചിന്റെ മരണം 115

വ്യാധിയും സമാധിയും 120

ദേഹം ശാന്തമാകുമ്പോൾ 125

ശരീരം ഒരു വീണയാകുന്നു 130

'ഞങ്ങളുടെ ശരീരം; ഞങ്ങളെപ്പറ്റി' 136

ഉപവാസ ചികിത്സ 140

ജീവജല ചികിത്സ 145

കേരളീയരുടെ ആരോഗ്യവൃക്ഷം ഉണങ്ങുകയാണോ? 153

വെളിച്ചമില്ലാത്ത വിളക്കുകൾ

കണ്ണൂർ സെൻട്രൽ ജയിലിൽ, ജയിലിൽ നിന്നും കുറ്റകൃത്യങ്ങൾ ചെയ്യുന്നവരെ പാർപ്പിക്കുന്ന 'ക്ലോസ്പ്രിസണി'ലെ തടവുമുറിയിൽ വിചാരണ ചെയ്യപ്പെടാത്ത ഒരു 'മിസ' തടവുകാരനായി ഒരു വർഷം ഞാൻ പാർത്തിരുന്നു. സന്ധ്യയോടെ അത്താഴം തന്ന് ഞങ്ങളെ ഇരുണ്ട സെല്ലുകളിലടച്ചു പൂട്ടി വാർഡൻ പുറത്തേക്കുപോകുമ്പോൾ ചുകന്ന സൂര്യവെളിച്ചം മുറ്റത്തെ റെയിൻട്രീയുടെ ഇലകൾക്കിടയിലൂടെ ഇറങ്ങിവരുന്നുണ്ടാവും. ജയിൽ പരിസരങ്ങളിലായി ആയിരക്കണക്കിൽ കാക്കകൾ കരഞ്ഞുകൊണ്ടിരിക്കുന്നുണ്ടാവും. വളരെ സജീവമായ ഒരു പ്രപഞ്ചസാന്നിധ്യമായി അത് ഇരുളുന്നതുവരെ കേൾക്കാം. പതുക്കെ ശബ്ദങ്ങളൊക്കെ നിലയ്ക്കുകയും ജയിൽ ആകെ മൂകമാവുകയും ചെയ്യും. വരാന്തകളിൽ മങ്ങിയ വെളിച്ചം തെളിയും; മുറികളിൽ ഇരുട്ടും. സിദ്ധാന്തചർച്ചകളും പുസ്തകവായനയും കുടുംബത്തെപ്പറ്റിയുള്ള വേദനിപ്പിക്കുന്ന കഥകളുടെ ഓർമ്മകളുമൊക്കെ ഒടുങ്ങിപ്പോകുന്ന ആ മൂവന്തിനേരം മനസ്സിന്റെ അജ്ഞാതമായ ഏതോ ഒരിടത്തെ, അറിയാത്തതരത്തിൽ, പതുക്കെ സാന്ത്വനിപ്പിച്ചിരുന്നു. മാർക്സ് മുതൽ മാവോ വരെയുള്ളവർ പറഞ്ഞവമാത്രമാണു മനുഷ്യന്റെ പരമസത്യങ്ങൾ എന്ന ചിന്തയുടെ കുമിളകൾ ഉടഞ്ഞുപോയത് ആ രാത്രികളിലായിരുന്നു.

ജയിൽ മുക്തനായി വരുമ്പോൾ മനസ്സിലെ ബിംബങ്ങൾ പലതും ഇളകിക്കഴിഞ്ഞിരുന്നു. തുടർന്ന് അരദശകക്കാലത്തോളം വിശ്വാസപ്രതിസന്ധിയുണ്ടാക്കിയ ഇരുണ്ട ദിവസങ്ങളായിരുന്നു. ജീവിതത്തിന്റെ ആത്യന്തികമായ അർത്ഥം തേടി, പൊരുൾ തേടി പലയിടങ്ങളിലും അലഞ്ഞു. ജെ. കൃഷ്ണമൂർത്തിയുടെ ചിന്തകളാണ്, ധ്യാനാത്മകമായ ഒരു മനസ്സിൽ നിന്നു പുറപ്പെട്ട വാക്കുകളാണ് ആത്മീയതയുടെ സുഗന്ധമെന്തെന്ന് ഗാഢമായെന്നെ ഉണർത്തിയത്. തുടർന്ന് സെൻ ദർശനവും ദാദാലേഖരാജിന്റെ ധ്യാനത്തെപ്പറ്റിയുള്ള ചിന്തകളും അദ്ദേഹം അബുപർവ്വതത്തിൽ

സ്ഥാപിച്ച ബ്രഹ്മകുമാരീസ് ധ്യാനകേന്ദ്രത്തിന്റെ ധ്യാനരീതിയും എന്നെ അടിമുടി സ്പർശിക്കുകയും ആന്തരികമായി ശുശ്രൂഷിക്കുകയും വഴി കാട്ടുകയും ചെയ്തു.

'ലോകത്തിന്റെ പാത കമ്യൂണിസത്തിന്റേതാകുന്നു'വെന്നു ചിന്തിക്കുന്ന ഒരു കാലത്തായിരുന്നു ഞങ്ങളുടെയൊക്കെ യൗവനം. കമ്യൂണിസ്റ്റല്ലാത്തവർ പോലും ഉള്ളിൽ കമ്യൂണിസത്തിലെന്തോ നല്ലതുണ്ടെന്നു കരുതിയിരുന്ന ഒരു കാലം. ഗബ്രിയേൽ പെറി എഴുതിയതുപോലെ കമ്യൂണിസം 'പാടുന്ന നാളെ'യിലേക്ക് മനുഷ്യരാശിയെ നയിക്കുമെന്ന് ഞങ്ങളും വിശ്വസിച്ചിരുന്നു.

മാർക്സും എംഗൽസും കൂടി രചിച്ച 'കമ്യൂണിസ്റ്റു മാനിഫെസ്റ്റോ'യിലെ അവസാനവാക്യം, 'ലോകത്തിലെ പണിയാളരേ, സംഘടിയ്ക്കൂ! കൈവിലങ്ങുകളല്ലാതെ നിങ്ങൾക്ക് ഒന്നും നഷ്ടപ്പെടാനില്ല; കിട്ടാനുള്ളതോ പുതിയൊരു ലോകവും!' ലോകത്തിലെ മനുഷ്യരെയാകെ സ്പർശിക്കുകയുണ്ടായി. മതാത്മകനല്ലാത്തൊരാൾ മനുഷ്യരാശിയുടെ അവബോധത്തിൽ ഉറങ്ങിക്കിടക്കുന്ന ഒരു മഹാസ്വപ്നത്തെ ഉണർത്തുന്നതിന്റെ, ആവിഷ്കരിക്കുന്നതിന്റെ ആദ്യത്തെ ഒരനുഭവമായിരുന്നു അത്. കാലം, പക്ഷേ, എത്ര വേഗമാണതിന്റെ പൊരുളിലേക്ക്, പരിമിതികളിലേക്ക് വെളിച്ചം ചൊരിഞ്ഞത്. ഭാവിയിൽ തന്റെ സ്വപ്നത്തിന്റെ സാക്ഷാത്കാരത്തിനായി രൂപമെടുക്കാനിടയുള്ള കോൺസൺട്രേഷൻ ക്യാമ്പുകളും ഭീകരതകളും അതിന്റെ ആഘാതങ്ങളും കണ്ണീരും മാർക്സിന് സങ്കല്പിക്കാനാവുമായിരുന്നില്ല.

മനുഷ്യൻ നിർമിച്ചുകൊണ്ടിരിക്കുന്ന ഒരു ലോകത്തിൽനിന്നെത്ര ഭിന്നമാണ് പ്രകൃതിയൊരുക്കിവെച്ചത് എന്ന് മാർക്സ് കാണുകയുണ്ടായില്ല. ബാഹ്യപ്രത്യക്ഷങ്ങൾക്കപ്പുറം ജീവിതത്തിന്റെ പാവനത എന്തെന്നറിയണമെന്നത് ഒരന്വേഷണമായി അദ്ദേഹത്തിൽ ആളിയിരുന്നില്ല. എന്തെന്നാൽ, അദ്ദേഹത്തെ നിർണയിച്ചത്, ചിന്തകളെ വ്യവസ്ഥ ചെയ്തത് ബ്രിട്ടീഷ് മ്യൂസിയത്തിലെ പുസ്തകങ്ങളായിരുന്നു. ആയിരക്കണക്കിൽ പുസ്തകങ്ങളാൽ ചുറ്റപ്പെട്ട് അദ്ദേഹം എഴുതിക്കൊണ്ടിരുന്നു. അദ്ദേഹത്തിന്നത് ഒരു ദൈനംദിന ചടങ്ങായിരുന്നു. മ്യൂസിയം അടയ്ക്കുമ്പോളദ്ദേഹത്തെ അവിടെ നിന്നു പിടിച്ചുപുറത്താക്കേണ്ടി വന്നിരുന്നു; അല്ലെങ്കിലദ്ദേഹം അബോധാവസ്ഥയിലാണ് പുറത്തേക്കെത്തിയത്. ഇപ്രകാരമാണദ്ദേഹം 'ദാസ് ക്യാപ്പിറ്റൽ' എഴുതിത്തീർത്തത്. മനുഷ്യരാശിയെ മാറ്റിമറിച്ച മഹത്തായ ആ ഗ്രന്ഥം മോശമായെഴുതപ്പെട്ട ഒരു കൃതിയായിരുന്നു.

ക്രിസ്ത്യൻ ട്രിനിറ്റിയിൽ പിതാവ് (ദൈവം), പുത്രൻ (യേശു), പരിശുദ്ധാത്മാവ് എന്നിവ പോലെ കമ്യൂണിസത്തിൽ മാർക്സ്, എംഗൽസ്, ലെനിൻ എന്ന ത്രിത്വം പ്രബലമായുള്ള 'ഡോഗ്മാറ്റിക്കാ'യ കമ്യൂണിസ്റ്റ് വിശ്വാസികളെ ഇന്നും വളരെയേറെ കാണാം. (കേരളത്തിലേത് എ.കെ.ജി., പി. കൃഷ്ണപ്പിള്ള, ഇ.എം.എസ്. എന്നായിരുന്നല്ലോ) ഇടതു വലതു പാതകളിലുള്ളവർക്കെന്നപോലെ വിപ്ലവലൈനിലും ഈ ദൈവങ്ങളുണ്ട് (മാവോ-ചാരുമജുംദാർ-വർഗീസ്). ഇത്തരം ദൈവങ്ങളെ മനസ്സിൽനിന്ന് ഇറക്കാതെ കുടിയിരുത്തിയ എഴുപതു കഴിഞ്ഞ വിപ്ലവകാരിയെ, കുന്നിക്കൽ നാരായണന്റെ ശിഷ്യനെ എ. വാസുവേട്ടൻ വിളിച്ചുചേർത്ത ഒരു യോഗത്തിൽ വെച്ചു പരിചയപ്പെട്ടത്, കമ്യൂണിസവും മതംപോലെ ഡോഗ്മാറ്റിക്കാകുമ്പോൾ എത്രമേൽ അസഹിഷ്ണുതയാർന്നതും സംഘർഷമുളവാക്കുന്നതും സ്നേഹശൂന്യവുമാണെന്ന് തെളിയിക്കുകയായിരുന്നു. ഈ ലേഖകൻ, ഹിംസാത്മക രാഷ്ട്രീയത്തിന്റെ കാലം കഴിഞ്ഞുവെന്നും പുതിയൊരവബോധത്തിന്റെ പിറവിക്കായി പഴയ വിപ്ലവകാരികൾ ശ്രമിക്കണമെന്നുമുള്ള ഒരു കാഴ്ചപ്പാട് പ്രസ്തുത ചർച്ചയിൽ പങ്കെടുത്ത് പറയുകയുണ്ടായി. ഇതിനെതിരെ വികാരവിക്ഷുബ്ധമായും അസഹിഷ്ണുവായും പ്രതികരിച്ച ആ ജ്യേഷ്ഠസഹോദരനു നേരെ ഒരു തരത്തിലുമുള്ള നീരസവും ഉള്ളതുകൊണ്ടല്ല ഇതെഴുതുന്നത്. മറിച്ച്, മതത്തിലെന്നപോലെ കമ്യൂണിസത്തിലും ഡോഗ്മാറ്റിസത്തിന്റെ പ്രവർത്തനം അന്ധവും ബധിരവുമാണെന്നു കാട്ടാനാണ്. മതത്തിന്റെ/ കമ്യൂണിസത്തിന്റെ ആധികാരികതയുടെ ഇരുണ്ട നിഴലിലാണ് ഒരാളെങ്കിലും അയാൾക്ക് സ്വയം ഒരു വെളിച്ചമാകാനാവില്ല. ഭിന്നമായ പ്രകാശസാന്ദ്രതയിൽ ഒരേ ദൃശ്യം ഭിന്നമായ കാഴ്ചകളാകുന്നതുപോലെ ബോധത്തിലെ ഭിന്നമായ ഉണർവുകൾ, വെളിച്ചങ്ങൾ ഒരേ യാഥാർത്ഥ്യത്തെ കൂടുതൽ കൂടുതൽ തെളിമയാർന്ന അനുഭവമാക്കി സ്വീകരിക്കുന്നു. മതങ്ങളും കമ്യൂണിസവും പ്രത്യയശാസ്ത്രങ്ങളും ഒരന്ധ ഫോർമുലയായി, പരമമായ ആധികാരികതയായി സ്വീകരിക്കുന്നത് സ്വന്തം കണ്ണു കുത്തിപ്പൊട്ടിച്ച് ഇതരനൊരാളുടെ കൈപിടിച്ച് നടക്കുന്നതുപോലെയാണ്.

കേവല ഭൗതികവാദം മാത്രമായിരിക്കെ മാർക്സിസം മനുഷ്യരെ ക്ഷീണിതരാക്കുന്നു. അപ്പോൾ എങ്ങനെ ആത്മഹത്യ ചെയ്യണമെന്നത് അവരുടെ ചിന്തയായി മാറുന്നു. ആത്മീയതയുടെ, മൗനത്തിന്റെ സുഗന്ധമറിഞ്ഞിരുന്നെങ്കിൽ വിപ്ലവകാരിയായിരുന്ന സുബ്രഹ്മണ്യദാസ് ആത്മഹത്യ ചെയ്യുമായിരുന്നില്ല. ഒരാൾക്കു കേവലം ശരീരം മാത്രമായി ജീവിക്കാനാവില്ല. മനുഷ്യന് അപ്പംകൊണ്ടു മാത്രം പുലരാനാവില്ലെന്ന് യേശു.

പക്ഷേ, ഇത് സത്യത്തിന്റെ പാതിമാത്രം. ഒരാൾക്ക് അവബോധം മാത്രമായും ജീവിക്കാനാവില്ല. അഥവ 'ഒരാൾക്ക് അപ്പമില്ലാതെയും ജീവിക്കാനാവില്ല.' ഒരാളുടെ അസ്തിത്വത്തിന് രണ്ടു വിതാനങ്ങളുണ്ട്; രണ്ടും പൂരിപ്പിക്കപ്പെടണം. പടിഞ്ഞാറൻ നാഗരികത മനുഷ്യന്റെ ശരീരത്തെ മാത്രം കേട്ടു. അവബോധത്തിനു നേരെ അത് ബധിരമായിരുന്നു. ഇതിന്റെ ആത്യന്തികഫലം 'മഹത്തായ ശാസ്ത്രം', മഹത്തായ ടെക്നോളജി, വസ്തുക്കളുടെ സമ്പന്നത ഇവയ്ക്കു നടുവിൽ ആത്മാവില്ലാത്ത 'ദരിദ്രനായ' നരൻ, താനാരാണെന്നറിയാത്തവൻ പ്രകൃതിയിൽ ഒരു യാദൃച്ഛികതപോലെ നിലവിൽ വന്നു. സയൻസിന്റെ ഭൗതികവാദ-ശാസ്ത്രവാദ ദർശനത്തിന്റെ എല്ലാ വിജയങ്ങളും നിരുപയോഗമാണെന്നു തെളിയിക്കപ്പെട്ട ഒരു കാലം. മനുഷ്യൻ കേവലം പദാർത്ഥം മാത്രമാണെന്ന ചിന്ത ഇല്ലാതിരുന്നെങ്കിൽ ഹിരോഷിമയും നാഗസാക്കിയും സംഭവിക്കുമായിരുന്നില്ല.

കിഴക്ക് ഒരു ബുദ്ധനെ, മഹാവീരനെ, പതഞ്ജലിയെ, കബീറിനെ, ഫരീദിനെ സൃഷ്ടിച്ചു; മഹത്തായ അവബോധമുള്ളവരെ. പക്ഷേ, ഇത് ലക്ഷക്കണക്കിൽ ദരിദ്രരായ മനുഷ്യരെ, പട്ടിണി കിടന്ന് വിശന്ന നായ്ക്കളെപ്പോലെ ചാവുന്നവരെ ഉണ്ടാക്കി വിട്ടു. വേണ്ടത്ര ഭക്ഷണം, കുടിക്കാൻ വെള്ളം, ഉടുക്കാൻ വസ്ത്രം, പാർക്കാൻ വീടുകൾ ഇതൊന്നുമില്ലാത്തവരെ. ഇതു നിലനിൽക്കുവോളം മാർക്സിസം അതിന്റെ അപൂർണതകളോടെ തന്നെ നിലനിൽക്കും. വിശന്ന വയറുമായി, രോഗം ബാധിച്ച ദേഹവുമായി ഒരാൾക്ക് ധ്യാനിക്കാനാവില്ല.

വർത്തമാനകാല ആഗോളസാഹചര്യത്തിൽ മതങ്ങളുടേയോ പ്രത്യയശാസ്ത്രങ്ങളുടേയോ ഒന്നും ചട്ടക്കൂടിൽപ്പെടാതെ മനുഷ്യൻ ജീവിക്കുന്ന ജീവിതം എങ്ങനെയാണെന്ന് നാം കണ്ടാൽ മതി. സംഘടിത മതങ്ങൾ ലോകത്തുണ്ടാക്കുന്ന ഹിംസയെ, സംഘർഷത്തെ, മനുഷ്യചരിത്രത്തിൽ നാളിതുവരെ അതുണ്ടാക്കിവരുന്ന വേദനയെ തുറന്ന ഒരു മനസ്സോടെ കാണാൻ അതതു മതങ്ങളിലുള്ളവർ തയ്യാറാവണം. ലോകത്തിൽ മറ്റേതു മതങ്ങളെക്കാളും യുദ്ധങ്ങൾക്കും രക്തച്ചൊരിച്ചിലിനും ഇടയാക്കിയത് ക്രൈസ്തവമതമായിരുന്നു. ഇസ്ലാമിക രാജ്യങ്ങൾ തമ്മിലും ഇസ്ലാമിലെ തന്നെ ഭിന്ന ലൈനുകൾ തമ്മിലും ഇന്ത്യയിൽ ഹിന്ദുക്കളും മുസ്ലിംകളും തമ്മിലും തുടർന്നുകൊണ്ടിരിക്കുന്ന സംഘർഷം മതങ്ങളുടെ വർത്തമാനകാലം വെളിച്ചമുള്ളതല്ല എന്നു പറയുകയാണ്. ഇന്ന് മതത്തിന്റെ പേരിൽ നടന്നുകൊണ്ടിരിക്കുന്നതും മതവിരുദ്ധതയെ ശക്തിപ്പെടുത്തുന്നതത്രെ. ഉപരിതലത്തിൽ നമുക്ക് മതമുണ്ട്; പക്ഷേ, ഉള്ളിൽ മത

വിരുദ്ധരാണ് നാം. മസ്ജിദുകൾ പൊളിച്ചു മാറ്റി പകരം ക്ഷേത്രങ്ങൾ പണിതാൽ മതം വളരുമോ? രക്തച്ചൊരിച്ചിലും സംഘർഷവുമാണതുണ്ടാക്കിയത്. ഇതു കാണാൻ കഴിയാത്ത ഏതു മതവും അതിന്റെ ഭൂതകാലം എത്ര നല്ലതായാലും മനുഷ്യരാശിക്ക് ഒരു ഭാരമാണ്.

മനുഷ്യൻ മുമ്പൊരിക്കലുമനുഭവിച്ചിട്ടില്ലാത്ത ഒരു പ്രതിസന്ധിയെ നേരിടുകയാണ്. അവൻ ഒന്നുകിൽ ഒരു പുത്തൻമനുഷ്യനായി സ്വയം പരിവർത്തിതനാകണം. അല്ലെങ്കിൽ ഒരാഗോള ആത്മഹത്യക്ക് ഒരുങ്ങിയിരിക്കണം. പഴയ മനുഷ്യന്റെ നാളുകൾ കഴിഞ്ഞു. അതു വളരെയേറെ ജീവിച്ചു കഴിഞ്ഞു. പുതിയ മനുഷ്യൻ പിറക്കും. അവന് പുതിയൊരു മതാത്മകതയുണ്ടാവും. അവൻ ഒരു മതത്തിന്റെയുമാളാവില്ല.

ഒരു യുവ സത്യാന്വേഷി ഒരു സെൻഗുരുവിന്റെ സന്നിധിയിലെത്തി. അദ്ദേഹം പറഞ്ഞു: "എനിയ്ക്ക് സത്യത്തെയറിയണം; മതത്തെയും. എവിടെനിന്നു തുടങ്ങണമെന്ന് ദയവായരുളിയാലും." ഗുരു ചോദിച്ചു: "അരികിലുള്ള മലയിൽനിന്ന് വെള്ളച്ചാട്ടത്തിന്റെ ഒച്ച താങ്കൾ കേൾക്കുന്നുണ്ടോ." യുവാവ് പറഞ്ഞു: "ഞാനത് വ്യക്തമായി കേൾക്കുന്നു." ഗുരുമൊഴിഞ്ഞു: "അപ്പോൾ അവിടെ നിന്നുതന്നെ ആരംഭിയ്ക്കുക. അവിടെ നിന്നു പ്രവേശിക്കുക. അവിടെയാണ് വാതിൽ."

യഥാർത്ഥത്തിൽ പ്രവേശനകവാടം അത്രയരികത്താണ്. മലകളിൽ നിന്നൊഴുകിവരുന്ന വെള്ളച്ചാട്ടങ്ങളിൽ, കാറ്റിലിളകിയാടുന്ന വൃക്ഷത്തിന്റെ ഇലകളിൽ, വിശാലമായ കടലിനു മീതെ നൃത്തംവെക്കുന്ന, വെട്ടിത്തിളങ്ങുന്ന സൂര്യകിരണങ്ങളിൽ. പക്ഷേ, ഓരോ വാതിലിലും ഓരോ തിരശ്ശീലയുണ്ട്. നാം സ്വയം തന്നെയവ നീക്കേണ്ടതുണ്ട്. യഥാർത്ഥത്തിൽ തിരശ്ശീല പ്രവേശനകവാടത്തിലല്ല. മറിച്ച്, നമ്മുടെ കാഴ്ചയിലത്രെ. പ്രകൃതിയുടെ വാതിലിലൂടെ ദൈവമെന്ന നിഗൂഢതയിലേക്ക് നാം നോക്കുകയാണ്. പ്രകൃതിയെന്നത് ദൈവത്തിന്റെ മീതെയുള്ള മൂടുപടമാകുന്നു.

മതാത്മക അവബോധം ജീവിതത്തിനു നേരെയുള്ള അഗാധമായ പ്രണാമമാക്കുന്നു. ജീവിതത്തിനപ്പുറം ഒരീശ്വരനില്ല; അവബോധത്തിനപ്പുറം ഒരു സ്വർഗവും. മതാത്മകതയുടെ വേരുകൾ ധ്യാനത്തിലത്രെ. ഭൂമിയോട്, പ്രകൃതിയോട്, മനുഷ്യരാശിയോടാകെ ഒരുത്തരവാദിത്വബോധം ഉണ്ടാക്കിയെടുക്കാനാവുന്ന തരത്തിലുള്ള ഒരാത്മീയതയ്ക്കല്ലാതെ മനുഷ്യരാശി ഇന്നു നേരിടുന്ന പ്രതിസന്ധിയെ അതിജീവിയ്ക്കാനാവില്ല.

ഈയിടെ ഹൃദയസ്പർശിയായ ഒരനുഭവമുണ്ടായി. കാൽനൂറ്റാണ്ടോളമായി നേരിട്ടുകേൾക്കാത്ത ഒരു ശബ്ദം അതിരാവിലെ ഫോണിലൂടെ.

എഴുപതുകളിലെയും എൺപതുകളിലെയും കേരളത്തിലെ പ്രസക്തമായ ധൈഷണികാന്വേഷണങ്ങൾക്ക്, സംവാദങ്ങൾക്ക് കേന്ദ്രമായിരുന്ന കൊടുങ്ങല്ലൂരിലെ 'സൂര്യകാന്തി'യുടെ ടി.എൻ. ജോയ്. കോഴിക്കോട്ടുനിന്നാണ്. വീട്ടിലേക്കു വരികയാണെന്ന്. കഴിഞ്ഞ ദശകങ്ങളെ ഇളക്കിമറിച്ച നവമാർക്സിയൻ ഗ്രന്ഥങ്ങളും മറ്റാധുനിക രചനകളും ഒരു ഭാഗത്തേക്കു മാറ്റിവെച്ച് ധ്യാനത്തെപ്പറ്റി അതിന്റെ സർഗാത്മകതയെപ്പറ്റി സംസാരിക്കാനാണദ്ദേഹം വന്നത്. മതാത്മകാനുഭവങ്ങളുള്ളവരുമായി തുറന്ന മനസ്സോടെ ബന്ധപ്പെടുകയും അറിയുകയും ചെയ്യുന്നതിലെ നവ്യതയെപ്പറ്റി പറയുമ്പോൾ അദ്ദേഹത്തിലുണ്ടായിരുന്ന തിളക്കം മനസ്സിനുമപ്പുറത്തുള്ളതിന്റെ രുചി അറിഞ്ഞതിനെ സൂചിപ്പിക്കുകയായിരുന്നു. വെള്ളത്തൂവൽ സ്റ്റീഫൻ, ഫിലിപ് എം. പ്രസാദ്, യു ഫൽഗുണൻ എന്നീ വിപ്ലവകാരികളെ അപ്പോൾ ഞാനോർത്തു; അവരുടെ വർത്തമാനകാല മതാത്മക ജീവിതത്തെയും. രണ്ടു വ്യക്തികൾ എപ്പോൾ ഒന്നിക്കുന്നുവോ, ഒരു പുതിയ ലോകം സൃഷ്ടിക്കപ്പെടുകയാണിവിടെ. അവരുടെ കേവലമായ ഒന്നിക്കൽ കൊണ്ടുതന്നെ മുമ്പില്ലാത്ത ഒരു പുതിയ പ്രതിഭാസം നിലവിൽ വരുന്നു. അതുവഴി രണ്ടും മാറ്റപ്പെടുന്നു. കമ്യൂണിസവും മതവും ഒന്നിക്കുമ്പോൾ അതാണുണ്ടാവുക.

ഫാദർ കാമിലെ തോറയും കാറൽ മാർക്സും ഒന്നിച്ചപ്പോൾ അതാണുണ്ടായത്. മാവോയും ലാവോത്സുവും ഒന്നിച്ചിരുന്നെങ്കിൽ, ലെനിനും ഗുർജിഫും ഒന്നിച്ചിരുന്നെങ്കിൽ, ഇ.എം.എസ്സും നാരായണഗുരുവും ഒന്നിച്ചിരുന്നെങ്കിൽ ചൈനയിലും റഷ്യയിലും ഇന്ത്യയിലും കമ്യൂണിസം വെളിച്ചമില്ലാത്ത വിളക്കുകളായി മാറുമായിരുന്നില്ല.

■

ഇരുളിലെ ജീവതാരകം

ബുദ്ധൻ മുതൽ നബി വരെയുള്ളവർ പൊഴിച്ച അനുകമ്പാകിരണങ്ങൾ മാനവരാശിയുടെ ഇരുൾ മൂടിയ ആകാശത്തിനു മീതെ ജീവതാരകമായുദിച്ചു നിന്നതിനെ കാട്ടുന്ന, മനുഷ്യകുലത്തിന്റെ അനുകമ്പയ്ക്കു നേർക്കുള്ള ഒരു വിശ്വമാനവിക സ്തോത്രമാണ് നാരായണ ഗുരുവിന്റെ 'അനുകമ്പാ ദശകം'. ഇന്ത്യയിലെ ഒരു ചെറിയ ജനസഞ്ചയത്തെ സംബോധന ചെയ്ത്, മലയാളത്തിലാണിതെഴുതപ്പെട്ടതെങ്കിലും ഭൂമിയിലെങ്ങുമുള്ള മനുഷ്യകുലത്തിന്റെ ആതുരതയ്ക്കുള്ള, വേദനയ്ക്കുള്ള ഒരൗഷധമായി കേരളം ലോകത്തിനു നൽകിയ ഈ മഹാഭിഷഗ്വരന്റെ, നാരായണ ഗുരുവിന്റെ ദശശ്ലോകത്തിലടങ്ങിയ ഈ കൃതിയുടെ സന്ദേശം ഇതുപോലെ പ്രസക്തമായ, ഇരുൾ നിറഞ്ഞ ഒരു കാലം, പ്രതിസന്ധിയുടെ യുഗം ഉണ്ടായിട്ടില്ല.

തൊണ്ണൂറ്റിയാറു വർഷങ്ങൾക്കു മുമ്പാണ് 'അനുകമ്പാ ദശകം' എഴുതപ്പെട്ടത്. ഈ കൃതിയെഴുതുമ്പോൾ ഗുരുവിന്റെ ഉള്ളം ചന്ദ്രനെപ്പോലെ ശീതളമായിരുന്നു. അത്രയധികം ശാന്തത, അഗാധത, നിശ്ശബ്ദത ഉള്ളിലുള്ളൊരാൾക്കേ ഇതുപോലൊരു രചന നിർവ്വഹിക്കാനാവുകയുള്ളൂ.

'അനുകമ്പാ ദശകം' ഹൃദയത്തിലേറ്റു വാങ്ങുക, കരുണയതാ നിങ്ങളുടെയുള്ളിൽ നിറഞ്ഞൊഴുകുന്നു. മനസ്സ് ഏതെങ്കിലും നിലയ്ക്ക് അശാന്തമാകുമ്പോൾ 'അനുകമ്പാ ദശക'ത്തിലെ ആദ്യ ചതുഷ്പ്പദിയിലൂടെയൊന്നു കടന്നുപോയാൽ മതി. ആരോഹണാവരോഹണങ്ങളില്ലാത്ത ഒരാന്തരിക ഈണത്തിന്റെ ധാരമുറിയാത്ത ഒഴുക്ക് അനുകമ്പാ ദശകത്തിലെ പത്തു ശ്ലോകങ്ങളിലും നിന്ന് ശരിയായി തന്ത്രികളെല്ലാം മുറിക്കിക്കെട്ടിയ ഒരു തംബുരുവിൽ നിന്നുള്ള ഗാനകണങ്ങൾ പോലെ ഒരാളുടെ സത്തയിലേക്ക് കടന്നുചെല്ലുന്നതായി ഓരോ തവണ ഈ കൃതി വായിക്കുമ്പോഴും അനുഭവപ്പെടാറുണ്ട്.

ഒരു പീഡയെറുമ്പിനും വരു
ത്തരുതെന്നുള്ളനുകമ്പയും സദാ
കരുണാകര, നല്കുകുള്ളിൽ നിൻ
തിരുമെയ് വിട്ടകലാതെ ചിന്തയും

എന്ന് കരുണ നിറഞ്ഞൊരു മനസ്സിൽ നിന്ന് ശുദ്ധനായ ഒരാൾ, നാരായണ ഗുരു അനുകമ്പയോടെ ഹൃദയത്തിൽ നിന്നുച്ചരിച്ച മൊഴികൾ എത്രകാലം കഴിഞ്ഞ് ഉച്ചരിക്കുമ്പോഴും ഉള്ളിളകുന്നു. മനസ്സിലെവിടെയോ നനവു പടരുന്നു. മനസ്സ് ശിഥിലമാകുമ്പോഴൊക്കെ ധ്യാനിക്കുമ്പോഴുള്ള ശാന്തി പോലെ എന്തോ ഒന്ന് അനുകമ്പാദശകത്തിലെ ഈ ആദ്യശ്ലോകം വായിക്കുമ്പോഴൊക്കെ ഉള്ളിലുണരാറുണ്ട്.

ഇന്നിപ്പുലരിയിൽ പ്രാണനിലിങ്ങനെ
വന്നിതരുണ തരുണമരീചികൾ...

എന്ന് രവീന്ദ്രനാഥ ടാഗൂറിന്റെ 'അരുവിയുണരുന്നു'വെന്ന കവിത വായിച്ചു തുടങ്ങുമ്പോഴും ഇതിനു സമാനമായൊരനുഭൂതിയുണ്ടാകാറുണ്ട്.

സർവമതങ്ങളിലും പെട്ടവർക്ക് ഒരുപോലെ വായിക്കാൻ പറ്റിയ ഒരു കരുണാരേഖയും സ്നേഹപ്രകാശവുമാണീ രചന. നടരാജഗുരുവോ നിത്യ ചൈതന്യയതിയോ എഴുതിയ ഭാഷ്യങ്ങൾക്കപ്പുറത്തുള്ള 'അനുകമ്പാ ദശക'ത്തിന്റെ സാരള്യം, നവ്യത, ശുദ്ധി, അനുതാപം ഉള്ളിൽ നിറയണമെങ്കിൽ ഇവരാരും പറഞ്ഞതു നോക്കാതെ അല്ലെങ്കിൽ അതെല്ലാം മറന്ന് 'അൺലേൺ' (Unlearn) ചെയ്ത് അനുകമ്പാദശകമൊന്നു വായിച്ചു നോക്കുക.

അനുകമ്പാ ദശകത്തിൽ ഉപയോഗിച്ച വാക്കുകൾ, വരികളിലെ ഈണം, പദചേരുവകൾ എല്ലാം കരുണ നിറഞ്ഞൊഴുകുന്ന ഒരു ദിവ്യ ബോധത്തിൽ നിന്നുറന്നു വരുന്നവയത്രേ. 'ഒരു പീഡയെറുമ്പിനും വരുത്തരുത്' എന്ന് ഒരു ബോധത്തിൽ ശാന്തമായുണരുന്ന പ്രാർത്ഥന ഇരുട്ടിൽ വിളക്കു തെളിയുന്നതുപോലെയാണ് ഇന്നൊരാൾ വായിക്കുമ്പോൾ അനുഭവപ്പെടുക. കാരണം, നമ്മുടെ ജീവിതത്തിൽ അത്രക്കേറെ നാം പരപീഢന വ്യഗ്രതയിൽ സ്വയമുരുകിക്കൊണ്ടിരിക്കുന്നവരാണ്.

ചിന്തകൊണ്ടോ വാക്കുകൊണ്ടോ പ്രവൃത്തികൊണ്ടോ ഒരാളെയെങ്കിലും പീഡിപ്പിക്കാത്ത ദിനങ്ങൾ ഇന്നു ജീവിക്കുന്ന ഒരു മനുഷ്യന്റെയും ജീവിതത്തിലില്ല. അത്രയ്ക്ക് ഹിംസാവാസനയും ആക്രമണ സ്വഭാവവുമുള്ള ഒരു ബോധത്തിൽ സംഘർഷത്തോടെ കഴിയുന്ന ഒരാൾ 'അനുകമ്പാ ദശക'ത്തിലെ ആദ്യവരികൾ ഉരുവിടുമ്പോൾ തന്നെ അതയാളിൽ ഏതൊക്കെയോ മൂലകങ്ങളെ വന്നു തൊടുന്നുവെന്നു തോന്നാറുണ്ട്.

മനുഷ്യചരിത്രത്തിലെ കരുണ നിറഞ്ഞ മഹത്തായ അവബോധങ്ങളിലൊന്നായിരുന്നു നാരായണ ഗുരുവിന്റേത്. നമ്മുടെ മുന്നിൽ നിൽക്കുകയും നമുക്കു നേരെ നോക്കുകയും ചെയ്യുമ്പോൾ, നശിച്ചുകൊണ്ടിരിക്കുന്ന, തീർത്തും നശ്വരമായ ഒരു ഭൗതികലോകത്തിനപ്പുറത്തുള്ള നശിക്കാത്തതെന്തോ കണ്ടതിന്റെ വിസ്മയകരമായ ശാന്തിയും അനുതാപവും ഉള്ള ആ കണ്ണുകളും മുഖവും പോലെ സ്ഥലകാലങ്ങൾക്കപ്പുറത്തേക്കു നോക്കിയ, ജനിമൃതികൾക്കപ്പുറത്തേക്കു നോക്കിയ മഹായോഗിയായ ഒരു മനുഷ്യൻ, നാരായണ ഗുരു എത്ര തുച്ഛമായാണ് മനസ്സിലാക്കപ്പെട്ടത്? ഒരു സാമൂഹ്യ പരിഷ്കർത്താവും വിപ്ലവകാരിയും എന്നൊക്കെ അദ്ദേഹം വിളിക്കപ്പെട്ടു. അയിത്തോച്ചാടകനായും ഈഴവസമുദായ വിമോചകനായും ഒക്കെ മാത്രമായി ഗുരു വിലയിരുത്തപ്പെട്ടു. 'മതമേതായാലും മനുഷ്യൻ നന്നായാൽ മതി", 'ഒരു ജാതി, ഒരു മതം, ഒരു ദൈവം മനുഷ്യന്' പോലുള്ള അദ്ദേഹത്തിന്റെ സ്ഥൂലബോധനങ്ങൾ പരമപ്രബോധനങ്ങളായി അനുയായികൾ സ്വീകരിച്ചു. അത്രയൊക്കെ അന്നതാവശ്യമായിരുന്നു. എന്നാൽ അതിനപ്പുറത്തേക്ക് ഗുരു നോക്കിയത്, വിചാരിച്ചത്, പറഞ്ഞത്, കാണാനുള്ള ആത്മീയതയോ ധിഷണാപരമായ ബലമോ അന്വേഷണമോ മലയാളികൾക്കുണ്ടായില്ല. അത്തരം ഒരു ശിഷ്യപരമ്പരയോ സന്ന്യാസി പരമ്പരയോ കേരളത്തിൽ ഗുരുവിന്റെ കാലശേഷം സജീവമായിരുന്നെങ്കിൽ കേരളം ഒരു സമൂഹമെന്ന നിലയ്ക്ക് ശുദ്ധ ബോധാവസ്ഥയുടെ, വിവേകത്തിന്റെ വെളിച്ചം ഉപയോഗിച്ചുകൊണ്ട് ജീവിക്കുന്ന, സാമൂഹ്യസംഘർഷങ്ങളും വേർതിരിവുകളും രക്തച്ചൊരിച്ചിലുകളും ഇല്ലാത്ത ഒരിടമായി മാറുമായിരുന്നില്ലേ? ഹരിജനും ഈഴവനും നായരും നമ്പൂതിരിയും എന്നൊക്കെയുള്ള വേർതിരിവുകളാൽ ശിഥിലമായിക്കിടന്ന കേരളീയന്റെ അന്തരംഗത്തിൽ സഹജാതന്റെ വികാരം ഉണർത്തുന്നതിനു പറ്റിയ, സ്ഥലകാല ചരിത്രത്തിനു യോജിച്ച ഒരു പ്രകാശമായിരുന്നു നാരായണ ഗുരു, അതിനപ്പുറത്ത് പലതും. അതുപയോഗിക്കുന്നതിൽ തോറ്റുപോയ മലയാളികൾക്കു മുന്നിൽ തുടർന്ന് അരങ്ങേറിയ സാമൂഹ്യരാഷ്ട്രീയ പ്രസ്ഥാനങ്ങൾ നാരായണഗുരു പകർന്നു തന്ന, അതീതമായ ഒരു നിർമല ബോധത്തിന്റെ വെളിച്ചത്തിൽ പ്രവർത്തിച്ചിരുന്നെങ്കിൽ മതങ്ങളുടെ പേരിലുള്ള രക്തച്ചൊരിച്ചിലുകളും മാറാടു പോലുള്ള ദുരന്തങ്ങളും ഉണ്ടാകുമായിരുന്നോ?

മെഹർബാബ, രമണമഹർഷി, നിസർഗ ദത്ത, ദാദലേഖരാജ്, ഗുർജിഫ്, കൃഷ്ണമൂർത്തി എന്നിവരുടെ നിരയിൽ വരാവുന്ന ഒരു മഹായോഗിയെ അതുപോലെ ലോകത്തിനു മുന്നിലവതരിപ്പിക്കുന്നതിൽ ഡോ. നടരാജ ഗുരുവിനോ നിത്യചൈതന്യയതിക്കോ സാധിക്കുകയുണ്ടായോ എന്ന ചോദ്യം പോലും ഉന്നയിക്കാൻ കേരളീയർക്കിതുവരെ സാധിച്ചില്ല.

നബിയുടെ അനുകമ്പാദർശനമാണ് മലയാളി ഇസ്ലാമിനെ സ്പർശിച്ച തെങ്കിൽ അവിടെ തീവ്രവാദമില്ല. രക്തച്ചൊരിച്ചിലോ അക്രമമോ ഇല്ല. 'ലോകാഃ സമസ്താ സുഖിനോ ഭവന്തു'വെന്ന വേദമന്ത്രമാണ്, അതിലട ങ്ങിയ അനുകമ്പാ ദർശനമാണ് ഹൈന്ദവന്റെ ഉള്ളിലുള്ളതെങ്കിൽ അവിടെ ഹൈന്ദവന് വാളിനെയോ തോക്കിനെയോ അനുകൂലിക്കേണ്ടി വരില്ല.

രണ്ട്

നാരായണ ഗുരുവിനെപ്പോലെ ഒരുറുമ്പിനെപ്പോലും നോവിക്കാതെ ജീവിച്ച ഒരു സൂഫി യതിയുണ്ടായിരുന്നു. അദ്ദേഹം മക്കയിലേക്കുള്ള ദീർഘനാളത്തെ ഒരു തീർത്ഥാടനത്തിനിടയ്ക്ക്, ഏതോ ഒരാൾ കൊടുത്ത ഒരു റൊട്ടി പല നാളുകളായി അല്പാല്പം തിന്നതിന്റെ ബാക്കിയായ ഒരു കഷ്ണം അപ്പം തന്റെ ഭാണ്ഡത്തിൽ അടുത്ത ദിവസം കഴിക്കാ നായി സൂക്ഷിച്ചുവെച്ച്, ഒരു പള്ളിയിൽ അന്തിയുറങ്ങുകയും പിറ്റേന്ന് രാവിലെയുണർന്ന് തന്റെ ഭാണ്ഡവുമായി യാത്ര തുടരുകയും ചെയ്തു. കുറെ യാത്ര ചെയ്തപ്പോഴുണ്ടായ തളർച്ചയും ക്ഷീണവും വിശപ്പും വന്ന പ്പോൾ വഴിയിൽ കണ്ട മരച്ചുവട്ടിലിരുന്ന് തന്റെ ഭാണ്ഡമഴിക്കുകയും അതിൽ കരുതിയ വെള്ളത്തിന്റെ കുപ്പിയും അപ്പത്തിന്റെ പൊതിയും പുറത്തെടുക്കുകയും ചെയ്തു.

അപ്പത്തിന്റെ പൊതി തുറന്നപ്പോൾ അദ്ദേഹം ദുഃഖത്താൽ വിറച്ചു പോയി. അപ്പത്തിന്റെ പൊതിക്കകത്ത് നിറയെ ചെറിയ ഉറുമ്പുകൾ! തന്റെ അപ്പം തിന്നാൻ പറ്റാതായതിലല്ല, മറിച്ച് അത്രയും ഉറുമ്പുകളെ അവ യുടെ ആവാസസ്ഥാനത്തു നിന്നു കൊണ്ടുവന്ന്, അവയ്ക്ക് അപരിചിത മായ ഏതോ ഒരിടത്ത് അവയെ അനാഥരാക്കി വിടണമല്ലോ എന്നോർത്ത് അദ്ദേഹത്തിന് തീരാത്ത വിഷമമുണ്ടായി. ഒരിറക്ക് വെള്ളം കുടിച്ച്, അല്ലാ ഹുവിന് നന്ദി പറഞ്ഞ്, അദ്ദേഹം ആ റൊട്ടിയുടെ പൊതി ഭദ്രമായി കെട്ടി, അവയിലൊന്നുപോലും പുറത്തുവീഴാനനുവദിക്കാതെ ഭാണ്ഡത്തിൽ തന്നെ ഭദ്രമായി വെച്ച്, അനുകമ്പ വഴിയുന്ന മനസ്സുമായി, സഞ്ചരിച്ചു പോന്ന അത്രയും ദൂരം തിരിച്ചുപോവുകയും ആരും കാണാതെ റൊട്ടി യുടെ പൊതിയഴിച്ച് ഉറുമ്പുകളെ മുഴുവൻ താൻ കിടന്നുറങ്ങിയ ഭാഗത്തു കണ്ട ഉറുമ്പിൻ പറ്റത്തോടൊപ്പം ഒന്നിനു പോലും പീഢ വരുത്താതെ വെക്കുകയും അനന്തരം സമാധാനത്തോടെ നടന്നുപോവുകയും ചെയ്തു. ഹാ, മനുഷ്യവംശത്തിലെ ഒരു പ്രതിനിധി എന്നോ ഒരിക്കൽ എവിടെയോ അനുകമ്പയിലേക്ക്, കരുണയിലേക്ക് ഇങ്ങനെയൊരു തീർത്ഥാടനം നടത്തിയിരുന്നുവെന്നോർക്കുമ്പോൾ തന്നെ ഒരാളുടെ ഉള്ളിൽ കനിവുണരുന്നു.

ആശയങ്ങളുടെ പേരു പറഞ്ഞ്, മതത്തിന്റെ പേരു പറഞ്ഞ് മനുഷ്യർ രഹസ്യമായി ആയുധങ്ങൾ ശേഖരിക്കുകയും നിരപരാധികളും നിസ്സഹായരുമായ കുട്ടികളും വൃദ്ധരും സ്ത്രീകളും ഉൾപ്പെടുന്നവരെ പോലും നിഷ്ക്കരുണം ബോംബെറിഞ്ഞും വെടിവെച്ചും വെട്ടിയും കുത്തിയും കൊല ചെയ്യുന്നത് എന്തിനെയാണ് സൂചിപ്പിക്കുന്നത്? ഒരാൾ ദുഃഖിതനായൊരാൾക്കൊപ്പമിരിക്കുമ്പോൾ ദുഃഖിതനാകുന്നു. സന്തോഷമുള്ളൊരാളോടൊപ്പമാകുമ്പോൾ അയാൾ സന്തോഷിക്കുന്നു. കാരണം, എല്ലാം പകരുന്നു. ന്യൂറോസിസും പകരുന്നതാണ്. ആത്മഹത്യയും പരഹത്യയും ന്യൂറോസിസാണ്, പകരുന്നതാണ്. ഒരു സ്ത്രീയിലേക്ക്, അതും ഒരു സന്ന്യാസിനിയിലേക്കു വരെ ഈ രോഗം പകരുന്നു. നോർമലായ ഒരാൾ അങ്ങനെയല്ലാത്തവർക്കൊപ്പമാണ് സ്ഥിരമായിടപെടുന്നതെങ്കിൽ അയാൾ നോർമലല്ലാത്തവനാകുന്നു!

ആധുനികലോകം, ഇന്ത്യ, കേരളം ഇത്തരം ചിത്തരോഗികളാൽ നിറഞ്ഞിരിക്കുന്നു. ഭ്രാന്തുള്ളവർ തുടക്കം മുതൽ ഭ്രാന്തരായിരുന്നില്ല. ഇങ്ങനെയാകുന്നതിനേതാനും നാളുകൾ മുമ്പുവരെ അവരും 'നോർമ'ലായിരുന്നു. അതുകൊണ്ടു തന്നെ വീണ്ടുമവർക്ക് 'നോർമലാകാനാവും' ഭ്രാന്തില്ലാത്തവരാകാനാവും. അതിന് അവരുടെ ഉള്ളിലേക്ക് 'അനുകമ്പാദശക'ത്തിന്റെ പൊരുൾ ആഴത്തിൽ പതിയണം! ഉള്ളിൽ കനിവുണരണം.

ലോകത്താകെ പത്തൊമ്പതാം നൂറ്റാണ്ടിലുടലെടുത്ത ആശയങ്ങളിൽ, ചിന്തകളിൽ, ധൈഷണിക സംഭാവനകളിൽ സയൻസും ഭൗതികവാദവും മാർക്സിസവുമാണ് ഏറെ സ്വാധീനിക്കപ്പെട്ടത്. ഇതിന്റെ പ്രേരണകൾ ലോകത്തെവിടെയും മനുഷ്യന്റെ ലോകം ശരീരവും ഭൗതികം മാത്രമാക്കി മാറ്റി. യുക്തി, സാങ്കേതിക ശാസ്ത്രം, പാഠം, മാർക്സിസം - ഇതിന്റെയെല്ലാം രീതിശാസ്ത്രം നോക്കൂ: താർക്കികം, പരുഷം അപഗ്രഥനപരം. സ്നേഹത്തിനു പകരം വെറുപ്പിനെ, സഹിഷ്ണുതയ്ക്കു പകരം അസഹിഷ്ണുതയെ, നമ്രതയ്ക്കു പകരം പോരാട്ടത്തെ വരുത്തുന്ന ഒരു ബോധഘടനയും അതിന്റെ വളർച്ചയ്ക്കുതകുന്ന തരത്തിലുള്ള പാഠങ്ങളും അന്വേഷണങ്ങളും ഗവേഷണങ്ങളും പ്രസക്തമാവുകയോ പ്രധാനമാവുകയോ ചെയ്തതോടെ മനുഷ്യന്റെ ആന്തരികത, സ്നേഹം, സഹനം, അനുകമ്പ, അഹിംസ ഒക്കെയും അപ്രസക്തമായി. നാരായണ ഗുരുവിനേക്കാൾ ഇ.എം.എസ്. പ്രസക്തനായി മാറി.

നാരായണ ഗുരുവിനെപ്പോലെ സ്ത്രൈണതയുള്ള ഒരു സ്ത്രീയും കേരളത്തിലുണ്ടായിട്ടില്ല. അദ്ദേഹം ഏതൊരു സ്ത്രീയേക്കാളും ശാന്തതയുള്ളവനായിരുന്നു. മൃദുലനും. ലാവോത്സു പറയുന്നതു പ്രകാരം

ഒരാൾ വിജയിയാകണമെങ്കിൽ അയാൾ മൃദുലനാകണം. ജലസമാനം താഴ്മയുള്ളവനും അപ്രതിരോധ്യനുമായിരിക്കണം. അത്തരമൊരു ബോധത്തിൽ നിന്നുണരുന്ന അനുകമ്പയ്ക്കു മാത്രമേ മനുഷ്യന്റെ ശാശ്വത പ്രശ്നങ്ങളെല്ലാം പരിഹരിക്കാനാവൂ. തീവ്രവാദത്തിന്റെയും പുരുഷലോകം പണിതുയർത്തിയ ഭ്രാന്തലോകത്തിന്റെയും തീയിലെരിഞ്ഞുകൊണ്ടിരിക്കുന്ന മാനവികതയെ അതിന്റെ സ്വാഭാവികതയിലേക്ക്, സ്വച്ഛതയിലേക്ക്, കരുണയിലേക്ക് തിരിച്ചുവിളിക്കാൻ അനുകമ്പാദശകത്തിലെ സ്ത്രൈണ ആത്മീയതയ്ക്കേ സാധിക്കുകയുള്ളൂ. ചെറുശ്ശേരി, പൂന്താനം, എഴുത്തച്ഛൻ - മലയാളിയുടെ സ്ത്രൈണബോധത്തിൽ വിരിഞ്ഞ ആദ്യമലരുകൾ. പ്രാർത്ഥന, പ്രണയം, അർപ്പണം, ഭക്തി പ്രകടിപ്പിക്കപ്പെട്ടപ്പോൾ അവരുടേത് ഒരു സ്ത്രൈണ ബോധമായി മാറി. ഇത്തരം ഒരു സ്ത്രൈണ ബോധത്തിന്റെ മുഴുവൻ ആർദ്രതയും പതിഞ്ഞ ഈണവും ഗുരുവിന്റെ അനുകമ്പാദശകത്തിൽ പ്രഫുല്ലമായി നിൽക്കുന്നു. യുക്തിപരമായ ബോധത്തിൽ ഭാഷ താർക്കികമാകുന്നു, പരുഷമാകുന്നു, ഹിംസാപരമാകുന്നു. യുക്തിപരമായ ഭാഷയാണൊരാൾ ഉപയോഗിക്കുന്നതെങ്കിൽ കേൾക്കുന്നവരുടെ മനസ്സിലത് വിഭജനം, സംഘർഷം, വെറുപ്പ് ഉണ്ടാക്കുന്നു. പരിഗണനയാർന്ന മനസ്സ്, അനുകമ്പയുള്ള ഭാഷ പൂർണ്ണമായും ഭിന്നമത്രേ. കരുണയുള്ളൊരു മനസ്സ് എന്തെങ്കിലും തെളിയിക്കാനല്ല ശ്രമിക്കുന്നത്. സഹായിക്കാനാണ്, വളരാൻ, മാറ്റാൻ, പുനർജ്ജനിപ്പിക്കാനാണ് ശ്രമിക്കുന്നത്.

കരുണയുള്ളൊരാൾക്ക് വിഭജനങ്ങളില്ല, വകഭേദങ്ങളില്ല, ലാവോത്സു അത്തരം കരുണയുള്ള ഒരു മനസ്സോടെയെഴുതി.

നല്ലവരോട് ഞാൻ
നല്ലപോലെ പെരുമാറുന്നു
നല്ലവരല്ലാത്തവരോടും ഞാൻ
നല്ലപോലെ പെരുമാറുന്നു
ഇപ്രകാരമെനിക്കു ശാന്തി ലഭിക്കുന്നു

(താവോ തെചിങ്)

ശാന്തി ലഭിക്കാനിപ്രകാരമുള്ള പരിഗണനയുള്ള, കരുണയുള്ള മനസ്സ് ഒരാളുള്ളിൽ വളർത്തിയെടുക്കണമെന്ന് രണ്ടായിരത്തഞ്ഞൂറ് വർഷങ്ങൾക്കു മുമ്പ് ചൈനയിൽ ഇരുന്ന് ലാവോത്സു രേഖപ്പെടുത്തി. രണ്ടായിരം ആണ്ടുകൾ കഴിഞ്ഞ് ചൈനയിൽ നിന്ന് മാവോ സേതുങ്ങ് പറഞ്ഞു: 'യുദ്ധമില്ലാതാക്കാൻ യുദ്ധം ചെയ്യണം' എന്ന്. ഇത് വിവേകത്തിൽ നിന്നുള്ള വഴിതെറ്റലായിരുന്നു.

ദൈവം ഇരുകരങ്ങളിൽ കരുണയുടെയും നീതിയുടെയും രണ്ട് മരങ്ങൾ വെച്ചുനീട്ടി ഇതിലൊന്നെടുക്കാമെന്നു പറഞ്ഞാൽ ബുദ്ധനും ലാവോത്സുവും സെയിന്റ് ഫ്രാൻസിസും റാബിയയും നാരായണഗുരുവും തെരഞ്ഞെടുക്കുക കരുണയുടെ വൃക്ഷത്തെയാവും. കണാദനും ചാർവാകനും മാർക്സും ഫ്രോയ്ഡും ഐൻസ്റ്റീനും നീതിയുടെ വൃക്ഷത്തെയാവും തെരഞ്ഞെടുക്കുക. ഒരാളുടെ ബോധപ്രകാശത്തിനനുസരിച്ചായിരിക്കും ഓരോരുത്തരും ഒന്നു തെരഞ്ഞെടുക്കുന്നത്.

മൂന്ന്

റിൻസായ് എന്ന സെൻബുദ്ധഗുരു ഒരിക്കൽ ബുദ്ധപാതയിൽ ചരിക്കുന്നവരെ നോക്കി ഇപ്രകാരം പറഞ്ഞു: 'നിങ്ങൾ വിഡ്ഢികൾ. ബുദ്ധന്റെ അനുചരന്മാർ. അദ്ദേഹത്തെ വെടിയുക. അദ്ദേഹത്തെ വെടിയാതെ അദ്ദേഹത്തെ കണ്ടെത്താനാവില്ല. 'റിൻസായ് ബുദ്ധനെ സ്നേഹിച്ചു. അദ്ദേഹം തുടർന്നു: 'ബാഹ്യമായ ബുദ്ധനിൽ നിന്ന് നിങ്ങൾ മുക്തരാവുക. അപ്പോഴത്രേ ആന്തരികമായി ബുദ്ധനെ നിങ്ങളറിയുക. ഒരു തത്ത്വവുമില്ല, ഒരു പ്രബോധനവും, ഒരു ബുദ്ധനും ഇല്ല. ഓർക്കുക, റിൻസായ് ബുദ്ധന്റെ എതിരാളിയായിരുന്നില്ല, ഒരനുയായിയായിരുന്നു.

നാരായണഗുരുവിന്റെ ഭക്തരുടെ, അനുയായികളുടെ മുമ്പിൽ നിന്ന് അവരെ നോക്കി: 'നിങ്ങൾ നാരായണ ഗുരുവിന്റെ അനുയായികൾ, അദ്ദേത്തെ വെടിയുക' എന്നു പ്രഖ്യാപിക്കാനുള്ള ആർജ്ജവം ഉള്ളിലുണ്ടായിരുന്നൊരാൾ നിത്യചൈതന്യയതി മാത്രമായിരുന്നു. അദ്ദേഹത്തിന്റെ ഒപ്പം ഏറെക്കാലം കഴിഞ്ഞ ഗീതഗായത്രിയും ഷൗക്കത്തും സെൻവഴിയിലേക്ക്, അല്ലെങ്കിൽ ഒരാത്മീയ വഴിയിലുമല്ലാത്ത ദിശയിലേക്കു പോയത് യാദൃച്ഛികമല്ല. അവരാണ് ഗുരുമാർഗ്ഗത്തിൽ പോയവരേക്കാൾ ഗുരുവിനെയറിഞ്ഞവർ.

എന്തു പറയപ്പെട്ടുവോ, അതു പറഞ്ഞു തീർന്നതല്ല. ഓരോ വാക്കിനും ഓരോ വാക്കിനിടയ്ക്കും ഓരോ വാക്കിനപ്പുറത്തും പോകാനാവണം. വാക്കുകളെ മറക്കുക, യതികളുടെ പാഠങ്ങളുടെ ഹൃദയത്തെ പിൻപറ്റുക. അനന്തരം യതികളിൽ നിന്നും അവരുടെ പാഠങ്ങളിൽ നിന്നും മുക്തരാവുക. അവരുടെ ഒരു വാക്കു ചിന്തിക്കുക പോലുമരുത്. ഈയൊരു മനസ്സോടെ നാരായണ ഗുരുവിനെ പുനർവായന നടത്താൻ സാധിച്ചാൽ അദ്ദേഹത്തിൽ നിന്നിതുവരെ കേൾക്കാത്തതു പലതും കേൾക്കാൻ, അറിയാൻ ഒരാൾക്ക് സാധിച്ചെന്നു വരാം.

■

'സെയ്ന്റ് ഫ്രാൻസിസ്'; വേദനയുടെ വെളിച്ചം

ഫ്രാൻസിസ് ലിയോവിനോടൊപ്പം സാൽമാരിയോയിലേയ്ക്കുള്ള ഒരു തീർത്ഥാടനത്തിലായിരുന്നു. വഴിക്കിടയിലുണ്ടായ തോരാത്ത മഴ അവരെ വല്ലാതെ കുഴക്കി. അവർ പൂർണ്ണമായി തണുത്തു വിറങ്ങലിക്കുകയും ചെളിയിൽ കുളിക്കുകയും ചെയ്തു. കഴിഞ്ഞ ഒരു രാവും പകലും ഒന്നും കഴിക്കാത്തതുകൊണ്ടുള്ള വിശപ്പും യാത്രാക്ലേശവും അവരെ ശാരീരികമായും മാനസികമായും തളർത്തിയിരുന്നു. ചെന്നു ചേരേണ്ട പട്ടണം അപ്പോഴും ഏറെ അകലെയായിരുന്നു. പാതിരായ്ക്കു മുമ്പേ അവിടെ എത്താനുള്ള സാദ്ധ്യത തീരെ കുറവും.

നടക്കുന്നതിനിടയിൽ പൊടുന്നനെ ഫ്രാൻസിസ് ചോദിച്ചു: "ലിയോ, യഥാർത്ഥ വിശുദ്ധൻ ആരാണ്?" ലിയോ മറുപടിയൊന്നും ഉരിയാടിയില്ല. അപ്പോൾ ഫ്രാൻസിസ് പറയാൻ തുടങ്ങി:

"കുരുടന് കാഴ്ച നൽകുന്നവനല്ല, ദീനന്റെ രോഗം ശമിപ്പിക്കുന്നവനുമല്ല, മരിച്ചവരെ ഉയിർപ്പിക്കുന്നവൻ പോലുമല്ല യഥാർത്ഥ വിശുദ്ധൻ..."

തെല്ലിട നീണ്ടുനിന്ന മൗനത്തിനുശേഷം ഫ്രാൻസിസ് വീണ്ടും മൊഴിഞ്ഞു: "യഥാർത്ഥ വിശുദ്ധൻ പക്ഷികളുടെ, വൃക്ഷങ്ങളുടെ, മൃഗങ്ങളുടെ, കല്ലുകളുടെ ഭാഷ അറിയുന്നവനുമല്ല..."

നീണ്ടുനിന്ന നിശ്ശബ്ദത...

പെരുവഴിയിലൂടെ ഇരുട്ടത്ത്, മഴയത്ത് അവർ നടന്നുകൊണ്ടേ പോയി. അപ്പോൾ സാൻമാരിയോവിൽനിന്നുള്ള വിളക്കുകളുടെ പ്രകാശം കാണാൻ തുടങ്ങി.

ഫ്രാൻസിസ് ഏകപക്ഷീയമായി വീണ്ടും പറയാൻ തുടങ്ങി: "എല്ലാവരേയും മോചിപ്പിക്കുന്നവനുമല്ല യഥാർത്ഥ വിശുദ്ധൻ."

അപ്പോൾ ലിയോവിന് തന്റെ മൗനം ഭേദിക്കാതിരിക്കാനായില്ല. അദ്ദേഹം ചോദിച്ചു: "അപ്പോൾ യഥാർത്ഥ വിശുദ്ധൻ ആരാണ്?"

ഫ്രാൻസിസ് പ്രതിവചിച്ചു: "നാം സാൻമാരിയോവിൽ എത്തിയിരിക്കുന്നുവെന്ന് സങ്കല്പിക്കൂ. നാം സത്രത്തിന്റെ വാതിലിൽ മുട്ടിവിളിക്കും; കാവൽക്കാരൻ ചോദിക്കും: "ആരാണത്?" നാം പറയും: "നിങ്ങളുടെ സ്വന്തം രണ്ടു സഹോദരന്മാർ! രണ്ടു സന്ന്യാസികൾ". അപ്പോൾ അദ്ദേഹം, "തെണ്ടികളെ! നിന്ദ്യരായ ഭീരുക്കളെ! നീചരായ പരാന്നഭോജികളെ! പോകൂ, പോകൂ" എന്നുറക്കെപ്പറയുകയും വാതിൽ തുറക്കാതിരിക്കുകയും വിശന്നും തളർന്നും ചെളിയിലാണ്ടും ഗതികെട്ട നാം പാതിരായ്ക്ക് അവിടെത്തന്നെ നിൽക്കുകയും വാതിലിൽ പിന്നെയും മുട്ടിക്കൊണ്ടിരിക്കുകയും ചെയ്യുന്നു. അപ്പോൾ ആ മനുഷ്യൻ പുറത്തുവന്ന് ലാത്തികൊണ്ടടിക്കുകയും, "തെമ്മാടികളെ! ഞങ്ങളെ ശല്യം ചെയ്യരുത്" എന്നാക്രോശിക്കുകയും ചെയ്യുന്നുവെന്ന് കരുതുക. അപ്പോഴും നമ്മളിലുള്ളതൊന്നും ഇളകുന്നില്ലെങ്കിൽ ഉള്ളം ശാന്തമായിത്തന്നെയിരിക്കുകയാണെങ്കിൽ, സ്വച്ഛമായും ഒന്നും പുരളാതെയുമാണിരിക്കുന്നതെങ്കിൽ, ആ കാവൽക്കാരനിലും ദിവ്യതതന്നെയാണ് നാം തുടർന്നും കാണുന്നതെങ്കിൽ, അതാണ് യഥാർത്ഥമായ പവിത്രത. അതുണ്ടെങ്കിൽ നിങ്ങളൊരു വിശുദ്ധനാണ്!..."

ഫ്രാൻസിസിന്റെ ഈ ജീവിതസമീപനത്തെപ്പറ്റി കസൻദ്സാക്കിസ് ലിയോവിന്റെ വാക്കുകളിൽ മൊഴിയുന്നു. "ഫ്രാൻസിസിന്റെ കൂടെ ജീവിച്ച നാളത്രയും എനിക്കു തോന്നിയ ഒരു കാര്യമുണ്ട്. മനുഷ്യരെ സംബന്ധിച്ചിടത്തോളം ദൈവത്തിനു രണ്ടു വഴികളാണുള്ളത്. ഒന്ന്: സാധാരണ മനുഷ്യരുടെ നേരായ സമതലമാർഗ്ഗം. കല്യാണം കഴിച്ച്, മക്കളെ ജനിപ്പിച്ച് എന്നും കുളിച്ചൊരുങ്ങി, നല്ല ഭക്ഷണം കഴിച്ചും വീഞ്ഞു കുടിച്ചും സോല്ലാസം ദൈവത്തെ തേടിപ്പോകുന്നവരുടെ വഴി. രണ്ടാമത്തേത് ദുർഗ്ഗമമായ വഴിയാണ്. അത് വിശുദ്ധന്മാരുടെ വഴിയാണ്. കീറിപ്പറിഞ്ഞ വസ്ത്രവും പട്ടിണികിടന്ന് എല്ലുംതോലുമായ ശരീരവും വൃത്തികെട്ട മണവുമായി ദൈവത്തെ അന്വേഷിക്കുന്നവരുടെ വഴി."

ആ വഴിയിൽ പതറാതെ നടന്നുപോയ ഫ്രാൻസിസിനെപ്പറ്റി ലിയോ ഓർക്കുന്നു: "അദ്ദേഹത്തിന്റെ പാദങ്ങളും കണ്ണുകളുമാണ് ഞാൻ കൃത്യമായോർക്കുന്ന ശരീരഭാഗങ്ങൾ. ഞാനൊരു പിച്ചക്കാരൻ. പിച്ചക്കാരുടെ കൂടെയാണ് ജീവിതത്തിന്റെ ഏറിയ പങ്കും ഞാൻ ചെലവഴിച്ചിട്ടുള്ളത്. ഓരോ ദിവസവും ആയിരക്കണക്കിന് യാചകർ മണ്ണിലും പൊടിയിലും മഞ്ഞിലും ചെളിയിലുംകൂടി പാറപ്പുറത്തുകൂടി ഇഴഞ്ഞും വലിഞ്ഞും

നടന്നുപോകുന്നത് ഞാൻ കണ്ടിട്ടുണ്ട്. എന്നാൽ, ജീവിതത്തിലൊരിക്കലും ഫ്രാൻസിസിന്റേതുപോലെ നടന്നുതളർന്ന, തകർന്ന, ദുർബ്ബലമായ വ്രണങ്ങൾ നിറഞ്ഞ പാദങ്ങൾ ഞാൻ കണ്ടിട്ടില്ല. ഫാദർ ഫ്രാൻസിസ് ഉറങ്ങുമ്പോൾ ഞാൻ അദ്ദേഹമറിയാതെ കുനിഞ്ഞ് ആ പാദങ്ങളിൽ ചുംബിച്ചിട്ടുണ്ട്. മനുഷ്യരാശിയുടെ മുഴുവൻ സഹനത്തിലുമാണ് ഞാൻ ചുംബിക്കുന്നതെന്ന് എനിക്ക് അപ്പോൾ തോന്നിയിട്ടുണ്ട്."

ഇത്തരമൊരാളുടെ കഥ പറയുന്നത് കസൻദ്സാക്കിസിന് വലിയൊരു വെല്ലുവിളിയായിരുന്നു. അദ്ദേഹം ഓർക്കുന്നു: "മഹാനായ രക്തസാക്ഷിയും നായകനുമായ ഫ്രാൻസിസിനോടുള്ള സ്നേഹത്താലും ആദരവിനാലും ഞാൻ ആമഗ്നനായിരുന്നു. പലപ്പോഴും കണ്ണീർത്തുള്ളികൾ കയ്യെഴുത്തുപ്രതികളെ നനച്ചിരുന്നു."

എഴുത്തിന്റെ കലയെക്കുറിച്ച് ഖലിൽ ജിബ്രാൻ പറയുന്നുണ്ട്: എഴുതുന്നതിൽ നിങ്ങൾ ശ്രദ്ധ പുലർത്തുന്നുണ്ടോ? എങ്കിൽ നിങ്ങൾക്ക് ജ്ഞാനവും കലയും മാജിക്കും ഉണ്ടായേപറ്റൂ. വാക്കുകളുടെ സംഗീതത്തെപ്പറ്റിയുള്ള ജ്ഞാനം, കലാരാഹിത്യത്തിന്റെ കല, നിങ്ങളുടെ വായനക്കാരോടുള്ള സ്നേഹത്തിന്റെ മാജിക്ക്. ഈ മൂന്നും ചേർന്നതത്രെ കസൻദ്സാക്കിസിന്റെ രചനയുടെ കല.

സൗന്ദര്യത്തിനപ്പുറം മതമോ ശാസ്ത്രമോ ഇല്ലെന്നുണർത്തുന്നതത്രെ മഹത്തായ ഏതു കലാസൃഷ്ടിയും.

കവികൾ മിസ്റ്റിക്കുകളുമായി വളരെയടുത്തവരത്രെ. കവിത മറ്റെന്തിനേക്കാളും മതത്തോടടുത്തുവരുന്നു. കവിത സത്യത്തിലേയ്ക്കുള്ള ഒരു നോട്ടമാകുന്നു; മിസ്റ്റിസിസം അവിടെ ജീവിയ്ക്കലും. കവിത വളരെ അകലെനിന്നും ഹിമാലയത്തെ കാണുകയാണ്. സൂര്യവെളിച്ചമുള്ള കൊടുമുടികൾ, വിശുദ്ധമായ മഞ്ഞിൻനിരകൾ. മതം, പക്ഷേ, സൂര്യവെളിച്ചമുള്ള കൊടുമുടികളിൽ, വിമലമായ മഞ്ഞിൽ ജീവിയ്ക്കലത്രെ.

നിക്കോസ് കസൻദ്സാക്കീസിനെപ്പോലെ മതാത്മകനായ ഒരെഴുത്തുകാരന്, മതാത്മകതയുടെ ഏറ്റവും അഗാധമായ കയങ്ങളിലിറങ്ങി, കവിതയുടെ സത്യത്തെ, ഫ്രാൻസിസ് പുണ്യവാന്റെ സുന്ദരജീവിതത്തെ ആവിഷ്ക്കരിക്കാൻ കഴിഞ്ഞത് വിശ്വസാഹിത്യത്തിലെ ഒരു മഹാസംഭവം. കവിതയും മിസ്റ്റിസിസവുമുള്ള ഒരു മനുഷ്യനെ, സെയിന്റ് ഫ്രാൻസിസിനെ അതിന്റെ മുഴുവൻ ദീപ്തിയോടെയും അവതരിപ്പിക്കാൻ വേണ്ടിയുള്ള രചനാപരമായ അഭ്യാസങ്ങളായിരുന്നു ഫ്രാൻസിസിനുമുമ്പുള്ള അദ്ദേഹത്തിന്റെ രചനകൾ. ഒടുവിൽ, അയത്നമായി ധ്യാനാത്മകമായ ഒരു മനസ്സിൽനിന്ന്, നനഞ്ഞ മണ്ണിൽനിന്ന് മനോഹരമായ ഒരു പൂച്ചെടി

മുളച്ചു വരുന്നതുപോലെ 'സെയിന്റ് ഫ്രാൻസിസ്' ഉയിരെടുക്കുകയായിരുന്നു. ഇതിലെ ഓരോ വരിയും ഓരോ വാക്കും ഓരോ അക്ഷരവും അഗാധമായ മൗനത്തിൽ നിന്ന്, വേദനയുടെ ആഴത്തിൽനിന്ന്, സ്നേഹത്തിന്റെ ഹൃദയത്തിൽനിന്ന് ഉയിരെടുക്കുകയായിരുന്നു.

മഹാമൗനംപോലെ, മഹാസ്നേഹംപോലെ, മഹാവേദനയും ജീവിതത്തിന്റെ പരമസത്യത്തിലേയ്ക്ക് ഒരാളെ നയിക്കുന്നു. മഹാവേദനയിലൂടെ മഹാമൗനത്തിലേയ്ക്ക്, സ്നേഹത്തിലേയ്ക്ക് ഒരാൾക്കെങ്ങനെ അണയാനാവുമെന്ന് സെയിന്റ് ഫ്രാൻസിസിന്റെ ചരിത്രത്തെ ആധാരമാക്കി കസൻദ്സാക്കിസ് എഴുതിയത് എഴുത്തിന്റെ ചരിത്രത്തിലെ ഒരു അപൂർവ്വ സംഭവമായിരുന്നു.

'സ്പിരിച്ചൽ എക്സർസൈസ്' എന്ന കൃതിയിൽ കസൻദ്സാക്കിസ് തന്റെ ചിത്തവൃത്തികളിലുണ്ടാവാറുള്ള ചില പ്രകമ്പനങ്ങൾ, അവിശുദ്ധമായ ചില കാറ്റുകൾ തന്റെ ദേഹത്തെ, അതിന്റെ ബാഹ്യവും ആന്തരികവുമായ തലങ്ങളെ എത്രമാത്രം ഇളക്കിമറിച്ചിരുന്നുവെന്ന് പറയുന്നുണ്ടല്ലോ. അത്തരം ഒരു മനസ്സുകൊണ്ട് പതിനൊന്നാം നൂറ്റാണ്ടിൽ ഇറ്റലിയിൽ ജീവിച്ചിരുന്ന സെയിന്റ് ഫ്രാൻസിസിനെ, അദ്ദേഹത്തിന്റെ ഹൃദയമിടിപ്പുകളെ, വ്രണിതവും വിമലവുമായ ആ പാദങ്ങളെ ശരീരംകൊണ്ടും മനസ്സുകൊണ്ടും ആത്മാവുകൊണ്ടും അടുത്തറിഞ്ഞ ഒരാൾക്കല്ലാതെ ആ കഥ ഇതുപോലെ പറയാനാവില്ല. ഡോസ്റ്റോയെവ്സ്കി 'കുറ്റവും ശിക്ഷയും' എന്ന നോവലിൽ റസ്കോൾ നിക്കോഫിനെ അവതരിപ്പിക്കുന്നതിനു തുല്യം അപൂർവ്വമായ ഒരാന്തര ഈണത്തോടെ, വിശുദ്ധിയോടെ അതു പറയാൻ കഴിഞ്ഞത് ഒരദ്ഭുതമല്ല. എന്തെന്നാൽ, ബുദ്ധനെയറിയാൻ ആയിരക്കണക്കിനു താളുകളിൽ എഴുതുകയും അവയൊക്കെയും അപൂർണ്ണമെന്നു തോന്നി ഒഴിവാക്കുകയും ചെയ്ത ഒരു പ്രതിഭയിലേ ഫ്രാൻസിസ് പുണ്യവാളന് ജനിക്കുവാനാകുകയുള്ളൂ.

ദുഃഖം, നരവേദനയുടേയും യാതനയുടേയും ഉറവിടത്തിൽനിന്നു തന്നെ പാനം ചെയ്യാൻ കഴിഞ്ഞതുകൊണ്ടാണ് ഒരു ധനികകുടുംബ പശ്ചാത്തലത്തിൽ ജനിച്ച സാധാരണക്കാരനായിരുന്ന ഫ്രാൻസിസിന് സെയിന്റ് ഫ്രാൻസിസാകാൻ കഴിഞ്ഞത്. അദ്ദേഹം വേദനിച്ചതുപോലെ മതാത്മകമായ ഒരു മനസ്സും ലോകത്തിന്നുവരെ വേദനിച്ചിട്ടില്ല. യേശുവിനെ പ്രതിനിധാനം ചെയ്യുന്ന മറ്റൊരാളുംതന്നെ സെന്റ് ഫ്രാൻസിസിനേപ്പോലെ ഭൂമിയിൽ നടന്നുപോയിരിക്കില്ല.

വേദനയത്രെ ജീവിതത്തിന്റെ അഗാധമായ ആധാരം. ഈ സത്യത്തെ നിരാകരിക്കാനുള്ള പാഴ്ശ്രമമാണ് മനുഷ്യന്റെ ജീവിതത്തെ തീർത്തും

ചെറുതും നിസ്സാരവും ഉപരിപ്ലവവുമാക്കുന്നത്. വേദന എത്ര ചെറിയൊരളവിലായാലും 'അയ്യോ' എന്ന നിലവിളി ഏതു കരുത്തനിൽനിന്നുമുയരുന്നു. ജീവിതം ദ്വന്ദ്വാത്മകമാണെന്ന ബോധം, ദുഃഖവും സുഖവും രോഗവും ആരോഗ്യവും ജനനവും മരണവും ഉള്ളതാണെന്ന ബോധം സാധാരണ മനുഷ്യന്റെ ഉപരിപ്ലവമായ മനസ്സിൽ ഉദിക്കുന്നില്ല.

വേദനയെ അതിന്റെ അഗാധതയിൽ അറിയാത്ത ഒരാൾക്കും ജീവിതത്തെ സമഗ്രമായി അറിയാനാവില്ല. വേദനയും, വിശപ്പും, എല്ലാത്തരത്തിലുമുള്ള ഇല്ലായ്മകളും അനുഭവിക്കുന്ന ഒരു തെണ്ടിയുടെ മുഖത്തെപ്പോലെ മനുഷ്യജീവിതത്തിന്റെ അതുല്യത സൂചിപ്പിക്കുന്നതിന് സുഖത്തിൽ മുഴുകിക്കഴിയുന്ന ഒരു സമ്പന്നന്റെ മൗഢ്യം നിറഞ്ഞ, നിസ്സാരത്വം നിറഞ്ഞ ഉപരിപ്ലവമായ ഒരു തലത്തെ പ്രകടമാക്കുന്ന ഒരു മുഖത്തിനാവില്ല. ധനികസാഹചര്യത്തിൽ അത്തരമൊരു ജീവിതം നയിച്ചുകൊണ്ടിരുന്ന ഫ്രാൻസിസ് വേദനകളിലൂടെ ബോധോദയത്തിലെത്തുകയും ദാരിദ്ര്യത്തെ മഹത്തായ മൂല്യമായി വാഴ്ത്തുകയും ചെയ്യുന്നു.

"വിശുദ്ധ ദാരിദ്ര്യമേ, നീയാണ് ഞങ്ങളുടെ വധു, സമ്പത്ത്. ഞങ്ങളെ നീ ഒരിക്കലും വിട്ടുപിരിയാതെ, എപ്പോഴും വിശന്നും ദാഹിച്ചും തണുത്തും കുളിർത്തും കഴിയാൻ, ഒരിക്കലും തലചായ്ക്കാൻ ഒരിടമില്ലാതിരിക്കാൻ നീ ഞങ്ങളെ അനുഗ്രഹിച്ചാലും." ഇതായിരുന്നു ഫ്രാൻസിസിന്റെ പ്രാർത്ഥന.

'ധനമോഹമില്ലാത്തവനാരോ അവനാണ് ധനികൻ. ധനികനായിട്ടും പിന്നെയും ധനത്തിന്റെ പിറകെ ഓടുന്നവനത്രെ ദരിദ്രൻ. പെട്ടിയ്ക്കടിയിൽ പ്രത്യാശയോടെ ഒരു നാണയംപോലുമില്ലാത്തവൻ' എന്നു പറഞ്ഞ ഫ്രാൻസിസിനെ 'വിശുദ്ധ ദാരിദ്ര്യത്തിന്റെ കോടീശ്വരൻ' എന്നത്രെ കസൻദ്സാക്കിസ് വാഴ്ത്തുന്നത്.

ഫ്രാൻസിസിന്റെ സ്വപ്നത്തിലെ സ്വർഗ്ഗം ഇങ്ങനെയായിരുന്നു: "പച്ചപ്പുൽമേട്ടിൽ സുന്ദരമായ ഒരു കൊച്ചുഗ്രാമം. ഗ്രാമമധ്യത്തിൽ ദരിദ്രമായ ഒറ്റപ്പെട്ട ഒരു കുടിൽ. മുറ്റത്ത് ഒരു കിണർ. കിണറ്റുകരയിൽ മനുഷ്യാത്മാവ് കന്യാമറിയത്തെപ്പോലെയിരുന്ന് ദൈവത്തെ പാലൂട്ടുന്നു."

"മനുഷ്യൻ എവിടെയാണോ അവിടെ ദുരിതമുണ്ട്, പാപമുണ്ട്. അവിടെയാണ് നമ്മുടെ സ്ഥാനം. കുഷ്ഠരോഗികളുടേയും പാപികളുടേയും പട്ടിണിക്കാരുടേയുമിടയിൽ" യാതനയെ ആഘോഷിക്കുകയാണ് സെയിന്റ് ഫ്രാൻസിസ്. സുഖം, സന്തോഷം, ആസക്തി ഇവയിൽ രമിക്കുന്ന മനുഷ്യന്റെ ശരീരത്തിനുനേരെ - സ്വശരീരത്തിനുനേരെ

ഫ്രാൻസിസ് നടത്തുന്ന നിഷ്കരുണ പീഢനങ്ങൾ യേശുക്രിസ്തുവിന്റെ ക്രൂശാരോഹണത്തേക്കാൾ ഭയങ്കരമായിരുന്നു.

ഫ്രാൻസിസ് തന്റെ ദേഹത്തിനുനേരെ കാട്ടുന്ന കൊടിയ പീഢനങ്ങൾ യാതനാസഹനം ദേഹത്തിന്റെ അഹങ്കാരത്തിൽനിന്ന് ഒരു മനുഷ്യാത്മാവിന് എങ്ങനെ മുക്തമാവാമെന്ന അഗാധമായ പരീക്ഷണങ്ങളായിരുന്നു.

യാതനാനുഭവത്തിനായുള്ള ഫ്രാൻസിസിന്റെ തീവ്രവാദം കരളലിയിക്കുന്ന ഭാഷയിലാണ് കസൻദ്സാക്കിസ് വിവരിക്കുന്നത്. പരുക്കൻ കയർ ചുരുട്ടികെട്ടി വടിപോലെയാക്കി, പനിപിടിച്ച് ക്ഷീണിച്ചുതളർന്ന തന്റെ ദേഹത്ത് തല്ലാനായി ഫ്രാൻസിസ് ലിയോവിനോടാവശ്യപ്പെടുമ്പോൾ അദ്ദേഹം അതനുസരിക്കുന്നില്ല. ഒടുവിൽ കർശനസ്വരത്തിലുള്ള ആജ്ഞവന്നപ്പോൾ ലിയോ മനസ്സില്ലാമനസ്സോടെ അടി തുടങ്ങുന്നു. അല്പംപോലും നോവരുതേയെന്ന പ്രാർത്ഥനയോടെ ആരംഭിച്ച ആ അടികൾ 'പോരാ', 'പോരാ' എന്ന് ഫ്രാൻസിസ് ആക്രോശിച്ചപ്പോൾ ക്രമേണ ലിയോ മൃഗതുല്യമായ ഒരു ശക്തിയോടെ, ദേഹബോധംപോലുമില്ലാതെ, ഫ്രാൻസിസ് എന്താണോ കൊതിച്ചത് അതുപോലെ മർദ്ദിച്ചുകൊണ്ടിരുന്നപ്പോൾ, സഹനത്തിന്റെ അങ്ങേയറ്റത്തുവച്ച്, 'മതി ലിയോ, ഇതുമതി' എന്ന് ഫ്രാൻസിസ് കരഞ്ഞുകൊണ്ടഭ്യർത്ഥിക്കുന്നത് യേശുവിന്റെ കുരിശാരോഹണത്തേക്കാളേറെ അനുതാപാർദ്രമായി മാറുകയാണ്.

ലോകത്തിലെ മുഴുവൻ മനുഷ്യരുടെയും പാപവും അപവിത്രതയും തന്റെ ശരീരത്തിൽ മർദ്ദനങ്ങളായി വന്നുവീഴാൻ, അതിന്റെ വേദനകൾ മുഴുവൻ ഒറ്റയ്ക്കു വഹിച്ചുകൊണ്ട് ലോകത്തെയാകെ പാവനമാക്കാൻ ഫ്രാൻസിസ് കൊതിച്ചു. 'ഒരടി തരുന്നവന് ഒരു പഴം, രണ്ടടി തരുന്നവന് രണ്ടു പഴം' എന്നു പ്രലോഭിപ്പിച്ചുകൊണ്ട് ഒരു കുട്ട നിറയെ അത്തിപ്പഴവുമായാണ് ഒരുനാൾ അദ്ദേഹം ഒരു ഗ്രാമത്തിലെത്തിയത്. ഗ്രാമവാസികൾ ആവേശത്തോടെ ഓടിവന്നു: അടിക്കാനും പഴം വാങ്ങാനും.

ഭൗതികതയിൽ മുങ്ങിനിൽക്കുന്ന ഒരു സുഖലോലുപൻ സുഖത്തെ മാത്രം അന്ധമായി വാരിപ്പുണരുന്നതുപോലെ ഫ്രാൻസിസ് വേദനയെ മാത്രം പുൽകാൻ ശ്രമിക്കുന്നതിൽ ആത്മീയമായ ഒരു തീവ്രവാദമുണ്ട്. എന്നാൽ, ഫ്രാൻസിസ്, സെന്റ് ഫ്രാൻസിസ് ആകുന്നതിനു മുമ്പുള്ള അദ്ദേഹത്തിലെ 'സോർബ' തുടർന്നും ജീവനോടെ പുലരുന്ന ചില മുഹൂർത്തങ്ങൾ കസൻദ്സാക്കിസ് വിവരിക്കുന്നുണ്ട്.

വസന്തോത്സവലഹരിയോടെ ചന്തമൈതാനത്ത് അവിവാഹിതരായ യുവതീയുവാക്കൾ വസന്താഗമനഗാനങ്ങൾ ആലപിക്കുന്നത് ഫ്രാൻസിസ് നിരീക്ഷിക്കുന്നു. അദ്ദേഹം മൊഴിയുന്നു: "നോക്കൂ, ആ ചെറുപ്പക്കാർ,

അവരുടെ മുഖത്തെ പ്രകാശം. കണ്ണിലെ തീപ്പൊരി; അവരുടെ നോട്ടം, അവരുടെ ഭാവം. 'മനുഷ്യവംശത്തെ ആർക്കും നശിപ്പിക്കാനാവില്ല. ഈ ഭൂമിയിൽ രണ്ടുപേർ മാത്രമേ ഉള്ളെങ്കിലും ആ രണ്ടു പേരായ നമുക്ക് പുത്രകളത്രാദികളെകൊണ്ട് ഭൂമുഖം നിറയ്ക്കാൻ കഴിയും!' എന്ന് മൗനമായി പ്രഖ്യാപിക്കുന്ന വികാരസാന്ദ്രമായ കണ്ണുകൾ."

ഫ്രാൻസിസിന്റെ സംഘത്തിൽ, ജീവിതകാലം മുഴുവൻ സ്ത്രീകളുടേയും വീഞ്ഞിന്റെയും ലഹരിയേക്കുറിച്ചുമാത്രം പാടിയ സംഗീത സാർവ്വഭൗമനായി കിരീടമണിയിക്കപ്പെട്ട പസഫിക്കോ എന്ന പ്രശസ്ത ഗായകൻ ചേരുന്നുണ്ട്. ഫ്രാൻസിസിന്റെ ഭ്രാന്തും പസഫിക്കോയുടെ പാട്ടും ഒന്നിക്കുന്നു. ഫ്രാൻസിസ് മൊഴിയുന്നു: "കരച്ചിലും വിലാപവും ചുടുനിശ്വാസങ്ങളുമൊക്കെ മതി. ഒന്നുമെനിക്കിഷ്ടമില്ല. തളർന്ന മുഖങ്ങൾ കണ്ടു ഞാൻ മടുത്തു. ഭൂമിയിൽ ഞാൻ കേൾക്കാനാഗ്രഹിക്കുന്നത് പൊട്ടിച്ചിരിയുടെ മേളമാണെന്ന് ദൈവം പറയുന്നു. അതുകൊണ്ട് ബ്രദർ പസഫിക്കോ, പുല്ലാങ്കുഴലൂതൂ, പാടൂ" അവിടം സംഗീതസാന്ദ്രമാകുകയും ഫ്രാൻസിസ് അപ്പോൾ നൃത്തമാടുകയും ചെയ്യുന്നു!...

സോർബയുടെ കഥ (Zorba the Greek) പറഞ്ഞതിനുശേഷമാണ് കസൻദ്സാക്കിസ് സെയിന്റ് ഫ്രാൻസിസിന്റെ കഥ പറയുന്നത് എന്നത് ശ്രദ്ധേയമത്രെ. സെയിന്റ് ഫ്രാൻസിസിന്റെ കഥ പറയാൻ, ആത്മാവിന്റെ കഥ പറയാൻ അദ്ദേഹത്തിന് സോർബയുടെ - മനുഷ്യശരീരത്തിന്റെ ഐന്ദ്രീയ സുഖാന്വേഷണത്തിന്റെ ചിഹ്നമായ ഒരാളുടെ - കഥയിലൂടെ ബഹുദൂരം നടന്നുതീർക്കാനുണ്ടായിരുന്നു. തന്നിലെ ജീവിക്കപ്പെടാതിരുന്ന ഭാഗത്തെയാണ് സോർബയിൽ കസൻദ്സാക്കിസ് പറയുന്നത്; അതുവഴി മനുഷ്യരാശിയുടെ ജീവിക്കപ്പെടാതെ പോകുന്ന ഭാഗത്തെയും. തീറ്റ, കുടി, സ്ത്രീ ഇവയിലയാൾ രമിച്ചു. ഒരു ദിവസം മുഴുവൻ പണിയെടുത്തശേഷം അവൻ തന്റെ സംഗീതോപകരണവുമായി കടൽക്കരയിലെത്തുന്നു. അവിടെ മണിക്കൂറുകളോളം അവൻ നൃത്തംവയ്ക്കുന്നു.

സോർബ ഒരു വേലക്കാരനാണ്, കസൻദ്സാക്കിസ് അവന്റെ യജമാനനും. അയാൾ തന്റെ ഓഫീസിലിരുന്ന് തന്റെ ഫയലുകൾ നോക്കുകയും ഒരിക്കലും ചിരിക്കാതിരിക്കുകയും ആനന്ദിക്കാതിരിക്കുകയും സോർബയെ എപ്പോഴും അസൂയയോടെ നോക്കുകയും ചെയ്യുന്നു. സോർബയ്ക്ക് അന്നന്ന് കുറച്ചേ കിട്ടുന്നുള്ളൂ; എന്നിട്ടും അതിൽ മതിമറന്ന് ഒരു ചക്രവർത്തിയെപ്പോലെ ജീവിക്കുകയും ചെയ്യുന്നു.

ഒരു നാൾ സോർബ യജമാനനോടുണർത്തുന്നു: "അങ്ങേയ്ക്കെല്ലാമുണ്ട്, എന്നിട്ടും അങ്ങേയ്ക്ക് ജീവിതം നഷ്ടമാകുന്നു. ഒരല്പം ഭ്രാന്ത്

നിങ്ങൾക്കുണ്ടായിരുന്നെങ്കിൽ ജീവിതം എന്തെന്ന് നിങ്ങൾ അറിയുമാ യിരുന്നു. അങ്ങെന്റെ ഒപ്പം വരൂ." അതൊരു പൗർണ്ണമിരാവായിരുന്നു. കസൻദ്സാക്കിസ് പറഞ്ഞു: "ഇല്ലില്ലാ ഞാൻ വരുന്നില്ല." പക്ഷേ, സോർബ അദ്ദേഹത്തെ കടൽത്തീരത്തേയ്ക്ക് പിടിച്ചുവലിക്കുകയും നിലാവും കടലിന്റെ അഗാധതയുടെ സംഗീതവും മേളിക്കുന്നതിന്റെ വിമോഹനതയ്ക്കു മുന്നിൽ അയാൾ നൃത്തമാടാനും സംഗീതോപകരണം വായിക്കാനും തുടങ്ങുന്നു. സോർബ യജമാനനോടു മൊഴിയുന്നു: "ശ്രമിക്കൂ, പാടൂ. നൃത്തമാടാനാവുന്നില്ലെങ്കിൽ എന്തെങ്കിലുമൊന്നു കാട്ടൂ..."

സോർബയുടെ ഊർജ്ജത്തിൽ, തരംഗസ്പർശനത്തിൽ യജമാനൻ നൃത്തമാടാനാരംഭിച്ചു. ജീവിതത്തിലാദ്യമായി താൻ ജീവിക്കുന്നുവെന്ന് അയാൾ അറിഞ്ഞു.

സോർബയെന്നത് ഓരോ മതാത്മക മനുഷ്യന്റെയും ജീവിക്കപ്പെടാത്ത ഭാഗമാകുന്നു. സോർബയുടെ ജീവിതത്തിലുടനീളം അയാൾ ലളിതവും ശാരീരികവുമായ ആനന്ദത്തിലായിരുന്നു. ഒരു ഉത്കണ്ഠയുമില്ലാതെ, ഒരു കുറ്റബോധവുംകൂടാതെ, പാപപുണ്യചിന്തകളൊന്നുമില്ലാതെ സോർബ മുഴുവനായി ഒരാളിൽ ആവിഷ്കരിക്കപ്പെട്ടു കഴിഞ്ഞാൽ കുറേക്കൂടി ഉയർന്നതും മഹത്തായതുമായതിനുനേരെ അയാൾ തിരിയുന്നു.

രണ്ട്

ദേഹനിബദ്ധമായിരുന്ന തന്റെ അനുരാഗത്തെ ദേഹനിബദ്ധമല്ലാത്ത രാഗമാക്കി മാറ്റുവാൻ ക്ലാര എന്ന യുവതി കസൻദ്സാക്കിസിന്റെ നോവലിൽ നടത്തുന്ന ദേഹപരിത്യാഗം, യൗവ്വനപരിത്യാഗം, പ്രണയ പരിത്യാഗം ഫ്രാൻസിസിന്റെ ആത്മപരീക്ഷണങ്ങളോളംതന്നെ ഉജ്ജ്വല മത്രെ.

സർവ്വവും പരിത്യജിച്ച ഫ്രാൻസിസിന്റെ മുന്നിൽ തന്റെ പ്രേമഭംഗ ത്തിന്റെ തപ്തഹൃദയവുമായി ക്ലാര വരികയും തന്നെ സ്നേഹിച്ച പുരുഷനെ വിചാരണ ചെയ്യുകയും ചെയ്തുകൊണ്ട് ഇങ്ങനെ മൊഴിയുന്നു.

"നാം കല്യാണം കഴിക്കരുതെന്നും നമുക്ക് കുടുംബമായി ജീവിക്കേ ണ്ടെന്നും മക്കൾ വേണ്ടെന്നും പ്രസംഗിക്കുന്നവൻ ശപിക്കപ്പെട്ടവനാണ്. യുദ്ധത്തെ, സ്ത്രീയെ, പ്രേമത്തെ, വീഞ്ഞിനെ, പ്രശസ്തിയെ വെറു ക്കുന്ന പുരുഷൻ പുരുഷനല്ല. പ്രേമവതിയായ സ്ത്രീ യഥാർത്ഥ സ്ത്രീ യല്ലെന്നു പറയുന്നവൻ ശപിക്കപ്പെട്ടവനാണ്." അവൾ തുടർന്നു: "പാവം ഫ്രാൻസിസ്! എനിക്ക് നിങ്ങളോട് ഇങ്ങനെ പറയേണ്ടിവന്നല്ലോ. ദയവായി ക്ഷമിക്കൂ. ശരിക്കും മനുഷ്യരായവർക്ക് എങ്ങനെയാണിത്

പറയാതിരിക്കാനാവുക?" അത്രയധികം തീക്ഷ്ണവും മതിമയക്കുന്നതു മായ ശബ്ദത്തിലാണ് ക്ലാര ഇതു പറഞ്ഞത്.

ഉടുപ്പിൽ കുത്തിയിരുന്ന ആ ചുമന്ന റോസാപ്പൂ ഊരി ഫ്രാൻസിസിന്റെ നേരെ എറിഞ്ഞുകൊണ്ട് അവൾ പറഞ്ഞു: 'വൃത്തികെട്ടവനെ, താനി തെടുത്തോ. എന്റെ ഓർമ്മയ്ക്ക്, ലോകത്തിന്റെ ഓർമ്മയ്ക്ക്.' ആ പൂവ് ഫ്രാൻസിസിന്റെ കാൽചുവട്ടിൽ വീണു. ലിയോ അതെടുക്കാൻ കുനി ഞ്ഞപ്പോൾ ഫ്രാൻസിസ് മൊഴിഞ്ഞു: "വേണ്ട, എടുക്കേണ്ട അതാ ഓട യിലേയ്ക്ക് വലിച്ചെറിയൂ. വരൂ, തിരിഞ്ഞുനോക്കാതെ വരൂ..."

തന്റെ പ്രണയത്തെ നിരാകരിച്ച ഫ്രാൻസിസിന്റെ മുന്നിൽ തന്നെയും ദൈവദാസിയാക്കിത്തീർക്കാനുള്ള അർത്ഥനയുമായാണ് ഒടുവിൽ ക്ലാര യെത്തുന്നത്: "അങ്ങയെപ്പോലെ എനിക്കുമുണ്ട് അമർത്ത്യമായ ആത്മാവ്. ലോകത്തെ രക്ഷിക്കുമെന്ന് നാടു നീളെ പറഞ്ഞുനടക്കുന്ന അങ്ങേയ്ക്ക് എന്നെയൊന്ന് രക്ഷിച്ചുകൂടെ? എന്റെ അപേക്ഷ നിരസിക്കാനാണോ ഭാവം? എന്നാൽ എന്റെ ആത്മാവ് അങ്ങയുടെ കഴുത്തിൽ തൂങ്ങും. അങ്ങയെ നരകത്തിലേയ്ക്ക് വലിച്ചുതാഴ്ത്തും. എഴുന്നേൽക്ക്. എഴുന്നേറ്റ് എനിക്കും തരൂ ഇതുപോലൊരു സന്ന്യാസവസ്ത്രം. എന്റെ മുടി മുറിച്ച് ഈ തീയിലിടൂ; എന്നിട്ടെന്റെ മൊട്ടത്തലയിൽ കൈവച്ചനുഗ്രഹിക്കൂ.'

ഫ്രാൻസിസ് ആകെ വിറച്ചുപോകുന്നു. തുടർന്ന്, ഹൃദയഭേദകമായ ശബ്ദത്തിൽ താഴെപ്പറയുന്ന ചോദ്യങ്ങൾ ഉന്നയിക്കുന്നു:

"മഹാപ്രഭുവിന്റെ മകളായ നിനക്ക് നഗ്നപാദയായി നടക്കാനാകുമോ? വിശന്നുവലഞ്ഞ് വീട്ടുപടിക്കൽ ഭിക്ഷ യാചിച്ചു പോകാനാകുമോ? കുഷ്ഠ രോഗികളെ കുളിപ്പിച്ചു വസ്ത്രം ധരിപ്പിക്കുവാനും അവരുടെ ചുണ്ടുക ളിൽ ചുംബിക്കാനുമാകുമോ? തെരുവുപിള്ളേർ വന്ന് പരിഹസിക്കുമ്പോൾ സുന്ദരിയായ നീ ക്രിസ്തുവിനുവേണ്ടിയാണ് പരിഹസിക്കപ്പെടുന്നതെന്ന് സന്തോഷിക്കുമോ?"

ഈ ചോദ്യങ്ങൾക്കോരോന്നിനും നിസ്സംശയം അഭിമാനപൂർവ്വം ശരി യായി ഉത്തരം പറഞ്ഞപ്പോൾ ഫ്രാൻസിസ് വീണ്ടും പതറുന്നു: "എനിക്ക് സ്ത്രീകളെ വിശ്വാസമില്ല. ഹവ്വായുടെ സർപ്പം നൂറ്റാണ്ടുകളായി നിങ്ങ ളുടെ ചുണ്ടും ചെവിയും നക്കിക്കൊണ്ടിരിക്കുകയാണ്. എന്നെ പ്രലോഭി പ്പിക്കാമെന്നൊന്നും വിചാരിക്കേണ്ട. നിന്റെ പുറകെ വേറെയും സ്ത്രീകൾ വരും. അവിടെയും ഇവിടെയുംനിന്ന് ഞങ്ങളുടെ സഹോദരന്മാരെ കണ്ണെ റിയാനും വലയ്ക്കാനും നോക്കും. അതുകൊണ്ട് വേഗം വീട്ടിലേയ്ക്കു പൊയ്ക്കോ. ഞങ്ങൾക്ക് സ്ത്രീകളെ വേണ്ട."

“സ്ത്രീകളും ദൈവത്തിന്റെ സൃഷ്ടികളാണ്. അവരുടെ ആത്മാക്കളും രക്ഷപ്പെടേണ്ടേ?” ക്ലാര ചോദിക്കുന്നു. പെട്ടെന്നദ്ദേഹം അടുപ്പിൽ നിന്ന് ഒരു നുള്ള് ചാരം വാരി ആ പെൺകുട്ടിയുടെ മുടിയിലും മുഖത്തും കഴുത്തിലും പൂശി കുറച്ചവളുടെ അധരങ്ങൾക്കിടയിലും തിരുകി. പിന്നെ കുഞ്ഞാടിനേപ്പോലെ കരയുകയും മുരളുകയും ചെയ്തു. ചെന്നായെപ്പോലെ കൂവി. ഒടുവിൽ ആ ശബ്ദം മനുഷ്യസ്വരമായി മാറി. അപ്പോൾ അടുത്തുനിന്നവർക്ക് രണ്ടുവാക്കു മാത്രം പിടികിട്ടി: “സിസ്റ്റർ ക്ലാര...” “സിസ്റ്റർ ക്ലാര...” തുടർന്ന് അദ്ദേഹത്തിന്റെ ശാന്തസുന്ദരമായ സ്വരമുയർന്നു: “സിസ്റ്റർ ക്ലാര, നിന്നെ ഞാൻ ഞങ്ങളുടെ സഭയിലേയ്ക്ക് സ്വാഗതം ചെയ്യുന്നു.”

പിന്നീട് ആ ശരീരത്തെ മറന്ന് അവളുടെ ആത്മാവിന്റെ വിശുദ്ധിയിലേയ്ക്ക് പ്രവേശിക്കാൻ അദ്ദേഹത്തിനു കഴിഞ്ഞു. ശരീരത്തെ വിസ്മരിച്ച് ആത്മാവിനെ ആദരിക്കുകയും ആരാധിക്കുകയും ചെയ്തുകൊണ്ട് ആ കോമള ശരീരം ഒരിക്കൽപോലും തൊട്ടു മലിനമാക്കാൻ അദ്ദേഹം തുനിഞ്ഞില്ല.

ക്ലാര ഫ്രാൻസിസിനോട് ഒരിക്കൽ ചോദിച്ചു: “എപ്പോഴും അസ്വസ്ഥമാണ്, ഒരിക്കലും ആശ്വാസം കണ്ടെത്താത്തതാണ് സ്ത്രീ ഹൃദയം. അങ്ങ് ഞങ്ങൾക്ക് സമാശ്വാസം നൽകി, സ്വസ്ഥത നൽകി. അങ്ങേയ്ക്കു വേണ്ടി ഞങ്ങൾ എന്തുചെയ്യണം?”

ഫ്രാൻസിസ് മൊഴിയുന്നു: “നിങ്ങൾ കണ്ടുമുട്ടുന്ന ഓരോ ദരിദ്രനിൽ നിന്നും ഒരു തുണ്ടു തുണി ഇരന്നുവാങ്ങി അതുകൊണ്ടെനിക്ക് ഒരു കുപ്പായം തയ്ച്ചുതരണം.”

തന്റെ ആത്മാവിന്റെ കാമുകനായി മാറിയ ഫ്രാൻസിസ് പുണ്യവാളന് ക്ലാര എണ്ണമറ്റ ദരിദ്രരുടെ കയ്യിൽനിന്നു ശേഖരിച്ച തുണിക്കഷണങ്ങൾക്കൊണ്ട് പ്രേമപൂർവ്വം തുന്നിക്കൊടുത്തയച്ച അമൂല്യമായ ആ കുപ്പായമണിഞ്ഞുകൊണ്ട് ‘ദാരിദ്ര്യത്തിന്റെ ആ കോടീശ്വരൻ’, ‘ഞാനാണ് ഭൂമിയിലെ രാജകുമാരൻ’ എന്നു പ്രഖ്യാപിക്കുന്ന രംഗം ഈ നോവലിലെ തേജോമയമായ ഒരു നിമിഷമത്രേ: ലോകത്തിന്റെ ദാരിദ്ര്യം മുഴുവൻ ഞാൻ ധരിച്ചിരിക്കുന്നതായി എനിക്കു തോന്നുന്നു. ലോകത്തിലെ മുഴുവൻ ദരിദ്രരേയും ഞാൻ തോളിലെടുത്തിരിക്കുന്നതുപോലെ അദ്ദേഹത്തിനപ്പോൾ തോന്നുന്നു.

നിസ്വനും ഗതികെട്ടവനുമായിത്തീർന്ന ത്യാഗമൂർത്തിയായ രന്തീദേവനെ (മഹാഭാരതം) രണ്ടു വരങ്ങൾ നൽകി രക്ഷിക്കാൻ വരുന്ന ധർമ്മദേവനെ അമ്പരപ്പിച്ചുകൊണ്ട് അദ്ദേഹം ആവശ്യപ്പെടുന്ന രണ്ടു

വരങ്ങളുണ്ട്. ഒന്ന്: ലോകത്തുള്ള മുഴുവൻ ജീവജാലങ്ങളുടേയും വേദന, വിശപ്പ്, കഷ്ടത ശമിക്കണം. രണ്ട്: ലോകത്തിന്റെ മുഴുവൻ വേദനയും യാതനകളും തന്റെ ദേഹത്തിനു നൽകി അനുഗ്രഹിക്കണം.

രന്തീദേവന്റേതുപോലൊരവബോധം സെയിന്റ് ഫ്രാൻസിസിൽ സ്വാഭാവികമായും ഉരുവായിക്കഴിഞ്ഞിരുന്നു.

ഫ്രാൻസിസിന്റെ അന്ത്യം ഇങ്ങനെയായിരുന്നു. വേദനയിലും തീർത്ഥാടനത്തിലും തന്റെ സന്തതസഹചാരിയായിരുന്ന ലിയോ അടുത്തു തന്നെയുണ്ടായിരുന്നു. ആ കൈയ്യിൽ മുറുകെ പിടിച്ചുകൊണ്ട് താൻ പ്രാണതുല്യം സ്നേഹിച്ച ആശയങ്ങളെപ്പറ്റി അദ്ദേഹം അവസാനമായി മന്ത്രിച്ചു: “ദാരിദ്ര്യം, സ്നേഹം, സമാധാനം.”

ലിയോ കാൽകുഴഞ്ഞു വീണുപോകുന്നു. വിശുദ്ധ ഫ്രാൻസിസിന്റെ വിശുദ്ധമായ മൃതശരീരത്തിൽ കാണപ്പെട്ട അഞ്ചു മുറിവുകൾ ആരോ അർപ്പിച്ച അഞ്ചു രക്തപുഷ്പങ്ങൾപോലെ തിളങ്ങി.

ക്ലാര അദ്ദേഹത്തെ കണ്ണീരിൽ കുളിപ്പിക്കുകയും ആ തിരുമുറിവുകളിൽ പലവുരു സ്നേഹചുംബനങ്ങൾ അർപ്പിക്കുകയും ചെയ്തു.

മൂന്ന്

ലോകത്തിലിന്നുവരെയുണ്ടായ മുഴുവൻ സ്വാശ്രയപ്രസ്ഥാനങ്ങളെയും രണ്ടു ധാരയിൽപ്പെടുത്താം. ഒന്നാമത്തേത് കരുണയിൽ, ഹൃദയത്തിൽ ഊന്നുമ്പോൾ രണ്ടാമത്തേത് നീതിയിൽ, മസ്തിഷ്കത്തിൽ ഊന്നുന്നു. യേശുക്രിസ്തു ആദ്യത്തേതിലും കാൾമാർക്സ് രണ്ടാമത്തേതിലും ഉൾപ്പെടുന്നു. ആദ്യത്തേതിൽ സ്വയം പരിവർത്തിതനാവുകയാണ്. തന്നിലെ കരുണ, സ്നേഹം ലോകത്തെ മാറ്റാനുള്ള ഊർജ്ജമാവുകയാണ്. മറ്റേതിൽ സ്വയം പരിവർത്തിതനാകാതെ ചൂഷിതാവസ്ഥയെ ബലം പ്രയോഗിച്ച്, ആശയവും ആയുധവുമുപയോഗിച്ച് ‘പരിവർത്തിപ്പിക്കുക’യാണ്. മനുഷ്യരാശിയിൽ അടിസ്ഥാനപരമായ, ആഴത്തിലുള്ള മാറ്റങ്ങളേതും കരുണയിൽനിന്നാണുണ്ടാകുക. നീതിപോലും കരുണയിൽനിന്ന് സ്വാഭാവികമായി വിരിയുകയാണ്. കരുണയില്ലാത്ത ഒരു മനസ്സിൽ സ്വയം നൈതികത ഉരുവാകുന്നില്ല. കരുണയുടെ അഭാവത്തിൽ ലോകത്തെ നൈതികമാക്കാനുള്ള ആശയധാരകൾ ഏതും തോൽവിയടയുന്നതിന്റെ സ്മാരകങ്ങളത്രെ പരാജയപ്പെട്ട സോഷ്യലിസ്റ്റ് ഭരണകൂടങ്ങൾ.

നീതിയേക്കാൾ കരുണ പ്രിയങ്കരമായി കരുതിയ സെയിന്റ് ഫ്രാൻസിസിന്റെ ദർശനം, ഒരു സഹസ്രാബ്ദത്തിനുശേഷം പ്രകൃതിയ്ക്ക്, പ്രപഞ്ചത്തിന്റെ പരിസ്ഥിതിഘടനയ്ക്ക് ബാധിച്ച ആതുരതയ്ക്കുള്ള ഔഷധമായി

മാറുകയുണ്ടായി. പരിസ്ഥിതിയുമായി, പ്രകൃതിയുമായി സ്വരൈക്യം പുലർത്തിക്കൊണ്ട് എന്നോ ഒരാൾ ഭൂമിയിൽ കഴിച്ചുകൂട്ടിയ വേദനാകരമായ ജീവിതം, അതിന്റെ പാവനത നൂറ്റാണ്ടുകൾക്കുശേഷവും ചരിത്രത്തിൽ ഭയങ്കരമായ ആഘാതപ്രത്യാഘാതങ്ങൾ ഉണർത്തിയ പലതരം വിപ്ലവങ്ങൾക്കും ശാസ്ത്രത്തിന്റെ കണ്ടുപിടുത്തങ്ങൾക്കുശേഷവും തളർന്നു ദിശയറിയാതെ ഇരുളിൽ മൂകരായി നിൽക്കുന്ന മനുഷ്യവംശത്തിന് ഒരു വെളിച്ചമായിരിക്കുകയാണ്.

1206 സെപ്തംബർ ഇരുപത്തിനാലിന് ഞായറാഴ്ചയാണ് ഫ്രാൻസിസിന്റെ പുനർജന്മം. ഇത് പ്രാർത്ഥനാമുറിയിൽ കുരിശുരൂപത്തിന്റെ പിറകിൽ എഴുതിവയ്ക്കാൻ ഫ്രാൻസിസ് അമ്മയോട് പറയുന്നുണ്ട്. പാരിസ്ഥിതികമായ ഒരു പുതിയ അവബോധത്തിന്റെ പിറവിയാണ് അന്ന് ലോകത്തുണ്ടായത്. എന്തും ഒരനുഷ്ഠാനമാക്കി അതിന്റെ സത്തയെ വിസ്മരിക്കുന്ന നാം, ശരാശരി മനുഷ്യൻ മിണ്ടാപ്രാണികളായ പക്ഷിമൃഗാദികൾക്കുവേണ്ടി ജീവിതം സമർപ്പിച്ച ഫ്രാൻസിസിന്റെ ചരമദിനം, 1226 ഒക്ടോബർ മൂന്ന് 'വിശ്വമൃഗദിനം' (World Animal Day) ആയി ആചരിക്കുന്നതിൽ ഒതുക്കി.

സ്വർഗ്ഗത്തിലെത്തിയ ഒരു താപസൻ ഒരുനാൾ ഒരു രസത്തിന് ഭൂമിയിലേയ്ക്ക് എത്തിനോക്കിയ ഒരു കഥ ഫ്രാൻസിസ് ലിയോവിനോട് പറയുന്നുണ്ട്. ഇവിടെ ഇളംകാറ്റിലാടിക്കളിക്കുന്ന ഒരു പച്ചില അയാളുടെ കണ്ണിൽപ്പെട്ടു. ദൈവതൃക്കരങ്ങളിൽനിന്ന് കുതറി അയാൾ മൊഴിഞ്ഞു: "വിടൂ, ഞാൻ പോകട്ടെ, എനിക്ക് ആ പച്ചിലയിൽ ഒന്നുകൂടി തൊടണം!..." ഇതു മൊഴിയുന്ന ഫ്രാൻസിസിന്റെ സൂക്ഷ്മസത്തയുടെ തരളമായ ഭാവസ്പന്ദനങ്ങൾ അദ്ദേഹം കണ്ടുമുട്ടുന്ന ഓരോ ചെടിയുടേയും പക്ഷിയുടേയും മൃഗത്തിന്റെയും നേരെയുള്ള സാഹോദര്യത്തിൽ, ബന്ധുത്വത്തിൽ ദൃശ്യമാകുന്നുണ്ട്.

പ്രകൃതി, ദൈവത്തിന്റെ ദർപ്പണമായി തോന്നുകയാലാവണം പ്രപഞ്ചത്തിലെ ചരാചരങ്ങളെല്ലാം അദ്ദേഹത്തിന് സ്വന്തമായിരുന്നു. സഹോദരനായ സൂര്യൻ, സഹോദരിയായ ചന്ദ്രൻ, സഹോദരിയായ മരണം എന്നിങ്ങനെയായിരുന്നു അദ്ദേഹത്തിന്റെ സംബോധനകൾ. കൊച്ചു കാലുകൾ കുലുക്കുന്ന മുയലും പൂവിട്ട ബദാംമരവും അദ്ദേഹത്തിന് സോദരസോദരിമാരായിരുന്നു.

പതിമൂന്നാം നൂറ്റാണ്ടിലെ അജ്ഞാതനായ ഒരെഴുത്തുകാരൻ 'ഫ്രാൻസിസ് പുണ്യവാളന്റെ കുഞ്ഞുപൂക്കൾ' എന്ന രചനയിൽ വിവരിക്കുന്നു: ഒരിക്കൽ വഴിയോരത്തെ മരങ്ങളിൽ എണ്ണമില്ലാത്തത്ര കിളികൾ. വിസ്മയത്തോടെ അദ്ദേഹം ഒപ്പമുള്ളവരോടു പറഞ്ഞു: "ഈ വഴിവക്കത്തു

കാത്തിരിക്കൂ. ഞാൻ പോയി എന്റെ കുഞ്ഞു പെങ്ങന്മാരായ കിളികളോട് ഉപദേശം ചെയ്യട്ടെ...”

അങ്ങനെ അദ്ദേഹം ചെന്ന് നിലത്തുണ്ടായിരുന്ന കിളികളോട് സംസാരിച്ചു: ഉടനെ മരത്തിലുണ്ടായിരുന്നവ പറന്നുവന്ന് ഉപദേശം കേൾക്കാനിരുന്നു. അദ്ദേഹത്തിന്റെ പ്രസംഗം തീരുംവരെ അവയെല്ലാം നിശ്ചലമായി കേട്ടിരുന്നു. അതു തീർന്നിട്ടുപോലും അദ്ദേഹത്തിന്റെ അനുഗ്രഹം ലഭിച്ചിട്ടേ അവ പോയുള്ളൂ.

ഫ്രാൻസിസ് പുണ്യവാൻ അവയ്ക്കിടയിലൂടെ നടന്നു. അദ്ദേഹത്തിന്റെ വസ്ത്രാഗ്രം അവയുടെമേൽ തൊട്ടിട്ടും അവയൊന്നുപോലും അനങ്ങിയില്ല. അദ്ദേഹം പ്രസംഗിച്ചതിന്റെ സാരമിതായിരുന്നു: “എന്റെ കുഞ്ഞുപെങ്ങന്മാരായ കിളികളേ, സ്രഷ്ടാവായ ദൈവത്തോടു നിങ്ങൾ നന്നേ കടപ്പെട്ടിരിക്കുന്നു. അതിനാൽ എന്നും എങ്ങും നിങ്ങൾ അവനെ സ്തുതിക്കുക. ദൈവം നിങ്ങൾക്ക് ആഹാരം തരുന്നു. നിങ്ങൾ വിതയ്ക്കുന്നില്ല, കൊയ്യുന്നില്ല. കുടിവെള്ളത്തിനായി നദികളും നീരുറവകളും ദൈവം നിങ്ങൾക്കു തന്നു. അഭയത്തിനായി മലകളും മലഞ്ചെരിവുകളും തന്നു. കൂടുണ്ടാക്കാൻ ഉയരമുള്ള മരങ്ങൾ തന്നു. നെയ്ത്തും തുന്നലുമറിയാത്ത നിങ്ങളെ - നിങ്ങളെയും നിങ്ങളുടെ കുഞ്ഞുങ്ങളെയും - ദൈവം ഉടുപ്പിക്കുന്നു. നിങ്ങളോട് ഇത്ര കണ്ട് ഔദാര്യം കാട്ടിയ അവൻ നിങ്ങളെ അത്രമേൽ സ്നേഹിക്കുന്നു. അതിനാൽ, എന്റെ കുഞ്ഞുപെങ്ങന്മാരെ എന്നും ദൈവത്തെ പ്രകീർത്തിപ്പിൻ...” (The Worlds Library of Best Books: The Little Flowers of St. Francis) ഒരു ദിവസം പക്ഷികളുടെ കളകൂജനം കേട്ടാണ് ഫ്രാൻസിസ് കണ്ണു തുറന്നത്. ചുറ്റുമുണ്ടായിരുന്നവരോട് അദ്ദേഹം ചോദിച്ചു: “എന്താണ് സ്നേഹം? സ്നേഹം അനുകമ്പയല്ല, ദയയുമല്ല. അനുകമ്പയിൽ പീഢയനുഭവിക്കുന്നവരും അനുകമ്പ പ്രകടിപ്പിക്കുന്നവരുമുണ്ട്. എന്നാൽ സ്നേഹത്തിൽ ഒരാൾ മാത്രമേയുള്ളൂ. രണ്ടു പേർ ചേർന്ന ഒരാൾ. ഞാനുമല്ല, നീയുമല്ല. സ്നേഹത്തിൽ ഒരാൾ മറ്റൊരാൾക്കു വേണ്ടി ഇല്ലാതാകുന്നു....” ഈ ഇല്ലാതാകൽ, പൂർണ്ണമായ അഹന്ത രാഹിത്യമത്രെ, ഫ്രാൻസിസിന്റെ ദേഹത്തെ പാവനമായ ഒരു പള്ളിയും അതിനകത്തെ മനസ്സിനെ അൾത്താരയുമാക്കുന്നത്. അത്തരമൊരു മനസ്സ് ചരാചരങ്ങളോടൊക്കെയും സ്വൈരൈക്യത്തോടെ വർത്തിക്കുന്ന അതീന്ദ്രിയമായ ഒരു ലാവണ്യബോധത്താൽ അതിമാനവീയമായി മാറുകയാണ്.

കുറുക്കന്റെ വായിൽനിന്ന് രക്ഷപ്പെട്ടോടിയ ഒരു കാട്ടുമുയൽ ഒരു ദിവസം ഫ്രാൻസിസിന്റെ സമീപത്തെത്തി. അദ്ദേഹം അതിനോടു വാത്സല്യത്തോടെ സംസാരിച്ചു. “നോക്കൂ ലിയോ, ജീവനുവേണ്ടി ഓടുകയായിരുന്നു

ഈ മുയൽ. കണ്ടോ, ഇതിന്റെ കിതപ്പ്? സഹോദരൻ കുറുക്കാ, നീ ഇര തേടുകയായിരുന്നു എന്നതു ശരി. എന്നാലും ഇതിനെ ഞാൻ നിനക്കു വിട്ടുതരില്ല. ഇതിനെ രക്ഷിക്കാനാണ് ദൈവം എന്റെ പക്കലേയ്ക്ക് ഇവനെ ഓടിച്ചു വിട്ടത്. ഞാൻ മരിക്കുമ്പോൾ എന്റെ കാൽക്കൽ ദുഃഖ ത്തോടെ ഇരിക്കേണ്ടവനാണിവൻ..."

മറ്റൊരുനാൾ ഒരു മയിൽ അദ്ദേഹത്തിന്റെ അടുത്തെത്തി. "നിന്നെ ഇത്രയ്ക്കു സുന്ദരിയാക്കിയത് ദൈവമാകുന്നു. നീ തലയുയർത്തി അവിട ത്തേയ്ക്കു നന്ദി പറയുക." ആ മയിൽ തൽക്ഷണം പീലിവിരുത്തി നൃത്തം ചെയ്യാൻ തുടങ്ങി.

ഫ്രാൻസിസ് മൊഴിയും: "ക്രിസ്മസ് കാലത്ത് എല്ലാവരും കുറെ ധാന്യം വീട്ടുമുറ്റത്തു വിതറണം. നമ്മുടെ സഹോദരർ, പക്ഷികൾ മഞ്ഞിൽ തീറ്റ തേടി വിഷമിക്കുമ്പോൾ അത് അവയ്ക്ക് ആശ്വാസമാകും. കാള, പശു, കഴുത തുടങ്ങിയ സഹോദരരെ അന്നു ചൂടുവെള്ളത്തിൽ കുളിപ്പിക്കണം. അവയ്ക്കു തീറ്റയിട്ടു കൊടുക്കണം..."

പക്ഷികളുടെയും മൃഗങ്ങളുടെയും വൃക്ഷങ്ങളുടെയും നേരേയുള്ള അതിരറ്റ സാഹോദര്യം, ഭൂമിയുടെ നേരെയുള്ള ഫ്രാൻസിസിന്റെ സ്നേ ഹത്തെ പാവനമാക്കുന്നു. ഭൂമി അദ്ദേഹത്തിനു യഥാർത്ഥത്തിൽ അമ്മ യായിരുന്നു.

"ഒരു പുൽനാമ്പ്, ഒരു കുയിൽപ്പാട്ട്, ഒരു പൂവിൻ സുഗന്ധം ഇതൊക്കെ മതി മനുഷ്യനെ ഈ ദേഹമെന്ന മൺകൂനയിൽ ആകർഷിച്ചു നിർത്താൻ" എന്നു പറഞ്ഞ ഫ്രാൻസിസ് മരിക്കുന്നതിനു മുമ്പ് മൊഴിയുന്നു: "ലിയോ, എന്റെ ഉടുപ്പുമാറ്റൂ, എനിക്കു നഗ്നനായി വേണം ഭൂമിയോടു ചേരാൻ."

ഫ്രാൻസിസിനെ മറവു ചെയ്യുമ്പോൾ പക്ഷികൾ, അദ്ദേഹത്തിന്റെ പ്രിയ സോദരികൾ ആലംബമറ്റവയെപ്പോലെ ആ ചാപ്പലിന്റെ മുകളിൽ അസ്വസ്ഥരായി പറക്കുന്നുണ്ടായിരുന്നു.

ശിഷ്യനായ ലിയോവിന്റെ സ്വഗതാഖ്യാനത്തിലൂടെ പറയപ്പെടുന്ന നോവൽ കസൻദ്സാക്കിസ് ഇങ്ങനെ അവസാനിപ്പിക്കുകയാണ്: "കണ്ണീർ വാർത്ത് ഈ ചെറുമുറിയിൽ ചുരുണ്ടുകൂടിയിരുന്ന് ഞാൻ അവസാനത്തെ ഈ വരികൾ കുത്തിക്കുറിച്ച വിശുദ്ധ നിമിഷം, ഒരു കുഞ്ഞു കുരുവി പറന്നുവന്ന് ജനൽപ്പാളിയിൽ ചുണ്ടു തട്ടാൻ തുടങ്ങി. തണുപ്പിൽ നനഞ്ഞു കുതിർന്ന അതിനെ അകത്തേയ്ക്കു കയറ്റിവിടാൻ ഞാൻ എഴുന്നേറ്റു."

ഫാദർ ഫ്രാൻസിസ് ആ കുഞ്ഞു പക്ഷിയുടെ വേഷത്തിൽ വന്നത് നന്നായെന്ന് അപ്പോളെനിക്കു തോന്നി.

നാല്

ആശ്രമത്തിനുള്ളിൽനിന്ന് ഒരു രാത്രി വെറുംകയ്യോടെ മടങ്ങുന്ന കള്ളന് മറ്റൊന്നും കൊടുക്കാനില്ലാത്തതുകൊണ്ട് ഒരു കീറപ്പുതപ്പ് സ്നേഹത്തോടെ നൽകിയ സെൻഗുരു ആശ്രമത്തിനു വെളിയിൽ വന്നപ്പോൾ പൂനിലാവിൽ കുളിച്ചു നിൽക്കുന്ന ഭൂമിയെ അദ്ഭുതാദരവുകളോടെ നോക്കുകയും 'പാവം മനുഷ്യൻ ഈ ചന്ദ്രനെ, നിലാവിനെ അയാൾക്കു കൊടുക്കാൻ എനിക്കു കഴിഞ്ഞിരുന്നെങ്കിൽ!' എന്ന് സ്വയം ആർദ്രനാകുന്നുണ്ട്.

ഉള്ളിൽ കവിതയും മിസ്റ്റിസിസവും ഉള്ള ഒരാൾക്ക് എല്ലാം ഒരു മഹാവിസ്മയമുണർത്തുന്നതാണ്. നാം കുടിക്കുന്ന വെള്ളം, നാം നടക്കുന്ന ഈ ഭൂമി, ഓരോ സായാഹ്നങ്ങളിലും തന്റെ നക്ഷത്രങ്ങളോടുകൂടി നമ്മിലേയ്ക്കിറങ്ങി വരുന്ന രാത്രി, സൂര്യൻ, ചന്ദ്രൻ എല്ലാം അദ്ഭുതം.

ഇതിന്റെ സൂക്ഷ്മമായ, വാക്കുകൾകൊണ്ടു പകരാനാവാത്ത ലാവണ്യാനുഭൂതി പൊട്ടിത്തെറിക്കുന്ന വസ്തുവായി ഫ്രാൻസിസിൽ സംഭവിക്കുന്നുണ്ട്. ഇങ്ങനെ:

ഒരു രാത്രിയിൽ അസ്സീസി നഗരവീഥികളിലൂടെ അലയുകയായിരുന്നു ഫ്രാൻസിസ്. പൂർണ്ണചന്ദ്രൻ ആകാശമധ്യത്തിൽ തൂങ്ങിനിൽക്കുന്നതുപോലെ, ഭൂമിയാകെ വായുവിൽ പൊന്തിയൊഴുകുന്നു. അദ്ദേഹം നോക്കി. വീട്ടുവാതിൽക്കൽ വന്നുനിന്ന് ആ മഹാദ്ഭുതം ആസ്വദിക്കുന്ന ആരെയും കാണാഞ്ഞ് അദ്ദേഹം പള്ളിയിലേയ്ക്കോടി മണിമാളികയിൽ കയറി. എന്തോ അത്യാഹിതം സംഭവിച്ചാലെന്നോണം മണിയടിക്കാൻ തുടങ്ങി. ഞെട്ടിയുണർന്ന ജനങ്ങൾ എവിടെയോ തീപിടിച്ചെന്നുകരുതി പേടിച്ചു പള്ളിമുറ്റത്തു പാഞ്ഞെത്തി. അപ്പോളവർ കണ്ടത് ഫ്രാൻസിസ് ആവേശത്തോടെ മണിയടിച്ചുകൊണ്ടുനിൽക്കുകയാണ്. "സഹോദരരെ, കണ്ണുതുറന്നു മുകളിലേയ്ക്കു നോക്കൂ. ചന്ദ്രന്റെ നേരെ" ഫ്രാൻസിസ് വിളിച്ചുപറഞ്ഞു.

പ്രഭാതത്തിൽ പക്ഷികൾ പാടുമ്പോൾ, അല്ലെങ്കിൽ ഉച്ചനേരത്ത് വനത്തിന്റെ ശീതളച്ഛായയിൽ മുങ്ങുമ്പോൾ, അതുമല്ലെങ്കിൽ രാത്രിയിൽ നിലാവിൽ കുളിച്ച്, നക്ഷത്രങ്ങളെ നോക്കി ഇരിക്കുമ്പോൾ ആനന്ദക്കണ്ണീരോടെ അദ്ദേഹം ലിയോവിനോടു മൊഴിയും: "ലിയോ, എന്തദ്ഭുതങ്ങളാണിവ! ഈ സൗന്ദര്യം സൃഷ്ടിച്ചയാൾ ആരായിരിക്കും?"

മനുഷ്യനൊഴികെ ഭൂമിയിലെ മുഴുവൻ ചരാചരങ്ങളും സ്വാസ്ഥ്യത്തിലാണ്, ശാന്തിയിലാണ്, സൗന്ദര്യത്തിലാണ്. ഭൂമിയെ മലിനമാക്കുന്നത്,

അസുന്ദരമാക്കുന്നത് മനുഷ്യന്റെ തെറ്റായ പെരുമാറ്റമാണ്. ഫ്രാൻസിസിന് ഏറ്റവും പീഢാകരമായ അനുഭവങ്ങളേറ്റത് ഏതാണ്ട് മുഴുവനായും തന്നെ, സഹജീവികളിൽനിന്ന്, മനുഷ്യരിൽനിന്ന് ആയിരുന്നു. മനുഷ്യന്റെ തെറ്റായ പെരുമാറ്റശാസ്ത്രത്തിനു പകരം ശരിയായ ഒരു പെരുമാറ്റ ശാസ്ത്രം ഉണ്ടാകേണ്ടിയിരിക്കുന്നു. അതിന്റെ യഥാർത്ഥ പാഠങ്ങളത്രെ ഫ്രാൻസിസിന്റെ ഓരോ പെരുമാറ്റങ്ങളും. പ്രകൃതിയോട്, ഭൂമിയോട്, പക്ഷികളോട്, മൃഗങ്ങളോട്, സഹജാതരോട് മനുഷ്യൻ എങ്ങനെ പെരുമാറണമെന്നും എങ്ങനെ ഒരു നവജീവിതത്തിലൂടെ മനുഷ്യന്റെ വേദന ശമിപ്പിക്കാനാവുമെന്നുമാണ് ഫ്രാൻസിസ് പഠിപ്പിക്കുന്നത്: "മനുഷ്യൻ അന്യോന്യം സ്നേഹിക്കണം. മനുഷ്യരെ മാത്രമല്ല; മൃഗങ്ങളേയും പക്ഷികളെയും സ്നേഹിക്കണം. ശത്രുക്കളെ സ്നേഹിക്കണം..." മനുഷ്യൻ ദൈവത്തെ എങ്ങനെ ആരാധിക്കണമെന്നോ, എങ്ങനെ പ്രാർത്ഥിക്കണമെന്നോ, എത്രതവണ കുമ്പസാരിക്കണമെന്നോ ഫ്രാൻസിസ് പുണ്യവാൻ പറയുന്നില്ല.

യുദ്ധരോഗം ഗ്രസിച്ച, യുദ്ധങ്ങളുടെ, ഹിംസാത്മക പ്രവർത്തനങ്ങളുടെ ഉണങ്ങാത്ത മുറിവുകളുമായി വിലപിക്കുന്ന ആധുനിക മനുഷ്യരാശിക്കുവേണ്ട ഒരേയൊരു വൈദ്യൻ സെയിന്റ് ഫ്രാൻസിസത്രെ. അദ്ദേഹം സമാധാനം എന്നു മൊഴിയുന്നത് വായകൊണ്ടല്ല, ഹൃദയം കൊണ്ടത്രെ: "ഭൂമിയുടെ ഏതെങ്കിലുമൊരു ഭാഗത്ത് ഒരാൾ കൊല്ലപ്പെട്ടാൽ മരിക്കുന്നത് നമ്മളാണ്. രക്ഷിക്കപ്പെട്ടാൽ രക്ഷപ്പെടുന്നത് നമ്മളാണ്." തെരുവിലെ ജനങ്ങളുടെ നേരെ ഒരിക്കൽ ഫ്രാൻസിസ് പറയുന്നുണ്ട്: "നിങ്ങൾക്കു സമാധാനം! നിങ്ങൾക്ക്, നിങ്ങളുടെ കുടുംബങ്ങൾക്ക്, ശത്രുക്കൾക്കും മിത്രങ്ങൾക്കും, ഈ ലോകത്തിനും സമാധാനം. നിങ്ങൾക്കു സമാധാനം, നിങ്ങൾക്ക്, നിങ്ങളുടെ ഹൃദയങ്ങൾക്ക്..." വാക്കു കിട്ടാതെ വരുമ്പോൾ 'സമാധാനം, സമാധാനം' എന്നു പറഞ്ഞു കരയും. 'നിങ്ങൾ ദൈവവുമായി സമാധാനമുണ്ടാക്കുക'. എങ്ങിനെ? ഒരു മാർഗ്ഗമേ അതിനുള്ളു: 'സ്നേഹം... സ്നേഹം...' ഇത്രയും പറഞ്ഞു പിന്നെയും കരയാൻ തുടങ്ങും.

ഒരിക്കൽ ഫ്രാൻസിസ് മൊഴിഞ്ഞു: "ഭൂമിയ്ക്കു ഏഴ് തലങ്ങളുണ്ട്; സ്വർഗ്ഗത്തിനുമുണ്ട് ഏഴു തട്ടുകൾ. പക്ഷേ, ദൈവത്തിനു ഇവ തീരെ ചെറിയതുതന്നെ. മനുഷ്യഹൃദയം അത്ര ചെറുതല്ല! ദൈവം അതിനുള്ളിലിരുന്നുകൊള്ളും. അതിനാൽ മനുഷ്യഹൃദയത്തെ ആരും മുറിപ്പെടുത്തരുത്. അങ്ങനെ ആരെങ്കിലും ചെയ്താൽ മുറിയുന്നത് ദൈവമായിരിക്കും!..."

യൂറോപ്പ് ഇപ്പോൾ സെയിന്റ് ഫ്രാൻസിസിനെ പിന്തുടരുന്നില്ല. പക്ഷേ, ആധുനിക ലോകം ഇന്നു നേരിടുന്ന യുദ്ധവും ഹിംസാപരതയും അതിജീവനപരമായ പ്രതിസന്ധിയും യൂറോപ്പിലെ മനുഷ്യനെ ഒരു പുതിയ മനുഷ്യനാക്കി മാറ്റിക്കൊണ്ടിരിക്കുകയാണ്. സരളമായ ജീവിതത്തിന്റെ മിതവ്യയകല ഗൗതമബുദ്ധനുശേഷം യൂറോപ്പിലെ മനുഷ്യരോടു പറഞ്ഞ സെന്റ് ഫ്രാൻസിസിന്റെ വെളിച്ചമായിരിക്കും നാളത്തെ യൂറോപ്പിന്റെ മനുഷ്യരാശി ഇന്നനുഭവിച്ചുപോരുന്ന എല്ലാ ദീനങ്ങൾക്കുമുള്ള ഒരൊറ്റമൂലി. ബുദ്ധൻ രണ്ടായിരത്തിയഞ്ഞൂറു വർഷങ്ങൾക്കുമുമ്പ് മൊഴിയുകയുണ്ടായി: "ഒരു ശലഭം ഒരു പൂവിൽനിന്ന് അതിന്റെ ദളങ്ങളെ, കേസരങ്ങളെ നോവിയ്ക്കാതെ വിശപ്പടക്കാനുള്ള മധു നുകരുന്നതുപോലെ ഓരോ മനുഷ്യനും തന്റെ ആവശ്യങ്ങൾ പ്രകൃതിയിൽനിന്ന് നിറവേറ്റുക, കൃതജ്ഞതയോടെ."

∎

സൂഫികൾ:
ദിവ്യാനുരാഗത്തിന്റെ വാടാമലരുകൾ

ദൈവമൊടുവിൽ ഭൂമിയെന്നു നാം വിളിക്കുന്ന ഈ മനോഹരമായ ഗ്രഹം സൃഷ്ടിച്ചു. കോടാനുകോടി വർഷങ്ങളോളം അത് അതിന്റെ സഹജമായ നിദ്രിതാവസ്ഥയിൽ, പൂർണ്ണതമസ്സിൽ ജീവന്റെയൊരു പൊടിപ്പിനുവേണ്ടി കാത്തുകിടന്നു. അങ്ങനെയൊടുവിൽ ആദ്യമായി അജ്ഞാതയായ ആദ്യത്തെ സസ്യസോദരി മണ്ണിൽ നിന്നുരുവായി... ഒടുവിൽ സൂര്യവെളിച്ചത്തിൽ, മഞ്ഞു കണികകളിൽ കുളിച്ച്, ശുദ്ധവായുവിൽ മുങ്ങി ആദ്യത്തെ ഒരു പൂക്കുഞ്ഞ് കൺമിഴിച്ചു; ഭൂമിയുടെ ബോധോദയം പോലെ...! അങ്ങനെ ജീവജാലങ്ങളുടെ ഒരു നീണ്ടനിര തന്നെ പൃഥ്വിയുടെ അനന്തമായ സ്ഥലരാശിയിൽ പിറവിയെടുത്തു, ഒടുവിൽ മനുഷ്യനും... കോടി വർഷങ്ങളോളം മനുഷ്യൻ സഹജമായ ഒരു മൂഢാവസ്ഥയിൽ തിന്നുകയും കുടിക്കുകയും രമിക്കുകയും ഉറങ്ങുകയും ചെയ്തുകൊണ്ട് മുന്നോട്ടുപോയി. അതിനിടയ്ക്ക് ഒരാൾ മനുഷ്യകുലത്തിന്റെ ജന്തുസഹജമായ ജീവിതനൈരന്തര്യത്തെ ഭേദിച്ചുകൊണ്ട്, തന്റെ അവബോധത്തെ മുഴുവനായി പ്രഫുല്ലമാക്കിക്കൊണ്ട്, ഉണർന്നെണീറ്റു, ബോധോദയത്തിലെത്തിയവനായി, ബുദ്ധനായി... ഒരു പൂവിന്റെ സൗന്ദര്യത്തെ, സുഗന്ധത്തെ ആസ്വദിക്കുന്നതിലൂടെ, തിരിച്ചറിയുന്നതിലൂടെ മനുഷ്യാവബോധത്തിൽ ശ്രദ്ധേയമായൊരു പരിണാമം ഉണ്ടാവുകയാണ്. സ്നേഹത്തിന്റെയും ആനന്ദത്തിന്റെയും വികാരം ആ തിരിച്ചറിവിൽ നിന്നാണുണ്ടായത്. പൂക്കൾ അതിന്റെ മൃദുലതയാൽ, വർണ്ണഭംഗികളാൽ, പരിമളത്താൽ മറ്റേതോ ഒരു ലോകത്തിന്റെ സന്ദേശവാഹകരായി, ഭൗതികമായ ഒരു സാകാരലോകത്തിൽനിന്ന് നിരാകാരമായ ഒരദൃശ്യ ലോകത്തിലേക്കുള്ള ഒരു പാലമായി. ഒരു നിഷ്കളങ്കത, ഒരു മാധുര്യം, ഒരു മനോഹാരിത, ഈ ലോകത്തിന്റേതല്ലാത്തതെന്തോ പൂക്കളിൽ തിളങ്ങുന്നു, ശരാശരി സംവേദനമില്ലാത്തവരെപോലും അവ ആനന്ദിപ്പിക്കുന്നു, മനുഷ്യന്റെ സൗന്ദര്യാവബോധത്തെ അവ തൊട്ടുണർത്തുന്നു.

അതുപോലെ ബോധോദയം നേടിയ മനുഷ്യൻ, അവരുടെ അവബോധ പുഷ്പത്തിന്റെ സൗന്ദര്യം, സുഗന്ധം, രൂപം മനുഷ്യവംശത്തെ ഒരുപോലെ സ്പർശിക്കുന്നു. പ്രചോദിപ്പിക്കുന്നു. ബോധോദയത്തിലേക്കു ക്ഷണിക്കുന്നു.

സൂഫിസത്തെപ്പറ്റിയെഴുതാനിരിക്കുമ്പോൾ ബുദ്ധനും മുഹമ്മദും യേശുവും മുതൽ ദാദാലേഖരാജ്, കൃഷ്ണമൂർത്തി, എക്ഹാർട്ട് ടോളി വരെയുള്ള ബോധോദയം നേടിയ എണ്ണമറ്റ മനുഷ്യർ ബോധത്തിൽ മിന്നിമറയുന്നു. ഇവരെല്ലാം ഒരു തരത്തിൽ സൂഫികളായിരുന്നു. ഇവരൊക്കെയും ഒരുപോലെ മനുഷ്യന്റെ പരമലക്ഷ്യം തന്നിലെ ദിവ്യതയെ കണ്ടെത്തുകയെന്നറിഞ്ഞവരായിരുന്നു.

സൂഫിസത്തിന്റെ ഉത്ഭവത്തെപ്പറ്റി പലതരം വ്യാഖ്യാനങ്ങളുണ്ടെങ്കിലും ദൈവവുമായുള്ള യഥാർത്ഥ പ്രണയബന്ധം എന്നാണതിന്റെ അർത്ഥം. സൂഫിസം വന്നിരിക്കുന്നത് ദൈവവുമായുണ്ടായ മുഹമ്മദിന്റെ പ്രേമത്തിൽ നിന്നാണ്. ഹീറാപർവ്വതത്തിലെ ഒരു ഗുഹയിൽ വച്ചാണതുണ്ടായത്. അവിടെനിന്നുണ്ടായ ആ ദിവ്യോന്മാദത്തെപ്പറ്റി മുഹമ്മദ് ഭാര്യയോടു പറഞ്ഞു: "എനിക്കെന്തോ ഒരപകടം വന്നിരിക്കുന്നു. ഞാനൊരു കവിയായി മാറിയോ, അതോ ദൈവമെന്നെ ആവേശിച്ചുവോ?" പർവതശിഖരത്തിൽനിന്നു ചാടി സ്വയമില്ലാതാവുന്നതിനു പോലും അദ്ദേഹം കൊതിച്ചു. അദ്ദേഹത്തിന്റെ സത്തയിൽ അത്രയും ശക്തമായൊരാഘാതമായിരുന്നു അത്. താങ്ങാനാവാത്ത ഒരു സ്നേഹത്തിന്റെ വൈദ്യുതി പ്രവാഹത്തിന് അദ്ദേഹത്തിന്റെ ദേഹവും മനസ്സും ആത്മാവും ഒരുപകരണമായിത്തീരുകയായിരുന്നു. അതിഭയങ്കരമായൊരു ജ്വരബാധിതനെപ്പോലെ മൂന്നു ദിവസങ്ങളോളം അദ്ദേഹത്തിന്റെ ദേഹം വിറച്ചുകൊണ്ടിരുന്നു... യഥാർത്ഥത്തിൽ മുഹമ്മദിന്റെ ഈയൊരനുഭവത്തിൽ നിന്നത്രെ സൂഫിസം ഉടലെടുക്കുന്നത്. പേർഷ്യൻ നിഘണ്ടുവിൽ സൂഫിസത്തെ നിർവചിക്കുന്നതിങ്ങനെയാണ്: 'സൂഫി ചിസ്ത്-സൂഫി സൂഫിസ്റ്റ്' 'ആരാണൊരു സൂഫി? ഒരു സൂഫി ഒരു സൂഫിയാണ്' ഇതിൽ കൂടുതലായി ഇതിനെപ്പറ്റി ഒന്നും ഒരാൾക്കു പറയാനാവില്ല. ചുകപ്പിനെ, മഞ്ഞയെ, നീലയെ, വെളുപ്പിനെ നിർവചിക്കാനാവുമോ? ചുകപ്പ് ചുകപ്പാണ്, മഞ്ഞ മഞ്ഞയാണ്. നീല നീലയാണ് എന്നല്ലാതെ മറ്റൊന്നും അതിനെപ്പറ്റി പറയാനാവാത്തതുപോലെയാണത്.

ഒരന്വേഷിയുടെ ഉള്ളിൽ മൂന്നു കാര്യങ്ങളാണുണ്ടായിരിക്കുകയെന്ന് ഖുറാൻ 1. എളിമ (ഖുഷു) 2. ജീവകാരുണ്യ കർമം (കറാമത്) 3. സത്യസന്ധത (സിജ്ദ്) ഇവ മൂന്നും സൂഫിസത്തിന്റെ നെടുംതൂണുകളത്രെ.

സൂഫിയെന്നതിനെ നിർവചിക്കാനാവില്ല. ഒരാൾക്കതായി ജീവിക്കാൻ കഴിയും. സെന്നും അതുപോലെയാണ്. വാക്കുകൾക്കതീതമായൊരു വിനിമയമാണവിടെയുള്ളത്. ഒരു ഹൃദയത്തിൽനിന്നും മറ്റൊരു ഹൃദയത്തിലേക്കുള്ള വിനിമയമാണവിടെ നടക്കുന്നത്. സൂഫിസത്തിൽ ഇതിന് 'സിൽസില'യെന്നു പറയുന്നു.

നിങ്ങൾ നിങ്ങളല്ല. നിങ്ങളുടെ ഹൃദയത്തിൽ ബുദ്ധൻ, യേശു, നബി! അവരിലൊരാളായിരുന്ന് ധ്യാനാത്മകനാകുമ്പോൾ നിങ്ങളിലെ വ്യക്തി മരിക്കുന്നു. നിങ്ങളുടെ ബോധം ദിവ്യമാകുന്നു. ബോധത്തിന്റെ ഈ ദിവ്യ തലത്തിൽ വച്ചല്ലാതെ സൂഫിയെ ഒരാൾക്കറിയാനാവില്ല.

രണ്ട്

സൂഫി പരമ്പരയിൽ എണ്ണിയാലൊടുങ്ങാത്ത യതികളെ ഒരാൾക്കു പരിചയപ്പെടാൻ കഴിയും. എന്നാലവരിൽ പ്രധാനികളായ ചിലരെ മാത്രം ഇവിടെ ഓർക്കുകയാണ്.

സൂഫി പുണ്യവതി റാബിയ, സൗന്ദര്യത്തിന്റെയും ദിവ്യതയുടെയും ഒരവതാരമായിരുന്നു. അവളുടെ സൗന്ദര്യത്തിന്റെ മാസ്മരികതയിൽ മറ്റെല്ലാം മറന്നുപോയ ഒരു കൊള്ളസംഘം ഒരു രാത്രി അവളെ തട്ടിക്കൊണ്ടുപോകുകയും ഒരു വേശ്യാലയത്തിന്റെ ഉടമയ്ക്ക് വിൽക്കുകയും ചെയ്തു. ആദ്യരാത്രിയിൽ, അവൾക്കപരിചിതമായ പുത്തൻ സാഹചര്യത്തിൽ അവളുടെ മുറിക്കകത്തേക്ക് ഒരു പുരുഷൻ കടന്നു വന്നു. അവൾ വിനയാന്വിതയായി, കരുണ വഴിയുന്ന മുഖത്തോടെ അയാളെ നോക്കുകയും സ്വാഗതമോതുകയും ചെയ്തുകൊണ്ട് ഇപ്രകാരം മൊഴിഞ്ഞു: "ഹാ ഇത്ര നല്ല യുവാവിനെ കാണാൻ കഴിഞ്ഞത് എന്റെ ജീവിതത്തിലെ മഹാഭാഗ്യം. ആ കസേരയിലിരിക്കാൻ ഞാൻ അങ്ങയോട് അപേക്ഷിക്കുന്നു. താങ്കൾക്ക് താത്പര്യമുണ്ടെങ്കിൽ നമുക്കിരുവർക്കും ചേർന്ന് ദൈവത്തോടു പ്രാർത്ഥിക്കാം..."

ആ യുവാവിന്റെ മുഖം വിസ്മയംകൊണ്ടു വിടർന്നു. അയാളുടെ മനസ്സിൽ നിർമലമായ വിചാരങ്ങൾ പൊന്തിവന്നു. അയാൾ റാബിയയുടെ അരികെ നിലത്തു മുട്ടുകുത്തിയിരുന്നു. ഇരുവരും ചേർന്നു കുറച്ചുനേരം പ്രാർത്ഥിച്ചു. റാബിയ അനന്തരം എഴുന്നേറ്റ് നിൽക്കുകയും മൊഴിയുകയും ചെയ്തു: "നിങ്ങളൊരുനാൾ മരിക്കുമെന്നത് ഓർമ്മിപ്പിച്ചാൽ നിങ്ങളത് വകവെയ്ക്കില്ല എന്നെനിക്കുറപ്പാണ്. നിങ്ങളുടെ നന്മക്കായി മാത്രം പറയുകയാണ്. നിങ്ങളുടെ ഉള്ളിലെ പാപം നിങ്ങളെ നരകത്തിലെത്തിക്കും. ദയവായി നിങ്ങളുടെ സ്വന്തം രക്ഷയ്ക്കായി ഒരു നിമിഷം

ആലോചിക്കുക. പാപം ചെയ്ത് നരകത്തിലേക്കു ചാടണോ എന്ന് ചിന്തിക്കുക..." അത്യധികം ആശ്ചര്യപ്പെട്ട് തന്റെ വികാരങ്ങളിൽനിന്ന് പിന്മടങ്ങിയ ആ യുവാവ് മൊഴിഞ്ഞു: "നല്ലവളും ഗുണവതിയുമായ സ്ത്രീയേ നിങ്ങളെന്റെ കണ്ണു തുറന്നു. ഞാനങ്ങയെ എന്റെ ഗുരുവായി ഈ നിമിഷം സ്വീകരിച്ചിരിക്കുന്നു. ഇമ്മാതിരി വസതികളിൽ ഇനിയൊരിക്കലും പോവില്ലെന്ന് ഞാൻ സത്യം ചെയ്യുന്നു."

ദിവസങ്ങൾ കടന്നുപോയി. റാബിയയുടെ മുറിയിൽ വന്നെത്തിയ പുരുഷന്മാർ മുഴുവൻ മാനസികമായി മാറുന്നു. ഇത്രയേറെ ചെറുപ്പവും സൗന്ദര്യവുമുള്ള റാബിയയുടെ അടുത്തേയ്ക്ക് ഒരിക്കൽ വന്നവരാരും പിന്നെ വരാത്തതെന്താണ്? ആ വീട്ടുടമയുടെ ഭാര്യക്ക് എത്ര ചിന്തിച്ചിട്ടും ഒരുത്തരം കിട്ടിയില്ല. ഈ നിഗൂഢത പരിഹരിക്കാനായി വീട്ടുടമയുടെ ഭാര്യ റാബിയയുടെ അറയ്ക്കടുത്ത് അവളുടെ സംഭാഷണവും ചലനവും ശ്രദ്ധിക്കാനായി ഒളിച്ചിരുന്നു. ഒരു മനുഷ്യൻ മുറിയിലേക്കു കടക്കുമ്പോഴേക്കും അവൾ പറയാൻ തുടങ്ങും, "ശുഭ സായാന്തനവും സ്വാഗതവും സോദരാ! ഈ നരകം പിടിച്ച വീടിനകത്തുനിന്ന് ഞാൻ സദാ ഓർക്കുന്നത് - ദൈവം സർവ്വശക്തനാണ് എന്നാകുന്നു. നിങ്ങളിതിനോട് യോജിക്കുന്നുണ്ടോ?"

വല്ലാതെ അമ്പരന്നുപോയ അയാൾ പറയുന്നു: "അതെ, പുരോഹിതന്മാർ അങ്ങിനെ പഠിപ്പിക്കുന്നു," റാബിയ അയാളുടെ കണ്ണുകളിലേക്ക് ദയയോടെ നോക്കിക്കൊണ്ടു പറയുന്നു: "പാപത്തിന്റെ കൂരിരുട്ടിലാണ് നിങ്ങളിപ്പോൾ. സർവശക്തനായ ദൈവം നിങ്ങളെ കാത്തുകൊള്ളട്ടെ. പാപത്തിന്റെ നൈമിഷിക സുഖത്തെ നിങ്ങൾ വിലമതിക്കുന്നുവോ? പ്രിയ സോദരാ, ഈ മനുഷ്യജന്മം ലഭിച്ചിരിക്കുന്നത് ധ്യാനിക്കുവാനും ദൈവത്തെ അറിയുവാനുമാണ്. മൃഗങ്ങളെക്കാൾ താണുപോകരുത്."

ആ മനുഷ്യനും മറ്റനവധി ആളുകളെപ്പോലെ റാബിയയുടെ വാക്കുകളിൽ സത്യം കാണുന്നു. അയാളുടെ ഉള്ളിലെ പാപത്തിന്റെ ഭയങ്കരത ആദ്യമായി അയാൾ കാണുകയായിരുന്നു. അയാൾ റാബിയയുടെ പാദങ്ങളിൽ വീണു. കണ്ണീർകൊണ്ട് ആ പാദങ്ങൾ നനഞ്ഞു.

വീട്ടുടമയുടെ ഭാര്യ ഒളിച്ചിരുന്ന സ്ഥലത്തുനിന്നു പുറത്തു വന്നു. റാബിയയുടെ നേരെ കാണിച്ച എണ്ണമറ്റ പാപങ്ങളെ ചൊല്ലി അവൾ വിലപിച്ചുകൊണ്ടിരുന്നു. ഒടുവിൽ റാബിയയുടെ കാൽക്കൽ വീണ് ആ സ്ത്രീ പറഞ്ഞു: "അല്ലയോ പവിത്രയും പരിശുദ്ധയുമായ പെൺകുട്ടി, ഈ തിന്മ നിറഞ്ഞ വീട്ടിൽനിന്ന് ഈ നിമിഷം തന്നെ നിന്നെ നിന്റെ വീട്ടിലേക്ക് എത്തിക്കുന്നതാണ്. ഞങ്ങളെ സംബന്ധിച്ചിടത്തോളം എത്ര ഭയങ്കരമായ

ഒന്നാണ് ചെയ്തുപോയതെന്ന് ഇപ്പോൾ ഞങ്ങളറിയുന്നു. ഞങ്ങളുടെ കണ്ണുകൾ നീ തുറന്നിരിക്കുന്നു!...”

റാബിയയെപ്പറ്റി മറ്റൊരു പ്രസിദ്ധമായ അഖ്യാനമുണ്ട്. ഖുറാനിൽ “പിശാചിനെ വെറുക്കുക” എന്നൊരു പ്രസ്താവനയുണ്ട്. റാബിയ തന്റെ കയ്യിലുള്ള ഖുറാനിൽനിന്ന് അതു വെട്ടി മാറ്റി. ഇതു കണ്ടുനിന്നൊരാൾ പറഞ്ഞു: “നിങ്ങളെന്താണ് ചെയ്തത്. ഖുറാനിലെ മൊഴി വെട്ടാൻ പാടില്ല” റാബിയ മൊഴിഞ്ഞു: “ഞാനതു ചെയ്തു കഴിഞ്ഞു. ഇത് ഖുറാനിന്റെ പ്രശ്നമല്ല. ദൈവത്തെയറിഞ്ഞതു മുതൽ എനിക്ക് വെറുക്കാനാവില്ല. പിശാചെന്റെ മുന്നിൽ വരുകയാണെങ്കിൽ ഞാനയാളെ സ്നേഹിക്കും. കാരണം, എനിക്കിപ്പോൾ സ്നേഹിക്കാൻ മാത്രമേ അറിയൂ. വെറുക്കാനെനിക്കു ശേഷിയില്ല. അതെന്നിൽനിന്നു മറഞ്ഞുപോയി. ഒരാളിൽ മുഴുവനായി വെളിച്ചമാണെങ്കിൽ അയാൾക്ക് അപരന് വെളിച്ചം മാത്രമെ കൊടുക്കാനാവൂ. അയാൾ ശത്രുവായാലും മിത്രമായാലും ഒരുപോലെയാണ്.” റാബിയ ചോദിച്ചു: “പിശാചിനുനേരെ ഇരുട്ട് എവിടുന്നാണ് ഞാനെടുത്തുപയോഗിക്കുക? അതെന്നിലില്ല. ഞാൻ പ്രകാശമാണ്...”

അജ്ഞാതനായ ഒരു സൂഫി തീർത്ഥാടകന്റെ കഥ ഇപ്രകാരമാണ്. കാൽനടയായി മക്കയിലേക്കു പുറപ്പെട്ട ഒരു ദരിദ്രതീർത്ഥാടകൻ മരുഭൂമിയിലൂടെ സഞ്ചരിക്കുകയായിരുന്നു. മരുഭൂമിയിൽവച്ച് അദ്ദേഹത്തിന്റെ കയ്യിലുള്ള വെള്ളം പൂർണമായും ഇല്ലാതായതോടെ, പെട്ടെന്ന് ഒറ്റപ്പെട്ടതായി അയാൾക്കു തോന്നി. ദാഹം ഏറി തൊണ്ട വരളുമ്പോൾ അയാൾ സ്വയമറിയാതെ വായ തുറന്നുവച്ച് നാവു ചുഴറ്റും. അപ്പോൾ ഉറന്നു വരുന്ന നേർത്ത ഉമിനീർകണങ്ങൾ പതുക്കെ നുണയും. രാത്രി നേരങ്ങളിൽ അയാൾ വായ തുറന്നുവച്ച് വായു കുടിക്കുന്നതു പോലെ പ്രാണവായുവിനെ ഉള്ളിലേക്കു വലിച്ചുകുടിക്കും.

ഏഴാംനാളിലാണ് മരുഭൂമിയിൽ ഒരു കിണർ ദൈവം കാട്ടിയതുപോലെ പ്രത്യക്ഷമായത്. പക്ഷേ, നടുക്കുന്നൊരു കാഴ്ചയാണ് കിണറിനടുത്തായി അയാൾ കണ്ടത്. കൈകാലുകൾ മുറിക്കപ്പെട്ട് ചോര വാർന്നൊലിച്ച് തൊണ്ടപൊട്ടി ചാകാറായ ഒരു നായ, ഒരു തുള്ളി വെള്ളത്തിനു നാവു നീട്ടി അവിടെ കിടന്നിരുന്നു. അയാൾ നായക്കു വെള്ളം കൊടുക്കാനായി കിണറിനടുത്തേക്ക് ഓടി. വെള്ളം കോരാനുള്ള ബക്കറ്റ് ഇല്ലാത്തതുകൊണ്ട് അയാൾ ഉടുമുണ്ട് കീറി കയറാക്കി, അതിനു നീളം പോരാഞ്ഞ് ഷർട്ടും കീറി അതിനോടു കെട്ടി. അതിനും നീളം പോരാഞ്ഞ് അരയിലുള്ള വസ്ത്രവും കീറി അതിനോടു കെട്ടി. തൊട്ടിക്കുപകരം

തുണികൊണ്ടുണ്ടാക്കിയ കിഴി വെള്ളത്തിലേയ്ക്കാഴ്ത്തി, അതിൽനിന്നും കിട്ടിയ ജലം കോരിയെടുത്ത് നായയുടെ വായിലൊഴിച്ചു കൊടുക്കുകയും മുറിവേറ്റ ഭാഗങ്ങൾ കഴുകുകയും ചെയ്തു. ഒടുവിൽ അയാളും വെള്ളം കുടിച്ച് നായയെ ദയയോടെ നോക്കി. "അതിന്റെ ജീവൻ വേഗമെടുക്കണമെ" എന്ന് അള്ളാഹുവിനോട് ഉള്ളുരുകി പ്രാർത്ഥിച്ച് അയാൾ നടന്നു പോയി.

കുറച്ചു ദൂരം ചെന്നപ്പോൾ അയാൾ വെറുതെ ഒന്നു തിരിഞ്ഞു നോക്കി. അപ്പോൾ കണ്ട കാഴ്ച കരളലിയിക്കുന്നതായിരുന്നു. കൈകാലുകൾ അറ്റുപോയ ആ സാധുമൃഗം തന്റെ പിറകെ ഇഴഞ്ഞിഴഞ്ഞു വരുന്നു. അയാൾ കുറ്റബോധത്തോടെ ഓടിച്ചെന്ന്, മുറിവിൽനിന്ന് അപ്പോഴും ചോര വാർന്നൊലിക്കുന്ന നായയെ ചുമലിലേറ്റി നടന്നുപോകുകയും ഒടുവിൽ അർദ്ധരാത്രി നായയെ ഒരു ഭാഗത്തു കിടത്തി അയാൾ ഉറങ്ങിപ്പോകുകയും ചെയ്തു.

ഉറക്കത്തിൽ ഒരു പ്രകാശം അയാളെ വന്നു പൊതിയുകയും ചോദിക്കുകയും ചെയ്യുന്നു: "മകനെ, നീയെവിടെ പോകുന്നു?"

"മക്കയിലേയ്ക്ക്"

അപ്പോൾ പ്രകാശത്തിൽനിന്ന് ഇപ്രകാരമുള്ള മൊഴികളുണ്ടായി: "മകനെ, നീ മുറിവേറ്റ ആ നായക്ക് വെള്ളം കൊടുക്കുകയും അതിനെ ചുമലിലേറ്റി ഇത്രയും ദൂരം നടക്കുകയും ചെയ്തു അല്ലേ?"

"അതെ"

പ്രകാശത്തിൽനിന്ന് വീണ്ടും വാക്കുകൾ ഉയർന്നു: "മകനെ, നീ യഥാർത്ഥത്തിൽ അപ്പോൾത്തന്നെ മക്കയിലെത്തിയിരിക്കുന്നു. നീ സന്തോഷമായി വീട്ടിലേക്കു മടങ്ങൂ."

"പ്രണയത്തിന്റെ അഗ്നി കൊളുത്തി ആത്മാവിനെ തെളിച്ചമുള്ളതാക്കണമെന്നു പറഞ്ഞ കവി ജലാലുദ്ദീൻ റൂമി തന്റെ ശിഷ്യന്മാരുടെ കൂടെ ഏകാന്തമായ ഒരിടത്തു പാർക്കുകയായിരുന്നു. മറ്റുള്ളവർക്ക് എത്തിച്ചേരാൻ പ്രയാസമുള്ള അവിടേക്ക് പുറംലോകത്തുള്ളവരാരും വന്നിരുന്നില്ല. അതുകൊണ്ട്, എന്താണവിടെ നടക്കുന്നതെന്ന് ആർക്കുമറിയില്ല.

ഒരിക്കൽ അതുവഴി പോകാനിട വന്ന ഏതാനും യാത്രികർ അവിടെയെത്തി. അവർ കണ്ട കാഴ്ച അമ്പരപ്പിക്കുന്നതായിരുന്നു. ചിലർ ഉറക്കെ ഭ്രാന്തമായി ചിരിക്കുന്നു. ചിലർ മതിമറന്ന് നൃത്തം വയ്ക്കുന്നു. ചിലർ പാടുന്നു, ചിലർ തലകുത്തിനിൽക്കുന്നു. ജലാലുദ്ദീൻ റൂമിയാകട്ടെ അവർക്കു നടുവിൽ കണ്ണടച്ച് മൗനത്തിൽ മുഴുകി എല്ലാം മറന്നിരിക്കുന്നു.

"ഈ മനുഷ്യർക്കെല്ലാം ഭ്രാന്തുപിടിച്ചോ?" അവർ സംശയിച്ചു പോയി; ആദ്യം. ഭയന്നുകൊണ്ടാണവർ അവിടം വിട്ടത്. ഒരു വർഷം കഴിഞ്ഞ് അതുവഴി വീണ്ടും പോകേണ്ടി വന്നപ്പോൾ കൗതുകത്താൽ അവർ വീണ്ടും അവിടെ ചെന്നെത്തി. ആ ഭ്രാന്തന്മാർക്ക് ഭ്രാന്തു മൂത്തു കാണും. അവർ റൂമിയെ കൊന്നുകാണും, എന്നവർ നിനച്ചു. എന്നാൽ അവിടെ കണ്ട കാഴ്ച അവർക്ക് വിശ്വസിക്കാനായില്ല. അവരെല്ലാം അഗാധമായ മൗനത്തിലാണ്ടിരിക്കുന്നു! റൂമി മാത്രം ആനന്ദത്തിൽ മതിമറന്ന് നൃത്തം വയ്ക്കുന്നു.

എന്താണുണ്ടായത്? സംഗതികളെല്ലാം തലകീഴായിരിക്കുകയാണല്ലോ? എല്ലാവരുടെയും ഭ്രാന്തു മുഴുവൻ ഈ മനുഷ്യൻ ഒറ്റയ്ക്ക് ഏറ്റെടുത്തിരിക്കുകയാണിപ്പോൾ!

അവർക്കയാളോട് അനുകമ്പ തോന്നി, അവർ പോയി.

ഒരു വർഷം കഴിഞ്ഞ് വീണ്ടും അവർ അതുവഴി പോയി. ജിജ്ഞാസയോടെ അവർ അവിടേക്കു ചെന്നു. അവിടെ ആരുമുണ്ടായിരുന്നില്ല. റൂമി മാത്രം ഏകനായിരിക്കുന്നു. ഭ്രാന്തന്മാരുടെ കാര്യം തിരക്കിയപ്പോൾ റൂമി മൊഴിഞ്ഞു: "അവരുടെ ഭ്രാന്തു മാറി അവർ ലോകത്തിലേക്കു പോയി. ശിഷ്യന്മാരെ തേടി, അവരെ സഹായിക്കാൻ."

അപ്പോൾ അവരാരാഞ്ഞു: "കഴിഞ്ഞ വർഷം ഞങ്ങൾ വന്നപ്പോൾ നിങ്ങളെന്താണ് ചെയ്തത്? ആദ്യം വന്നപ്പോൾ മറ്റുള്ളവരെല്ലാം ഭ്രാന്തമായി നൃത്തംവെയ്ക്കുകയായിരുന്നു. നിങ്ങൾ മൗനത്തിലിരിക്കുകയായിരുന്നു. നിങ്ങളൊരാൾ നൃത്തം വച്ചു. ഇതെന്തെന്ന് ഞങ്ങൾക്കു മനസ്സിലാകുന്നില്ല."

റൂമി മൊഴിഞ്ഞു: "ആദ്യം വന്നപ്പോൾ അകാരണമായി വികാരങ്ങൾക്ക് തീപിടിച്ചു തുള്ളുന്ന, ആർപ്പുവിളിക്കുന്ന ആളുകളെയാണ് നിങ്ങൾ കണ്ടത്. അവരെ വാക്കുകൾകൊണ്ട്, പ്രബോധനംകൊണ്ട്, തണുപ്പിക്കാനാവില്ല. അതുകൊണ്ട് അവരുടെനേരെ അലിവോടെ, സ്നേഹത്തോടെ, മൗനത്തിൽ നോക്കിയിരിക്കുകയാണ് ഞാൻ ചെയ്തത്. കുറെക്കഴിഞ്ഞ് കലിയെല്ലാം അടങ്ങിയപ്പോൾ അവർക്ക് മൗനം പകർന്നു നൽകുന്ന ശാന്തി തിരിച്ചറിയാനായി. അവരും പതുക്കെ അങ്ങനെയിരിക്കാൻ തുടങ്ങി. ഒടുവിൽ അവർ മുഴുവൻ മൗനത്തിൽ, സ്നേഹത്തിൽ ലയിച്ചിരുന്നു. രണ്ടാമത് വന്നപ്പോൾ അതാണ് നിങ്ങൾ കണ്ടത്. ശരിയാണ്, ഞാൻ ഒറ്റയ്ക്ക് അപ്പോൾ നൃത്തം ചെയ്യുകയായിരുന്നു. കാരണം എന്റെ ശിഷ്യന്മാർ എല്ലാം നേടിയതിലെനിക്ക് സന്തോഷമുണ്ടായിരുന്നു. അതുകൊണ്ടാണ് ഞാനന്ന് നൃത്തം വച്ചത്. ഇപ്പോഴവരാരും ഇവിടില്ല.

വേറെ ഭ്രാന്തുള്ളവരെ നോക്കി അവർ പോയിരിക്കുകയാണ്. ഇപ്പോൾ അവർ ഭൂമിയിലെമ്പാടും ആയിരം മൗനത്തിന്റെ മന്ദിരങ്ങൾ, സ്നേഹത്തിന്റെ മന്ദിരങ്ങൾ സ്വന്തം സഹോദരങ്ങൾക്കായി പണിയുന്നുണ്ടാകും..."

'**അ**നൽഹഖ്, അനൽഹഖ്' എന്ന് സദാ ഉരുവിട്ടുകൊണ്ടിരുന്ന മൻസൂർ ഹല്ലാജ് എന്ന സൂഫിയതിയെ ഒടുവിൽ ഭരണകൂടം വധിക്കുകയായിരുന്നു. 'അനൽഹഖ്' എന്നതിന്റെ അർത്ഥം 'ഞാൻ സത്യമാണ്, അഹം ബ്രഹ്മാസ്മി' എന്നത്രേ. മഹാസമുദ്രത്തിന്റെ ഒരു തുള്ളി 'ഞാൻ മഹാ സമുദ്രമാണ്' എന്ന് പറയുന്നതുപോലെയായിരിക്കണം മൻസൂർ അങ്ങനെ പറഞ്ഞത്. എല്ലാം ഈശ്വരന്റെ അംശമായതുകൊണ്ട് മൻസൂറിനെപ്പറ്റി വൈക്കം മുഹമ്മദ് ബഷീർ എഴുതിയ അനൽഹഖ് എന്ന കഥയുടെ അവസാനഭാഗത്ത് മൻസൂറിന്റെ അന്ത്യനിമിഷങ്ങളെപ്പറ്റി ബഷീർ എഴുതുന്നു:

ഹിജ്റ 304 മുൽക്കഅദ് 29...

ഒരു നടുക്കത്തോടെ ചരിത്രം ഓർക്കുന്ന ഒരു മഹാദിവസം...

അന്നു മൻസൂറിനെ തടവറയിൽനിന്ന് വെളിയിലേക്ക് കൊണ്ടുവന്നു. തിങ്ങിക്കൂടിയ പുരുഷാരത്തിനു മുന്നിൽവച്ച് മരണശാസനം വായിച്ചു കേൾപ്പിച്ചു. മൻസൂർ പുഞ്ചിരി തൂകി. ആഹ്ലാദസമന്വിതം അദ്ദേഹം വിളിച്ചു പറഞ്ഞു: 'അനൽഹഖ്, അനൽഹഖ്' അപ്പോൾ മുന്നൂറിൽപ്പരം അടികൾ മുതുകിൽ പതിച്ചു. പൊള്ളുന്ന വെയിലിൽ നഗ്നനാക്കി നിർത്തി. ഇഞ്ചി ഞ്ചായി അടിച്ചു. പൊട്ടി ചോരയൊലിച്ചു. ജനങ്ങൾ ആർത്തുവിളിച്ചു. കഴു മരത്തിലേക്ക് മൻസൂറിനെ നയിച്ചു. മൻസൂർ കഴുമരത്തെ മാറോടു ചേർത്തു. കൊലയാളികൾ ഒരുങ്ങി. മൻസൂർ അവസാന പ്രാർത്ഥന നട ത്തുകയായിരുന്നു. അപ്പോൾ കല്ലുകൾ മൂളിക്കൊണ്ട് അദ്ദേഹത്തിന്റെ ശരീരത്തിൽ പതിച്ചു. മൻസൂർ മന്ദഹസിക്കുകമാത്രം ചെയ്തു. മതാന്ധ രായ ജനക്കൂട്ടം മുറുമുറുത്തു: "അവന്റെ അംഗങ്ങളെല്ലാം ഛേദിക്കണം." കൊലയാളികൾ ആജ്ഞയനുസരിച്ചു. 'ഭൗതികമായ തന്റെ കൈകൾ മുറിച്ചുകളയുന്നത് എത്രയോ എളുപ്പം' മൻസൂർ മന്ത്രിച്ചു.

അടുത്തതായി കാലുകൾ രണ്ടും വെട്ടിമുറിച്ചു. തളംകെട്ടിനിന്ന രക്ത ത്തിലേക്ക് മുഖം കമഴ്ന്നു. കൊലയാളികൾ പിടിച്ചുയർത്തി.

"വിളറിയ എന്റെ മുഖം ലോകം ദർശിക്കേണ്ട" നിർഭയമായി രണ്ടു കണ്ണുകൾ അങ്ങനെ പ്രകാശിച്ചു. ഉടൻ കഠാരയാൽ അതു രണ്ടും ചൂഴ്ന്നെ ടുത്തു. ജനക്കൂട്ടം അലറി: "കാഫറിന്റെ നാവു വലിച്ചുപറിച്ച് തുണ്ടം തുണ്ടം ആക്കുക."

"അല്പം ഒന്നു ക്ഷമിച്ചാലും" മൻസൂർ യാചിച്ചു. "അവസാനമായി എനിക്കൊന്നു പറയാനുണ്ട്."

ഇല്ലാത്ത കണ്ണുകൾ ആകാശത്തേക്കുയർത്തി മൻസൂർ അന്തിമമായി അപേക്ഷിച്ചു:

"എന്റെ ആശയുടെ പരമലക്ഷ്യമേ, എന്നെ ഹിംസിക്കുന്നവരുടെ ആനന്ദസൗഭാഗ്യങ്ങൾ അങ്ങു പിൻവലിക്കരുതേ! അനൽഹഖ്!"

ഉടൻ ഒരു വൃദ്ധസ്ത്രീ മുന്നോട്ടു വന്നു മൻസൂറിന്റെ നാവു പിടിച്ചു വലിച്ച് കാർക്കിച്ച് ആ മുഖത്തുതുപ്പി. എന്നിട്ടവർ നാവ് അറുത്തെടുത്തു.

അവസാനം മൻസൂറിന്റെ പ്രൗഢമായ ശിരസ്സ് ഉടലറ്റ് രക്തത്തിൽ മുങ്ങിയ മണ്ണിൽ വീണു. എന്നിട്ടും ജനസാമാന്യത്തിന്റെ കോപമടങ്ങി യില്ല. ആയിരമായിരം കഷണങ്ങളാക്കി അവർ മൻസൂറിനെ അരിഞ്ഞു. ഒരു വലിയ ചിത കൂട്ടി എല്ലാം അതിൽ വാരിയിട്ടു കത്തിച്ചു. ആ തീജ്വാല നോക്കി അവർ അട്ടഹസിച്ചു. ഒടുവിൽ ആ വെണ്ണീർ നദിയിൽ കശക്കി കലക്കി, അങ്ങനെ അവരുടെ മഹാക്രോധം അടങ്ങി.

എന്നാൽ...!

അതുവരെ ശാന്തമായി ഒഴുകിയിരുന്ന യൂഫ്രട്ടീസ് പെട്ടെന്ന് കലങ്ങി മറിഞ്ഞ് രക്തമയമായി. പ്രകൃതി നിശ്ചലമായി നിന്നു. അപ്പോൾ ഹുങ്കാ രത്തോടെ പർവ്വതാകാരങ്ങളായ തിരമാലകൾ ഇളകിമറിഞ്ഞു. ക്ഷോഭിച്ചു വശായ മഹാസമുദ്രം കണക്കെ, അഖില ബ്രഹ്മാണ്ഡകടാഹങ്ങളെയും കിടുകിട വിറപ്പിക്കുമാറ് അത്യുഗ്രമായി, അതിഗംഭീരമായി യൂഫ്രട്ടീസ് ഇരമ്പി: 'അനൽഹഖ്, അനൽഹഖ്!'

മൂന്ന്

'ഉറുമ്പിനെ മനസ്സിലാക്കാൻ ഒരാളൊരുറുമ്പാകണം.

പക്ഷിയെ മനസ്സിലാക്കാൻ ഒരാളൊരു പക്ഷിയാകണം.

സൂഫിയെ മനസ്സിലാക്കാൻ ഒരാളൊരു സൂഫിയാകണം'

എന്നായിരിക്കും സൂഫിസം പറയുക.

"വളരെ ദൂരെ പോകാൻ ഒരാൾ അടുത്തുനിന്നാരംഭിക്കണം" എന്ന് ജെ. കൃഷ്ണമൂർത്തി പലപ്പോഴും പറയുന്നുണ്ട്. അതുകൊണ്ട്, അടു ത്തുനിന്ന്, എന്താണ് യഥാർത്ഥമെന്നതിൽ നിന്ന് തുടങ്ങാം.

ആഗോളതലത്തിൽ മനുഷ്യരാശിയിൽ പെരുകി വരുന്ന അക്രമ പരത, ഹിംസ, യുദ്ധം, ഭീകരവാദം, ലോകസമാധാനം എന്നൊക്കെ നാം

ഭംഗിയിൽ പറഞ്ഞുപോരുന്ന വിശ്വമാനവിയതയെന്ന സങ്കല്പനം തന്നെ അപ്രസക്തമാക്കിയിരിക്കുന്നു.

ഭൂമിയിലെവിടെയും മനുഷ്യൻ പരസ്പരം സംഹരിച്ചുകൊണ്ട്, പോരടിച്ചുകൊണ്ട്, കലഹിച്ചുകൊണ്ട്, മനുഷ്യചരിത്രത്തിലെ ഏറ്റവും ഇരുണ്ട ദിവസങ്ങളിലൂടെ കടന്നുപോകുകയാണ്. മനുഷ്യസംസ്കാരത്തിനാകെ തീ പിടിച്ചതുപോലുള്ള ഇത്തരം നേരങ്ങളിൽ മനുഷ്യജീവിതത്തിൽ വെളിച്ചവും വിവേകവും ചൊരിഞ്ഞുകൊണ്ടിരിക്കുന്ന ഉണർവിന്റെ വഴികൾ പ്രസക്തമായി മാറുന്നു. സയൻസും ടെക്നോളജിയും ചേർന്ന് തരിശാക്കി മാറ്റിയ ഭൂമിയിലെ ജീവിതത്തെ വീണ്ടും പച്ചപിടിക്കാൻ സഹായകമാക്കുന്ന 'വിവേകത്തിന്റെ ടെക്നോളജി'യെപ്പറ്റി പരസ്പരം ആഴത്തിലുള്ള ഒരു 'ഡയലോഗ്' അതിജീവനത്തിനുതന്നെയും ആവശ്യമായി മാറിയിരിക്കുന്നു.

'സത്യം, ശിവം, സുന്ദരം' ദൈവത്തെപ്പറ്റിയുള്ള മഹത്തായ ഭാരതീയ സങ്കല്പനമാണത്. ഇന്നുവരെയുള്ള എല്ലാ മതങ്ങളും സത്യവും ശിവവുമായ ഒരു തലത്തിലേക്ക് മാനവരെ ഉയർത്താൻ ശ്രമിച്ചു. പക്ഷേ, അതു സുന്ദരമായതിലേക്ക് ഇനിയുമെത്തിയില്ല. അങ്ങനെ എത്തിയിരുന്നെങ്കിൽ മതങ്ങളുടെ ഭാഗമായുള്ള കലാപം, രക്തച്ചൊരിച്ചിൽ ഇതുപോലെ പെരുകി വരുമായിരുന്നില്ല. ഇന്ന് ലോകത്തിലേറ്റവുമേറെ മനുഷ്യർ കൊല ചെയ്യപ്പെടുന്നത് മതങ്ങളുടെ പേരിലാണ്. ഇതെന്താണ് സൂചിപ്പിക്കുന്നത്? മനുഷ്യൻ ഇനിയും ഒരു പടവു കൂടി പിന്നിടാനുണ്ട്, സൗന്ദര്യത്തിന്റെ. അതു കയറിയാൽ പിന്നെ ഹിന്ദു, ക്രിസ്ത്യൻ, ഇസ്ലാം എന്നീ വിഭാഗങ്ങളിലുള്ളവർ 'ലോകത്തിന്റെ മോചനം എന്റെ മതത്തിലൂടെ മാത്രം' എന്നൊരിക്കലും പറയില്ല. മതം പ്രചരിപ്പിക്കുന്നതിന്റെ പേരിലുള്ള രക്തച്ചൊരിച്ചിലുകൾ മതങ്ങൾക്കു മുഴുവൻ കളങ്കമുണ്ടാക്കുന്നവയാണ്.

എത്ര പരുക്കനായ ഒരാളും ഒരു പൂവ് കാണുമ്പോൾ അതിന്റെ സൗന്ദര്യത്തിൽ, സുഗന്ധത്തിൽ ആനന്ദിക്കുന്നു. സുന്ദരമായതെന്തും ആസ്വദിക്കാനുള്ള, അതിലാനന്ദിക്കാനുള്ള കഴിവ് മനുഷ്യനു മാത്രമാണ്. സംഗീതം, കല, സാഹിത്യം എല്ലാം മനുഷ്യന്റെ സൗന്ദര്യബോധത്തെ പോഷിപ്പിക്കുന്നു. ഈ പോഷണം നിരന്തരം നടക്കുമ്പോൾ മനുഷ്യന്റെ ഉള്ളിലെ ക്രൂരത, ക്രോധം, അസൂയ, അക്രമവാസന എല്ലാം പതുക്കെ ശമിക്കുന്നു. സൗന്ദര്യം ഒരാളെ ശാന്തനും സ്വസ്ഥനുമാക്കുന്നു, ആത്മാവിൽ സുന്ദരനും! മനുഷ്യകുലത്തിന്റെ അവബോധം സുന്ദരമാകുമ്പോൾ മാത്രമേ ഹിരോഷിമ മുതൽ മാറാട് വരെയുള്ള വലുതും ചെറുതുമായ

മുഴുവൻ ഹിംസാത്മക പ്രവർത്തനങ്ങളും ഇല്ലാതാകുകയുള്ളൂ. മനസ്സു സുന്ദരമാകുമ്പോൾ അവിടെ ശാന്തിയും സ്നേഹവും ജനിക്കുന്നു. കലോപാസന പോലെതന്നെ ധ്യാനവും ഇതിലേക്കുള്ള ഒരു വഴിയത്രെ.

കോഴിക്കോട്ടിനടുത്ത് പൂക്കാട് ശാന്തിനികേതൻ ധ്യാനമന്ദിരത്തിൽ അതിന്റെ സാരഥിയായ ഷാജു ഭായി നടത്തിയ പത്തുദിവസം നീണ്ടു നിന്ന ഒരു ധ്യാനപരിശീലനക്യാമ്പിന്റെ സമാപനത്തിൽ പങ്കെടുത്ത പ്രസിദ്ധ ആക്റ്റിവിസ്റ്റ് ഗ്രോവാസു ഏഴരവർഷങ്ങൾ നീണ്ട ജയിൽവാസത്തിനുശേഷം പുറത്തു വന്നപ്പോഴുണ്ടായ ഒരനുഭവം പങ്കിടുകയുണ്ടായി. അന്ന് പൗർണ്ണമി രാവായിരുന്നു. വർഷങ്ങൾക്കുശേഷം നറുനിലാ വേറ്റുകൊണ്ട് തുടർച്ചയായി രണ്ടു രാത്രികളിൽ അദ്ദേഹം പുറത്തിരുന്നു. അവിസ്മരണീയമായ ഒരു തണുപ്പ്, സുഖം, സമാധാനം, ഭൗതികമായ ഒരു സന്തോഷവും സുഖവും നൽകാത്തതെന്തോ ഒന്ന് അത് പകർന്നു നൽകുകയുണ്ടായത്രെ. ആ രണ്ടു രാത്രികളിലുമദ്ദേഹം നിലാവിന്റെ നേരെ നോക്കി എന്തൊക്കയോ പറഞ്ഞുകൊണ്ടിരുന്നത് അദ്ദേഹത്തിന്റെ സോദരി പിന്നീട് പറഞ്ഞത്രെ. ധ്യാനിയൊന്നുമല്ലാതെ നീതിക്കും സാമൂഹ്യമാറ്റത്തിനും സേവനത്തിനുംവേണ്ടി ജീവിതം സമർപ്പിച്ച വാസുവേട്ടൻ തന്റെ പ്രഭാഷണം ഇപ്രകാരമാണവസാനിപ്പിച്ചത്: "കമ്മ്യൂണിസ്റ്റ് സിദ്ധാന്തങ്ങൾക്കോ, ചിന്തകൾക്കോ മനുഷ്യന്റെ മുഴുവൻ ആവശ്യങ്ങളും നിറവേറ്റാനാവില്ല" എന്ന് ഞാൻ മനസ്സിലാക്കി. ധ്യാനത്തിന്റെയോ ആത്മീയതയുടെയോ പ്രസക്തി എന്താണെന്ന് തനിക്കറിയില്ലെന്ന് തുറന്നുപറഞ്ഞ വാസുവേട്ടൻ നിർത്തിവച്ചതിനെ അതിൽ പങ്കെടുത്ത ഈ ലേഖകന് പൂരിപ്പിക്കേണ്ടതായി വന്നു. ഈ ലേഖകൻ പറഞ്ഞു: "നിലാവും കീറപ്പുതപ്പും എന്നൊരു സെൻ കഥയുണ്ട്. ഒരു പൗർണ്ണമിരാവിൽ ഒരു മലമുകളിലെ സെൻ ഗുരുവിന്റെ ആശ്രമത്തിൽ അദ്ദേഹം അവിടെയില്ലാത്ത നേരത്ത് ഒരു കള്ളൻ കടന്നു. ഒന്നും കിട്ടാതെ തിരിച്ചുപോകാൻ തുടങ്ങുന്ന കള്ളനെ അപ്പോളവിടെയെത്തിയ ഗുരു പിടിച്ചുവച്ചു. അദ്ദേഹം സൂക്ഷിച്ചുവച്ചിരുന്ന അമൂല്യമായ ഒരു പുതപ്പ് അവിടെയുണ്ടായിരുന്നു. പൂർവ്വ ഗുരുക്കന്മാർ തലമുറകളോളം ഉപയോഗിച്ച് പഴക്കം ചെന്നതാണെങ്കിലും വിലമതിക്കാനാവാത്തതായി ഗുരു കരുതുന്ന ഒരു പുതപ്പ്. അതു കള്ളനു സ്നേഹത്തോടെ കൊടുത്തശേഷം മുറ്റത്തു നിലാവിൽ ഏറെ നേരം ധ്യാനത്തിൽ മുഴുകിയിരുന്നതിനുശേഷം ഗുരു പതുക്കെ എഴുന്നേറ്റു. അപ്പോൾ അലൗകികമായി നിലാവിൽ കുളിച്ചുനിൽക്കുന്ന ശാന്തമായ മരക്കൂട്ടങ്ങളെ, അവയുടെ നിഴലുകളെ, ഇലകളെ മുഴുവൻ നിലാവിൽ കുളിപ്പിച്ചുകൊണ്ട് പരന്നൊഴുകുന്ന ചന്ദ്രകിരണങ്ങളെ നോക്കി എല്ലാം

മറന്നുനിന്ന അദ്ദേഹം ഒരല്പം കുറ്റബോധത്തോടെ ആകാശത്തേക്കു ശിരസ്സുയർത്തി ഇങ്ങനെ മൊഴിഞ്ഞു: പാവം മനുഷ്യൻ! അയാൾക്കു ഞാനെന്താണ് കൊടുത്തത്? ഒരു കീറപ്പുതപ്പ്! ഈ നിലാവിനെ അയാൾക്കു കൊടുക്കാനെനിക്ക് കഴിഞ്ഞിരുന്നെങ്കിൽ!..."

ഈ നിലാവിനെ, ഹൃദയനിലാവിനെ സംപ്രേക്ഷണം ചെയ്യുന്ന മറ്റൊരു പ്രേമമാർഗ്ഗമത്രെ സൂഫികളുടേത്. ഔപചാരികമതങ്ങളെല്ലാം മനുഷ്യനു കീറപ്പുതപ്പാണ് കൊടുത്തുകൊണ്ടിരിക്കുന്നത്. പകരം നിലാവിനെ, ഹൃദയസൗന്ദര്യത്തെ കൊടുക്കാൻ ഒരാൾക്കാവുമ്പോൾ അയാളൊരു സൂഫിയാണ്. ∎

ദൈവപുസ്തകത്തിലെ മൊഴികൾ

യാഥാർത്ഥ്യം രണ്ടു പുസ്തകങ്ങളിൽ അനാവരണം ചെയ്യപ്പെട്ടിരിക്കുന്നു. ബൈബിളിലും പ്രകൃതിയിലും. - തോമസ് അക്വിനാസ്

ഓരോ ജീവിയും ദൈവത്തെപ്പറ്റിയുള്ള ഒരു പുസ്തകമാകുന്നു!...
- മെസ്റ്റർ എക്ഹാർട്ട്

ഓരോ ജീവിയും ഒരു ബൈബിളാകുന്നു! അതിന്റെ ജ്ഞാനത്തിലേയ്ക്ക് ഒരാൾക്കെങ്ങനെ എത്താനാവും? നിശ്ശബ്ദതയിലൂടെ മാത്രമെ ഒരാൾക്കവിടെ എത്താനാവൂ. കാറ്റിന്റെ, മരത്തിന്റെ, ജലത്തിന്റെ, മണ്ണിന്റെ ജ്ഞാനം കേൾക്കാൻ നിശ്ശബ്ദമായ ഒരു ഹൃദയമത്രെ വേണ്ടത്. എന്നാൽ മതപൗരോഹിത്യം 16-ാം ശതകം മുതൽ 'ബൈബിൾ' എന്ന വാക്കിന് കൂടുതൽ ഊന്നൽ കൊടുക്കുകയും രണ്ടാമത്തെത്, 'പ്രകൃതി' മറവിയിലാണ്ടു പോകുകയും ചെയ്തു.

പ്രകൃതിയുടെ പുസ്തകത്തെ, അതിന്റെ വിവേകത്തെ തിരിച്ചറിയുന്നതിലൂടെ മാത്രമെ ഒരിയ്ക്കൽ സ്വർഗ്ഗമായിരുന്ന ഈ ഭൂമിയെ പൂർണ്ണ നരകമായി മാറ്റുന്നതിൽ നിന്ന് പ്രതിരോധിക്കാനാവൂ.

ഭൂമിയിലെവിടെയും മനുഷ്യൻ ചോദിക്കുന്നു. യഥാർത്ഥത്തിൽ തനിക്കെന്താണ് ചെയ്യാനാവുക? ഉത്തരം തീർത്തും ലളിതം! നമുക്കോരോരുത്തർക്കും നമ്മുടെ ഉള്ളിലെ വസതി ശുദ്ധമാക്കി വെക്കാനാവുമോ! ഇതിനാവശ്യമായ മാർഗ്ഗരേഖ ശാസ്ത്രത്തിൽ, ടെക്നോളജിയിൽ നമുക്കു കണ്ടെത്താനാവില്ല. മറിച്ച് മനുഷ്യരാശിയുടെ പരമ്പരാഗതമായ ദർശനങ്ങളിൽ അതു കണ്ടെത്താനാവും

- ഇ.എഫ്. ഷുമാഗ്ഗർ
(ചെറുതെത്ര മനോഹരം)

'മനുഷ്യരെല്ലാമിന്ന് നരകത്തിന്റെ രാജാക്കന്മാർ' എന്ന് ധ്യാനഗുരു ദാദാലേഖരാജ്.

നിങ്ങളുടെ കണ്ണുകൾ പരിശുദ്ധമാണെങ്കിൽ നിങ്ങളുടെ ആത്മാവിൽ സൂര്യപ്രഭ ചിതറും. എന്നാൽ, നിങ്ങളുടെ കണ്ണുകളിൽ ദുരാഗ്രഹങ്ങളും ദുഷിച്ച ചിന്തകളുമാണുള്ളതെങ്കിൽ നിങ്ങൾ ആഴമേറിയ ആത്മീയ അന്ധകാരത്തിലാവും. ഹാ, ആ ഇരുട്ടെത്ര ആഴത്തിലായിരിക്കും?

(മത്തായി. 6. 22-23)

ഇന്ന് ചരാചരങ്ങളാകെ 'ആത്മാവിന്റെ ഇരുണ്ട രാത്രി'യിലത്രെ. ഇത്രയേറെ ശോകം, ഇരുട്ട്, മുറിവ്, ഭയം, ഉൽക്കണ്ഠ ജീവജാലങ്ങൾക്കു മീതെ ഒരു ചരമാവരണം പോലെ വന്നു മൂടിയ ഒരു കാലം ചരിത്രത്തിലില്ല.

ബെദെഗ്രിഫിത് മൊഴിയുന്നു: "നൈരാശ്യം പലപ്പോഴും ആത്മീയതയിലേയ്ക്കുള്ള ആദ്യത്തെ പടവാകുന്നു. ഒരു തകർച്ചയുടെ പിടിയിൽ ആകുന്നതുവരെ, ഒരാൾ പരിവർത്തനത്തിന്റെ അനുഭവത്തിലേയ്ക്കു വന്നണയുന്നില്ല."

ഹിൽ സെഗാർഡ്, തോമസ് അകിനാസ്, എക്ഹാർട്ട് എന്നീ മിസ്റ്റിക്കുകൾ പറയുന്നത് ആത്മാവ് ശരീരത്തിലല്ല, മറിച്ച് ശരീരം ആത്മാവിലാകുന്നു എന്നത്രെ. ഒരാളുടെ ആത്മാവിന്റെ ആന്തരിക വസതിയിലേക്കെത്തുകയെന്നാൽ അഗാധമായ ആന്തരികസത്തയെ അറിയുന്നതോടൊപ്പം അയാളുടെ ചുറ്റുമുള്ള സമുദായങ്ങളുടെ, ദേശങ്ങളുടെ, വർഗ്ഗങ്ങളുടെ, ജീവരാശികളുടെ ആന്തരികതയിലേയ്ക്കുകൂടി പോവുക എന്നാകുന്നു. ആന്തരിക വസതിയെന്നത് കേവലം ഒരു വ്യക്തിയുടെ മാത്രം ഭാഗമല്ല, മറിച്ച് അയാളുടെ ജീവിതരീതി, ജീവിതതാളം ഒരാന്തരിക വസതിയെ സ്വയം വഹിക്കുന്നുണ്ട്. അതുകൊണ്ടത്രെ, നമ്മുടെ പരിസ്ഥിതി നമുക്കു ചുറ്റും മരിച്ചുകൊണ്ടിരിയ്ക്കെ, നാം ഉള്ളിൽ ഹിംസാത്മകരാകുന്നു; നാം ജീവിച്ചു പോരുന്ന ഈ കൂട്ടിനുള്ളിൽ നാം തെറ്റുകൾ ആവർത്തിക്കുന്നു.

ബെദെ ഗ്രിഫിത്സ്, ബ്രിട്ടീഷുകാരനായ ഭിക്ഷു പറഞ്ഞു: "ക്രൈസ്തവതയ്ക്ക് അതിന്റെ ഗൂഢപാരമ്പര്യത്തെ, മിസ്റ്റിസിസത്തെ വീണ്ടെടുക്കാനാവുന്നില്ലെങ്കിൽ അത് മടക്കിവെച്ച് ബിസിനസ്സിലേയ്ക്കു പോകുന്നത് നന്നാവും. ഇനിയങ്ങോട്ട് അതിന് ഒന്നും നല്കാനാവില്ല."

പള്ളികൾ ഒഴിഞ്ഞുകിടക്കുന്നു. ലോകത്തിലെ യുവജനങ്ങളുടെ ആത്മാവ് നൈരാശ്യത്തിന്റെ ഇരുട്ടിലാണ്. ഇതിന് ഈ നിലയ്ക്കിനി തുടരാനാവില്ല. ക്രൈസ്തവത അതിന്റെ മിസ്റ്റിക്കൽ പൈതൃകത്തെ വീണ്ടെടുക്കുക തന്നെ വേണം. എന്തെന്നാൽ, ഓരോ മനുഷ്യനിലും ഒരു മിസ്റ്റിക്, ഗൂഢവാദി ഉണ്ട്. മിസ്റ്റിസിസത്തെ വികസിപ്പിക്കുമ്പോൾ പ്രവാചകരെ പുനർജനിപ്പിക്കാൻ കഴിയുന്നു. പ്രകൃതിയോടടുത്തു

നിൽക്കുന്ന ഒരെളിയ മിസ്റ്റിക് തന്റെ ദിവ്യതയെ അനുഭവിക്കുകയാണ്. അതയാളുടെ ഹൃദയവാതിൽ തുറന്നിടുന്നു. അപ്പോൾ ദിവ്യത അതു വഴി പ്രവേശിക്കുന്നു. പോപ്പിന്, പള്ളിയിലെ വികാരിയ്ക്ക് ഇതു തുറന്നു തരാനാവില്ല.

ഗ്രെഗറി ബാറ്റ്സെൻ പറഞ്ഞു "വേദത്തിലെ ഏറ്റവും കഠിനമായത് സെയിന്റ് പോൾ ഗലേഷ്യക്കാരെ സംബോധന ചെയ്തപ്പോൾ പറഞ്ഞ തത്രെ - ദൈവം പരിഹസിയ്ക്കപ്പെടരുത്!"

പരിസ്ഥിതിയുമായി, ഭൂമിയുമായി ബന്ധപ്പെട്ട് ഓസോൺ പാളിയെ പ്പറ്റി, മലിനീകരണത്തെപ്പറ്റി, വനനശീകരണത്തെപ്പറ്റി ഒരു രശീതി പുസ്തകം, കണക്കുപുസ്തകം ഭൂമിയും സൂക്ഷിച്ചുവെച്ചിരിക്കുന്നു. എന്തെന്നാൽ ഭൂമി പരിഹസിക്കപ്പെടരുത്.

മൂന്നു നാലു വർഷങ്ങൾക്കിടയ്ക്കു പാരിസ്ഥിതിക പ്രത്യാഘാതങ്ങൾ ഭൂമിയുടെ, ജലത്തിന്റെ, കാറ്റിന്റെ, പ്രകാശത്തിന്റെ ക്രോധം, ഓരോ പുതിയ ലോകയുദ്ധങ്ങൾക്കു തുല്യം മനുഷ്യവംശത്തെ സംഹരിച്ചുകൊണ്ടിരിക്കുന്നത് നാം നേരിട്ടു കണ്ടുകൊണ്ടിരിക്കയല്ലെ? പ്രകൃതിയുടെ ഇത്തരം ഓരോ തിരിച്ചടികളും "ഭൂമി പരിഹസിക്കപ്പെടരുത്, ജീവജാലങ്ങൾ പരിഹസിക്കപ്പെടരുത്!" എന്ന് ഓർമ്മപ്പെടുത്തുന്നു.

ഹിൽദെഗാസ് പറഞ്ഞതുപോലെ മനുഷ്യരാശിയും മറ്റു ജീവികളും തമ്മിലുള്ള ഇടപാടിൽ നീതിയുടെ ഒരു 'വെബ്ബ്' നിലകൊള്ളുന്നു. നീതിയുടെ ഈ 'വെബ്ബ്' മനുഷ്യരാശി മുറിച്ചുകളയുകയാണെങ്കിൽ മനുഷ്യരാശിയെ ശിക്ഷിയ്ക്കാനായി ദൈവം പ്രകൃതിയെ അനുവദിക്കുന്നു. കാരണം പ്രകൃതിയും പരിഹസിക്കപ്പെടരുത്.

ഇലകൾ കൊഴിഞ്ഞ് ശൂന്യതയിലേയ്ക്കു മിഴിച്ചു നിൽക്കുന്ന ഒരു ബദാംവൃക്ഷത്തിനു മുന്നിൽ അതിനെ ആലിംഗനം ചെയ്തുകൊണ്ട് നിൽക്കുകയായിരുന്നു ഫ്രാൻസിസ് പുണ്യവാളൻ. സൃഷ്ടിയുടെ ഒരു മഹാസത്യത്തെ രഹസ്യമാക്കിവെച്ചിരിക്കുന്ന ഒരാളോടെന്നപോലെ ആ വൃക്ഷത്തെ ആഴത്തിൽ നോക്കി അദ്ദേഹം മൊഴിഞ്ഞു. "പ്രിയ സോദരീ, ബദാം മരമേ, ദൈവത്തെപ്പറ്റി ദയവായെന്നോടു പറഞ്ഞാലും!"

ഉടൻ ബദാംമരം തളിർക്കുകയും പൂക്കുകയും പരിമളം പൊഴിക്കുകയും ചെയ്തുകൊണ്ട് ആനന്ദോന്മത്തയായി, മണ്ണിലുറച്ചുനിന്നുകൊണ്ട് ഒരു നൃത്തത്തിലെന്ന പോലെ ചലിച്ചുകൊണ്ടിരിക്കുകയും ചെയ്തു. ഫ്രാൻസിസ് പുണ്യവാളനെപോലെ ഒരാളോട് ഈശ്വരനെപ്പറ്റി ഒരു പാവം വൃക്ഷത്തിന് അങ്ങനെയല്ലാതെ എങ്ങനെയാണ് പറയാനാവുക!

ഇരുളിലെ ജീവതാരകം

ഒരു മഹാനായ സെൻഗുരു താൻ കുളിച്ചതിനുശേഷം ബാക്കിയുള്ള ഇത്തിരി വെള്ളം ഒരു ശിഷ്യൻ വന്ന് ബക്കറ്റ് കഴുകി ഒഴിച്ചുകളഞ്ഞതറിഞ്ഞ് വളരെ വികാരവിക്ഷുബ്ധനാകുന്ന ഒരു രംഗമുണ്ട്. വേനലിന്റെ തീയിൽ സസ്യസോദരങ്ങൾ വെന്തെരിയുമ്പോൾ ഒരു തുള്ളി വെള്ളം എത്ര അമൂല്യമാണെന്ന് ആ കഥയിൽ ഗുരു ശിഷ്യനെ ഓർമ്മിപ്പിക്കുന്നുണ്ട്. ജലത്തെപ്പറ്റിയുള്ള ഗുരുവിന്റെ ഉള്ളിൽ തട്ടിയ ആ മൊഴികൾ ശിഷ്യനിൽ ബോധോദയം ഉണ്ടാക്കിയതായാണ് കഥ.

ജലത്തിന്റെ അമൂല്യത സ്വയം അറിയാൻ മൂന്നു നാൾ ജലം ഒഴിവാക്കി ജീവിച്ചു നോക്കാനായി അമേരിക്കൻ ഗോത്രവർഗ്ഗക്കാരിലൊരാൾ പറഞ്ഞതോർക്കുകയാണ്. അത്തരം ഒരനുഭവത്തിലൂടെ കടന്നുപോയ ഒരാളുടെ മുന്നിൽ ജലം എത്തുമ്പോൾ ഒരിറക്ക് വെള്ളം ചുണ്ടുകളെ നനച്ച് ഉള്ളിലെത്തുമ്പോൾ ഉണ്ടാകുന്ന അനുഭൂതി വെള്ളത്തിനു പകരം ഭൂമിയിൽ ഒന്നുമില്ലെന്ന് പഠിപ്പിക്കും.

പ്രകൃതിക്കു നേരെയുള്ള ആദരാദ്ഭുതം, വിസ്മയം ആത്മീയതയിലേയ്ക്കുള്ള ആദ്യത്തെ പടവാകുന്നു. കാലത്തിന്റെ അനന്തതയിലും ആകാശത്തിന്റെ വിശാലതയിലും വ്യാപിച്ചു കിടക്കുന്ന നക്ഷത്രപ്രപഞ്ചം ജീവിതത്തിന്റെ വർണ്ണശബളമായ ഘോഷയാത്ര. വളർച്ചയുടെയും പുനരുല്പാദനത്തിന്റെയും പദ്ധതി, മൃഗങ്ങളുടെ സഹജവാസനകൾ, പ്രകൃതിയുടെ നിർമ്മാണക്ഷമത - ഇവയെല്ലാം അവിശ്വസനീയം, അദ്ഭുതത്തിനുമേൽ അടുക്കിവെച്ച അദ്ഭുതം.

“എല്ലാ വസ്തുക്കളും ഒരു സവിശേഷ ക്രമത്തിലാണ് ഉണ്ടാക്കപ്പെട്ടത്. അവ പറ്റുന്ന തരത്തിൽ ദിവ്യതയെ അതിന്റെ സൗന്ദര്യത്തെ അനുകരിച്ചു കാട്ടുകയാണ്” എന്ന് അകിനാസ്. “ദൈവം സൗന്ദര്യമാകുന്നു” എന്ന് ഫ്രാൻസിസ് പുണ്യവാളനും.

“**നാ**മെന്താണോ എന്നത് ദൈവം നമുക്കു തന്ന സമ്മാനമാകുന്നു. നാമെന്തു ചെയ്യുന്നുവെന്നത് നാം ദൈവത്തിനു നൽകുന്ന സമ്മാനവും”

- ലൂയിസ് നിസർ

“നാം, മനുഷ്യരാശി ഇത്രയും കാലത്തെ ജീവിതത്തിന്റെ ഫലമായി ദൈവത്തിനു നൽകിയതെന്താണ്? വായുവിൽ പക്ഷികളെപോലെ പറക്കാൻ, കടലിൽ മത്സ്യങ്ങളെ പോലെ നീന്താൻ നമുക്കു കഴിയുന്നു. പക്ഷേ, ഭൂമിയിൽ സഹോദരരെപോലെ ജീവിക്കുകയെന്ന ലളിതമായ കല, വിവേകത്തിന്റെ പാഠം നാമിനിയും പഠിച്ചിട്ടില്ല.”

- മാർട്ടിൻ ലൂഥർ കിങ്

“തന്നെയറിഞ്ഞവരുടെ പാദങ്ങളിൽ ഞാൻ വന്ദിയ്ക്കുന്നു” എന്നൊരു മന്ത്രം ഋഗ്വേദത്തിലുണ്ട്. മതേതരമായ ഒരേ ഒരു മന്ത്രമാണത്.

തന്നെയറിഞ്ഞവർ, യഥാർത്ഥ ജ്ഞാനികൾ, ബോധോദയം ലഭിച്ചവർ കണ്ടെത്തിയ വിവേകത്തിന്റെ വെളിച്ചത്തിൽ ഒരാൾ തീർത്തും ഏകാകിയായിരിക്കുമ്പോൾ, അഹംബോധമറ്റവനാകുമ്പോൾ പിന്നെ അയാളിൽ പൂർണ്ണശൂന്യതയത്രെ. അത് ഊർജ്ജമാണ്, നിശ്ശബ്ദതയാണ്. അവിടെ ഉൾക്കാഴ്ചയുടെ വാതിലുകൾ മുഴുവനായി തുറക്കപ്പെടുകയാണ്. അപ്പോഴത്രെ നാം നയിച്ചു പോരുന്ന നിത്യജീവിതം എത്ര അസന്തുഷ്ടവും ദരിദ്രവും വൃത്തിശൂന്യവും യുക്തിരഹിതവുമാണെന്നു കാണാനാവുന്നു. ഇരുപതു ലക്ഷം വർഷങ്ങൾ മനുഷ്യൻ ജീവിച്ചു. എന്താണവൻ നേടിയത്? കൂടുതൽ യുദ്ധങ്ങൾ, നാശങ്ങൾ, തകർച്ചകൾ. ബുദ്ധൻ, യേശു, മാർക്സ്, കൃഷ്ണമൂർത്തി. എല്ലാവരും ഒന്നല്ലെങ്കിൽ ഒന്നു പറഞ്ഞു. എന്നാൽ ലക്ഷം വർഷങ്ങൾക്കുശേഷവും നാം ആ പഴയ മനുഷ്യൻ തന്നെ.

ആറ്റംബോംബിനെക്കാൾ ശക്തി ശാന്തിയ്ക്കുണ്ടെന്നു ധ്യാനഗുരു ദാദാലേഖരാജ് പറഞ്ഞു. ലോകമുണ്ടാക്കിയ ഏതു ശക്തിയെക്കാളും ശക്തി ശാന്തിയ്ക്ക്, നിശ്ശബ്ദതയ്ക്ക് ഉണ്ട്. മനുഷ്യന്റെ ഉള്ളിലെ ആർത്തി, കോപം, വൈരം, അസൂയ, വെറുപ്പ് - ഇവയെ ഇല്ലാതാക്കാൻ ശാന്തിയുള്ള ഒരു മനസ്സിനു കഴിയുന്നു. ചെറുതും വലുതുമായ എല്ലാതരം യുദ്ധങ്ങളും ശമിക്കണമെങ്കിൽ വ്യക്തികളിൽ അതിരറ്റ ശാന്തിയെത്തണം. അതിന് ഓരോ വ്യക്തിയും നിശ്ശബ്ദതയുടെ രുചിയറിയണം. ഇതറിയുമ്പോൾ ഗൗതമബുദ്ധൻ 2500 വർഷങ്ങൾക്കു മുമ്പ് പറഞ്ഞത്, “കൊല്ലരുത്, കൊല്ലാൻ നാം കാരണക്കാരാവുകയും അരുത്.” നമ്മുടെ ഉള്ളിലും താനെ വെളിപ്പെടും. ഇന്നു ജീവിക്കുന്ന ഓരോ മനുഷ്യന്റെ ഉള്ളിലും ഇത്തരം ഒരു തോന്നൽ ഉണ്ടാകുന്നില്ലെങ്കിൽ ഭൂമി ഇന്നല്ലെങ്കിൽ നാളെ ഒരു പിടി ചാരമാവും.

■

ബുദ്ധനെ, യേശുവിനെ വെടിയുക...

നിങ്ങൾ വിഡ്ഢികൾ, നിങ്ങൾ ബുദ്ധന്റെ അനുയായികൾ
അദ്ദേഹത്തെ വെടിയുക
അദ്ദേഹത്തെവെടിയാതെ,
അദ്ദേഹത്തെ നിങ്ങൾക്കു കണ്ടെത്താനാവില്ല!

– സെൻഗുരു ദിൻസായ്

ഇതുപോലെ സെൻ ക്രിസ്ത്യാനിറ്റിയിലെത്തുമ്പോൾ, സെൻ ഇസ്ലാമികതയിലെത്തുമ്പോൾ, സെൻ ഹൈന്ദവികതയിലെത്തുമ്പോൾ,

'നിങ്ങൾ വിഡ്ഢികൾ, നിങ്ങൾ ക്രിസ്തുവിന്റെ അനുയായികൾ
മുഹമ്മദ് നബിയുടെ അനുയായികൾ
കൃഷ്ണന്റെ അനുയായികൾ അവരെ വെടിയുക.
അവരെ വെടിയാതെ
അവരെ നിങ്ങൾക്കു കണ്ടെത്താനാവില്ല!'

എന്നിടത്തു വച്ച് ഒരു ഡയലോഗ് തുടങ്ങിവയ്ക്കാൻ മുഖ്യധാരാ മതങ്ങളിലെ ധ്യാനിക്കുന്നവരെ സാക്ഷിയാക്കി ഇതെഴുതുകയാണ്.

'നിങ്ങളിലുള്ളത് നിങ്ങൾ മുന്നോട്ടു കൊണ്ടുവരികയാണെങ്കിൽ, നിങ്ങൾ മുന്നോട്ടു കൊണ്ടുവരുന്നത് നിങ്ങളെ രക്ഷിക്കും. നിങ്ങളിലുള്ളത് നിങ്ങൾ മുന്നോട്ടു കൊണ്ടുവരുന്നില്ലെങ്കിൽ, നിങ്ങൾ മുന്നോട്ടു കൊണ്ടുവരാത്തത് നിങ്ങളെ നശിപ്പിക്കും.' – തോമസിന്റെ സുവിശേഷം

മനുഷ്യനിലുള്ളത് മനുഷ്യൻ മുന്നോട്ടു കൊണ്ടുവരാത്തതാണ്, അതുണ്ടാക്കുന്ന നരകമാണ്, സംഘർഷമാണ്, സംഹാരമാണ്, നമ്മെ ഇന്നു നശിപ്പിച്ചുകൊണ്ടിരിക്കുന്നത്. മനുഷ്യനിലുള്ളത് ശാന്തി, പ്രേമം, ആനന്ദം, ശക്തി, ജ്ഞാനം, പരിശുദ്ധി മുന്നോട്ടുകൊണ്ടുവരുന്നില്ലെങ്കിൽ, അതിന് ഓരോ വ്യക്തിയും തന്നിലെ ബുദ്ധനെ, യേശുവിനെ, നബിയെ,

കൃഷ്ണനെ ഉണർത്തുന്നില്ലെങ്കിൽ ഭൂമി ഇന്നല്ലെങ്കിൽ നാളെ ഒരു പിടി ചാരമാകും!

ഈ ഗോളത്തിൽ നാം ഏറെ ലക്ഷം വർഷങ്ങളായി നിവസിക്കുന്നു. നാമിപ്പോഴും സംഘർഷത്തിൽ കഴിയുകയാണ്. സംഹാരോന്മുഖമായ, മൃഗീയമായ യുദ്ധങ്ങളുടെ ഭാഗമായുള്ള സംഘർഷമല്ല, മറിച്ച് നാം ഓരോ വ്യക്തിയും നിത്യജീവിതത്തിൽ ചെറുതും വലുതുമായുള്ള എണ്ണമറ്റ സംഘർഷങ്ങളിൽ ഉഴലുന്നു. എന്നാൽ ബുദ്ധൻ മുതൽ ജിദ്ദു കൃഷ്ണ മൂർത്തി വരെ പറയുന്നത് ഈ സംഘർഷമില്ലാതെ ജീവിക്കുവാനാണ്. അപ്പോഴാണ് ഒരാളിൽ ആത്മീയത ഉണരുന്നത് എന്നും. ഇതിനുള്ള ഒരു ബീജം ഓരോ വ്യക്തിക്കും മസ്തിഷ്കത്തിന്റെ ആഴമുള്ള പ്രതലത്തിൽ നട്ടുപിടിപ്പിക്കാനാവുമോ? അവിടെ മണ്ണുണ്ട്. ഭൂമിയിലെ മണ്ണിനേക്കാൾ ഏറെ സമ്പന്നമായത്. അവിടെ നിന്നതിന് മുളച്ചുവരാനാകും. നമുക്കൊക്കെയും അല്ലെങ്കിൽ നമുക്ക് കുറച്ചുപേർക്ക് ഈ പൃഥ്വിയിൽ ഒരു സംഘർഷവും കൂടാതെ ജീവിക്കാനാവുമോ? ഈ ചോദ്യത്തിനുള്ള ഉത്തരം തരാൻ നമുക്കാവില്ല. മറിച്ച് ഈ ചോദ്യത്തിന്റെ ബീജം നമുക്കുള്ളിൽ നടാം. അത് ഉള്ളിന്റെ ആഴത്തിൽ നിന്ന് ഒരു മരമായി വളർന്നു വരട്ടെ... ചോദ്യങ്ങളുടെ പൂക്കൾ കൊണ്ടതു നിറയട്ടെ... പതുക്കെ ഉത്തരങ്ങളുടെ വിത്തുകൾ മുളക്കാതിരിക്കില്ല! അതൊരാളിൽ മുളയ്ക്കുകയും പൂക്കുകയും ചെയ്യുമ്പോൾ അയാളൊരു ബുദ്ധനാണ്, യേശുവാണ്, നബിയാണ്, കൃഷ്ണനാണ്.

ഒരു വിഗ്രഹം സമ്പൂർണ്ണമാകുമ്പോൾ, തകരുമ്പോൾ അത് ആരാധനയ്ക്കെടുക്കുകയില്ല. അതൊരു കല്ലായിട്ടേ പരിഗണിക്കുകയുള്ളൂ. അത്തരം വിഗ്രഹങ്ങൾ മ്യൂസിയത്തിലെ വയ്ക്കുകയുള്ളൂ; ആരാധനാലയങ്ങളിൽ വയ്ക്കില്ല - ദാദാ ലേഖരാജ് നമ്മുടെ മുഖ്യധാരാമതങ്ങൾ, പ്രത്യയശാസ്ത്രങ്ങൾ, സാമൂഹ്യസിദ്ധാന്തങ്ങൾ, പ്രതിവിധികൾ, ഇപ്രകാരം മ്യൂസിയത്തിൽ വയ്ക്കേണ്ടതാണെന്ന്, ആന്തരികമായി പറയുന്നവയല്ലാത്ത ഒന്നും ഇപ്പോൾ നമുക്കു മുന്നിലില്ല. ‘ഒരിക്കൽ വെളിച്ചമുണ്ടായിരുന്നു. ഇപ്പോഴില്ല’ എന്നു പറയുന്ന കെട്ടുപോയ വിളക്കുകളെയൊക്കെ മാറ്റിവച്ച് ഒരു ശിശുലോകത്തെ കാണുന്നതുപോലെ ജീവിതത്തെ കാണാൻ നമുക്കാവില്ലേ? 84000 ‘ധർമവിളക്കു’കളെരിഞ്ഞുകൊണ്ടിരിക്കുന്നതിനെപ്പറ്റി ഗൗതമബുദ്ധൻ പറയുന്നുണ്ട്. ഓരോ ധർമ്മവിളക്കും ഓരോ സവിശേഷ സ്ഥലകാലത്തിൽ സഹജമായുണ്ടാകുന്നതാണ്. യേശുവും നബിയും ബുദ്ധനും കൃഷ്ണനും ജനിച്ചപ്പോഴുണ്ടായ ഭൂമിയോ ആകാശമോ ജലമോ വായുവോ വെളിച്ചമോ അല്ല 2011ൽ ജീവിക്കുന്ന നമുക്കു

മുന്നിലുള്ളത്. ലക്ഷങ്ങൾ വധിക്കപ്പെട്ട രണ്ടു ലോകയുദ്ധങ്ങൾ, ഭൂമിയെ മുഴുവനായി നിമിഷങ്ങൾകൊണ്ട് ചാമ്പലാക്കാനുള്ള അതിസൂക്ഷ്മാണ വോപകരണങ്ങളുമായി മനുഷ്യരാശിയുടെ ഇന്നിനു മീതെ പരമാധികാരം സ്ഥാപിച്ചു നിലകൊള്ളുന്ന അധികാര രൂപങ്ങൾ മനുഷ്യരാശിയുടെ അനുഭവസമ്പത്തിനെ മുഴുവൻ ഒരു നിമിഷം കൊണ്ടറിയാൻ സഹായിക്കുന്ന തരത്തിലുള്ള ഇന്റർനെറ്റ് സംവിധാനം, ലോകവുമായുള്ള അകലം കുറയ്ക്കുന്ന സെൽഫോൺ വിനിമയ ബന്ധങ്ങൾ.... ഒരു ജീവി എന്ന നിലയ്ക്ക് മനുഷ്യകുലത്തിന്റെ നിലനില്പുപോലും ഇനിയെത്ര നാളേയ്ക്ക് എന്നുപോലും തോന്നിക്കുന്ന തരത്തിൽ ഹിംസയിലും ഹത്യയിലും പാപത്തിലും ഇരുട്ടിലും ദിശാബോധം ഇല്ലാതായിക്കൊണ്ടിരിക്കുന്നതായി തോന്നിക്കുന്ന സന്ദർഭങ്ങൾ... ഇതിനൊക്കെ ഇടയ്ക്ക് ഭൂമിയിലുണ്ടായ മുഴുവൻ ധർമ്മവിളക്കുകളും 84000 ധർമ്മവിളക്കുകളും കൊളുത്തിവെയ്ക്കേണ്ടിയിരിക്കുന്നു. ഇനിയുമിനിയും ധർമ്മവിളക്കുകൾ പുതിയവയും കൊളുത്തപ്പെടേണ്ടതായുമിരിക്കുന്നു. ഒരു വിളക്കിന്റെ വെളിച്ചത്തിൽ നടന്നു പരിചയിച്ച സ്വഭാവം വ്യവസ്ഥ ചെയ്ത ഒരാൾ തന്റെ ബോധത്തിന്റെ പരിമിതിയറിഞ്ഞ് വേറൊരു വിളക്കിനെ ഭയപ്പെടാതെ ആ വിളക്കിനെ, വെളിച്ചത്തെക്കൂടി തന്റെ കാഴ്ചയെ കൃത്യതയുള്ളതാക്കാൻ, തെളിമയുള്ളതാക്കാൻ ഒരുങ്ങേണ്ടിയിരിക്കുന്നു. ഭഗവദ്ഗീതയുടെ മാത്രം വെളിച്ചത്തിൽ നോക്കി ശീലിച്ചവർ ബൈബിളിന്റെ വെളിച്ചത്തിലും ഖുർആന്റെ വെളിച്ചത്തിലും ധർമ്മപദത്തിന്റെ വെളിച്ചത്തിലും നോക്കാൻ ത്രാണിയുള്ളവരായി തീരട്ടെ. ബൈബിളിന്റെ മാത്രം വെളിച്ചത്തിൽ നോക്കാതെ ഖുർആന്റെയും ധർമ്മപദത്തിന്റെയും കൂടി വെളിച്ചമുൾക്കൊണ്ട് നോക്കാൻ കഴിയുമ്പോൾ, ഖുർആന്റെ വെളിച്ചത്തിൽ മാത്രം നോക്കാതെ ഗീതയുടെയും ബൈബിളിന്റെയും കൂടി വെളിച്ചത്തിൽ നോക്കാനാവുമ്പോൾ ഇവയിലെല്ലാമുള്ള വെളിച്ചത്തിന്റെ സാരം ഭൂമിയിൽ ജീവിക്കുന്ന ഓരോ മനുഷ്യനും അന്തരാത്മാവിലറിയുമ്പോൾ അത് ഉണ്ടാക്കുന്ന പുതിയ മനസ്സ്, പുതിയ ഭൂമി, പുതിയ ആകാശം, എങ്ങിനെയാവുമെന്ന് നമുക്കീ ക്രിസ്മസ് രാവിൽ ധ്യാനിക്കാനാവുമോ?

രണ്ട്

ഭൂമിയിൽ 114 മില്യനാണ്ടുകൾക്കു മുമ്പ് ഇതിൽ ഒന്നാമതായി ഉണ്ടായ ഒരു പൂ സൂര്യരശ്മികളേറ്റ് പതുക്കെ വിരിയാൻ തുടങ്ങി... നിറത്തിന്റെയും സുഗന്ധത്തിന്റെയും മൃദുലതയുടെയും നിഷ്കളങ്കതയുടെയും മാനോഹാരിതയുടെയും ആദ്യത്തെ വിരിയൽ! മനുഷ്യാവബോധത്തിന്റെ വികാസത്തിലെ ശ്രദ്ധേയമായൊരു സംഭവം പൂവിന്റെ സൗന്ദര്യത്തെ ആദ്യമായി

തിരിച്ചറിയുന്നതിലൂടെയാരംഭിക്കുന്നു. സ്നേഹത്തിന്റെയും ആനന്ദത്തിന്റെയും അതുണർത്തിയ സന്തോഷത്തിന്റെയും വികാരം ഇതിൽ നിന്നാണുണർന്നത്. ഒരാളുടെ ഉള്ളിലുള്ള അത്യുന്നതവും പാവനവും പരമവും രൂപരഹിതവുമായ ഒന്നിലേക്ക് പൂക്കൾ, ഏറെ അഭൗമമായി, സുന്ദരമായി അവ ഉരുവാകുന്ന സസ്യങ്ങളെക്കാളേറെ മൃദുലമായി, നവ്യമായി, മറ്റേതോ ലോകത്തിന്റെ സന്ദേശവാഹകരായി, സാകാരമായ ലോകത്തിൽ നിന്ന് നിരാകാര ലോകത്തിലേയ്ക്കുള്ള പാലമായി.... പൂക്കളിലൂടെ അനുഭവിച്ച ജീവിതത്തിന്റെ ദിവ്യസത്തയെ, തുടർന്ന് പറവകളിലൂടെ മനുഷ്യനറിയാൻ തുടങ്ങി. പക്ഷികൾ നമ്മുടെ സ്വാതന്ത്ര്യത്തെ, വിശുദ്ധിയെ, കറപുരളാത്ത സുഖത്തെ പ്രതിനിധാനം ചെയ്യുന്നു. യേശു കുട്ടിക്കാലത്ത് മൺകിളികളെയുണ്ടാക്കി വയ്ക്കുകയും അതിലാനന്ദം കണ്ടെത്തുകയും ചെയ്തിരുന്നു. ഒരിക്കലവയിൽ ഒന്നിനെ ആകാശത്തേയ്ക്കു പറത്തിയതായിരുന്നു യേശുവിന്റെ ആദ്യത്തെ ദിവ്യാദ്ഭുതം.

മറ്റെല്ലാം മറന്ന് ഒരു പക്ഷി പാടുന്നത് കേൾക്കുകയും മണ്ണിൽനിന്ന് ഒരു പൂ വിരിഞ്ഞുവരുന്നത് കാണുകയും ആകാശത്തിന്റെ നീലിമയെ നോക്കുകയും ചെയ്യുമ്പോൾ ഒരാൾ തന്നിലുള്ള പരിശുദ്ധാത്മാവിന്റെ ബീജത്തെ സ്പർശിക്കുകയാണ്.

'പരിശുദ്ധാത്മാവ്' എന്നാൽ ദൈവമയച്ച ഊർജ്ജം എന്നാണർത്ഥം. ബുദ്ധൻ പറയുന്ന 'മനോനിറവ്' എന്നതും 'പരിശുദ്ധാത്മാവ്' പോലെ തന്നെയത്രെ. രണ്ടും രോഗശമനകാരികളാണ്. ഒരാൾ മനോനിറവിലിരിക്കുമ്പോൾ അയാളിൽ സ്നേഹവും ധാരണയും ഉണ്ടാകുന്നു; അയാൾ കൂടുതൽ ആഴത്തിലാകുന്നു. സ്വന്തം മനസ്സിലെ മുറിവുകൾ ഉണക്കാൻ ഇതുപകരിക്കുന്നു. മനോനിറവിൽ ബോധോദയാനന്തരം ജീവിച്ചതുകൊണ്ടാണ് ബുദ്ധൻ 'വൈദ്യൻമാരുടെ രാജാവ്' എന്നറിയപ്പെട്ടത്.

യേശു ഒരു രോഗിയെ സ്പർശിക്കുമ്പോൾ അയാൾ ചികിത്സിക്കപ്പെടുന്നു. പരിശുദ്ധാത്മാവ്, ദിവ്യോർജ്ജം യേശുവിലേക്ക് ഒരു പ്രാവിനെപ്പോലെ ഇറങ്ങിവന്നപ്പോഴാണതുണ്ടാകുന്നത്.

ഒരാൾ മനോനിറവുള്ളവനാകുമ്പോൾ വർത്തമാന നിമിഷത്തിന്റെ ആഴത്തിൽ സ്പർശിക്കുകയാണ്. അപ്പോൾ ഒരാൾക്ക് അഗാധമായി കാണാൻ, കേൾക്കാൻ, അനുഭവിക്കാൻ കഴിയുന്നു. ഇതിന്റെ ഫലമോ? നിരന്തരമായ ധാരണ, സ്വീകരണക്ഷമത, സ്നേഹം, യാതനയിൽ നിന്നു മുക്തനാകാനുള്ള ഇച്ഛ ഉണ്ടാകുന്നു. ഒരാളിലെ മനോഹരനായ ശിശു അയാളിലേക്ക് വന്നുകഴിഞ്ഞാൽ, പുഞ്ചിരിച്ചാൽ അയാൾ പൂർണ്ണമായും അവനുവേണ്ടി അവിടെയാകുന്നു.

പരിശുദ്ധാത്മാവിന്റെ സാന്നിധ്യം ശിശുക്കൾക്ക് വേഗം തിരിച്ചറിയാനാകുന്നു. അതുകൊണ്ട് "ദൈവരാജ്യത്തിലേക്കു പ്രവേശനം കിട്ടണമെങ്കിൽ നാം ശിശുക്കളെപ്പോലെയാകണം" എന്ന് യേശു. 'പരിശുദ്ധാത്മാവ്' എന്നാൽ 'പരിശുദ്ധ ജീവിതത്തിന്റെ ശ്വാസം' എന്നർത്ഥമുണ്ട് (Spirit എന്നാൽ ശ്വാസം).

'ശ്വാസത്തിലൂടെ ദൈവത്തെ അറിയാനാകു'മെന്ന് ബുദ്ധൻ.

ബുദ്ധൻ ശിഷ്യരോട് ചോദിച്ചു: "മനുഷ്യന്റെ ആയുസ്സെത്ര?"

"എൺപത് വർഷം"

"തെറ്റ്"

"എഴുപത് വർഷം"

"തെറ്റ്, തെറ്റ്"

"അറുപത് വർഷം"

"തെറ്റ്"

"എന്നാലെത്രയാണ് മനുഷ്യായുസ്സ്?"

ബുദ്ധൻ മൂക്കിനു നേരെ ചൂണ്ടിപ്പറഞ്ഞു: "ശ്വസനത്തിലാണ് ആയുസ്സു കിടക്കുന്നത്."

ദൈവരാജ്യം ഇവിടെ, ഇപ്പോൾ ഈ നിമിഷത്തിലാണ്. ഒരാൾ ദൈവരാജ്യത്തിലേക്കു പോകുകയല്ല. ഒരാളീ നിമിഷത്തിൽ മനോനിറവോടെ ശ്വാസനിശ്വാസങ്ങളിൽ നിശ്ചലമായിരിക്കുമ്പോൾ ദൈവരാജ്യം അയാളിലേക്കിറങ്ങി വരുകയാണ്.

'ശരീരം ഇവിടെയാണെങ്കിലും നമ്മുടെ മനസ്സ് ദൂരെയായിരിക്കും' ബുദ്ധൻ പറഞ്ഞു. നമ്മുടെ ശ്വാസോച്ഛ്വാസമാണ് ശരീരത്തെയും മനസ്സിനെയും ബന്ധിപ്പിക്കുന്നത് (ബോധോദയത്തിന് ശേഷവും ലൗകിക കാര്യങ്ങളിൽ കുടുങ്ങിപ്പോകാതെ ജീവിക്കുന്നതിനായി മനോനിറവോടു കൂടിയ ശ്വാസോച്ഛ്വാസം ബുദ്ധൻ മരണം വരെ ശീലിച്ചിരുന്നു. ബുദ്ധന്റെ 'ആനപാന സതിസുത്ത' ശ്വസനത്തിന്റെ പൂർണ്ണാവബോധത്തെ അനുഭവിക്കാൻ സഹായിക്കുന്ന ഒരു ശാസ്ത്രീയ സമീപനമാണ്.)

"മനോനിറവോടെ ആഹരിക്കുമ്പോൾ ഓരോ ഭക്ഷണവും 'ഒടുക്കത്തെ അത്താഴ'മാകുന്നു."

'ഞാനാണ് ദൈവരാജ്യത്തിലേക്കുള്ള വാതിൽ' എന്നു യേശു പറഞ്ഞത് മനോനിറവോടെ ഒരാൾ ജീവിക്കുമ്പോൾ അയാൾ സ്വയം ദൈവരാജ്യത്തിലേക്കുള്ള വാതിലായി മാറുന്നു എന്നാണ് സൂചിപ്പിക്കുന്നത്.

ബുദ്ധനും ഒരു വാതിലാണ്. മനോനിറവിലേയ്ക്കാണ് ആ വാതിൽ തുറക്കപ്പെടുന്നത്. അപ്പോഴാണൊരാൾ മൈത്രിയിലേക്ക്, കരുണയിലേക്ക്, സമാധാനത്തിലേക്ക് അണയുന്നത്. 84000 വാതിലുകളെപ്പറ്റി ബുദ്ധൻ സൂചിപ്പിച്ചു. ബുദ്ധൻ, യേശു, നബി, നാനാക്, റാബിയ, രമണ, ജെ.കെ. മുതൽ എക്ഹാർട്ട് ടോളി വരെ എണ്ണമറ്റ വാതിലുകൾ ഇതിനകം തന്നെ തുറന്നിടപ്പെട്ടിട്ടുണ്ട്. അതിലേതെങ്കിലുമൊരു വാതിൽ വഴി ഒരാൾ ദിവ്യതയിലെത്തുമ്പോൾ ഇതാണൊരേയൊരു വാതിൽ എന്നയാൾ പറയുന്നു. അതയാൾക്കു സത്യവുമാണ്. മറ്റൊരാൾക്ക് വേറൊരു വാതിലിലൂടെയാണതനുഭവപ്പെടുക. ഒരാൾ തന്നിലുള്ള ഉന്നതാവബോധവുമായി സ്പർശിക്കുമ്പോൾ അയാളൊരു ബുദ്ധനാകുന്നു, യേശുവാകുന്നു, കൃഷ്ണനാകുന്നു, നബിയാകുന്നു, റാബിയയാകുന്നു, നാനാക്കാകുന്നു, ഫ്രാൻസിസ് പുണ്യവാനാകുന്നു.

∎

പാതയുടെ സംഗീതം

സൂര്യൻ ഉദിക്കുമ്പോൾ ഞാൻ പണിയെടുക്കുന്നു. സൂര്യൻ അസ്തമിക്കുമ്പോൾ ഞാൻ വിശ്രമിക്കുന്നു. വെള്ളത്തിനുവേണ്ടി ഞാൻ കിണർ കുഴിക്കുന്നു. അന്നത്തിനുവേണ്ടി ഞാൻ മണ്ണുഴുതുമറിക്കുന്നു. അധ്വാനത്തിന്റെ ചക്രവർത്തിയായ ഞാൻ മറ്റെന്തു നോക്കാനാണ്?

- താവോ കവി (അജ്ഞാതൻ)

ജോഷു സെൻഗുരു നാൻസെനിനോടാരാഞ്ഞു: "ഏതാണ് ശരിയായ പാത?"

നാൻസെൻ മൊഴിഞ്ഞു: "ഓരോ ദിവസത്തെയും വഴിയാണ് ശരിയായ പാത."

ജോഷു ചോദിച്ചു: "എനിക്കതു പഠിക്കാനാവുമോ?"

"നിങ്ങൾ കൂടുതൽ പഠിക്കുമ്പോൾ പാതയിൽനിന്ന് നിങ്ങൾ പിന്നെയും അകലെയാകുന്നു..."

ജോഷു ചോദിച്ചു: "ഞാനിതു പഠിച്ചില്ലെങ്കിൽ അതു ഞാനെങ്ങനെയറിയും?"

നാൻസെൻ പറഞ്ഞു: "കാണുന്നവയിൽ പാത നിലകൊള്ളുന്നില്ല. കാണാത്തവയിലും അതില്ല. അത് അറിയപ്പെടാത്തവയിലും ഇല്ല. അതന്വേഷിക്കേണ്ടതില്ല; പഠിക്കേണ്ടതില്ല... അതിൽ നിങ്ങളെത്തന്നെ കാണുക. നിങ്ങളെത്തന്നെ ആകാശം പോലെ വിശാലമായി തുറന്നിടുക...

അറിഞ്ഞവർ പറയുന്നില്ല
പറയുന്നവന് അറിവില്ല
നല്ലവൻ തർക്കിക്കുന്നില്ല
തർക്കിക്കുന്നവൻ നല്ലവനല്ല

(ലാവോത്സു: താവോ തെചിങ്)

സുമാർ 2500 വർഷങ്ങൾക്കു മുൻപ് ചൈനയിൽ ജീവിച്ച, 'താവോയിസ'ത്തിന്റെ വക്താവും. സ്ഥാപകഗുരുവുമായറിയപ്പെടുന്ന ലാവോത്സുവിന്റെ 'താവോ തെചിങ്' എന്ന ഗൂഢസുന്ദരമായ പുസ്തകം ഇപ്രകാരമാണവസാനിക്കുന്നത്. വാക്കുകൾകൊണ്ട് പരമമായ സത്യത്തെ പ്രകാശിപ്പിക്കാനാവില്ല എന്നത് താവോദർശനത്തിന്റെ ഒരു മുഖ്യകാഴ്ചപ്പാടാകുന്നു.

ഒരു താവോയിസ്റ്റിന്റെ ജീവിതം ഒരു ടെലിഗ്രാം പോലെയാകുന്നു. തപാലാപ്പീസിൽ ഒരു ടെലിഗ്രാഫിക് സന്ദേശം കൊടുക്കുമ്പോൾ ഒരാൾ ഒരു നീണ്ട കത്തെഴുതുന്നില്ല. മനസ്സിൽനിന്ന് വാക്യങ്ങളെല്ലാം മുറിച്ചുകളയുന്നു. ഒഴിച്ചുകൂടാനാവാത്തതുമാത്രം നിലനിർത്തുന്നു. ഒരു ടെലിഗ്രാം എല്ലാ കത്തുകളെക്കാളും സത്യം പ്രകാശിപ്പിക്കുന്നു. ഒരു താവോയിസ്റ്റിന്റെ ജീവിതം, ചിന്ത, വാക്ക്, പ്രവൃത്തി, ടെലിഗ്രാം പോലെയാകുന്നു.

'ഒരു നവജാതശിശുവിനെപ്പോലെ മനസ്സ് സ്വാഭാവികമായി ശാന്തമാക്കി വെക്കാനാവുമോ?' എന്ന ചോദ്യത്തിനുള്ള ഉത്തരമാണ് ലാവോത്സുവിന്റെ 'താവോ തെചിങ്'.

താവോ എന്ന വാക്കിന്റെ അർത്ഥം പാത, മാർഗം എന്നൊക്കെയാണ്. താവോ, മനുഷ്യൻ നിർമിച്ച നിയമങ്ങളിലൊന്നും വിശ്വസിക്കുന്നില്ല. പ്രകൃതിയെ വിശ്വസിക്കുകയത്രെ താവോ ചെയ്യുന്നത്. ലാവോത്സു മൊഴിയുന്നു: "പ്രവർത്തിക്കുക, എന്നാൽ ഉള്ളിന്റെ ഉള്ളിൽ അതുമായി ബന്ധമറ്റവനായിരിക്കുക. പറയുക, എന്നാൽ ഉള്ളിന്റെ ഉള്ളിൽ ആഴമേറിയ മൗനത്തിൽ പുലരുക." ലാവോത്സു പറയുന്നു: 'ദൂരെ, വളരെ ദൂരെ ഒന്നിലും അകപ്പെടാത്തവനായി നദിയിലൂടെ നിങ്ങൾ പോകുകയും നിങ്ങളുടെ പാദങ്ങൾ ജലത്തിൽ സ്പർശിക്കാതിരിക്കുകയും ചെയ്യുന്നു. വെള്ളത്തിൽ, ചെളിയിൽനിന്ന് അതിനെ തൊടാതെ വിരിഞ്ഞുനിൽക്കുന്ന ഒരു താമരപ്പൂപോലെ നിങ്ങൾ പുലരുന്നു. അതത്രെ താവോ പ്രകാരമുള്ള ജീവിതം. നിങ്ങൾ പറയുന്നു, പക്ഷേ നിങ്ങൾ പറയുന്നില്ല. നിങ്ങളുടെ ഏതോ ചിലത് വളരെ അകലത്താണുള്ളത്. നിങ്ങൾ ഭൂമിയിൽ തൊടുകയും ഒപ്പം നിങ്ങളിലെ എന്തോ ചിലത് ആകാശങ്ങളുടെ ഉന്നതങ്ങളിൽ നിലനിൽക്കുകയും ചെയ്യുന്നതുപോലെ.

ഒരു താവോയിസ്റ്റ് പ്രകൃതിയുമായി, ഭൂമിയുമായി, പാരിസ്ഥിതികമായ ഒരു വിവേകത്തോടെയാണ് ജീവിക്കുന്നത്. ഒരു താവോയിസ്റ്റിനെപ്പോലെ അഹിംസാത്മകനായി ഭൂമിയിലാരുമില്ല. തന്റെ ആവശ്യങ്ങളെ എത്രയും മിതമായി പൂരിപ്പിച്ചുകൊണ്ട് പുലരുന്നവനാണയാൾ. ജലം, ഭക്ഷണം,

വസ്ത്രം, പാർപ്പിടം, പ്രകൃതിയിലെ വിഭവങ്ങൾ ഇവയൊക്കെയും ഏറ്റവും കുറച്ചേ അവനുപയോഗിക്കുന്നുള്ളു.

ലാവോത്സു പറയുന്നതുപ്രകാരം ഒരാൾ വിജയിയാകണമെങ്കിൽ അയാൾ മൃദുലനാവണം; താഴ്മയുള്ളവനാകണം; പ്രതിരോധിക്കാത്ത വനാകണം. താവോ ഒരാളോട് സാധാരണ അർത്ഥത്തിൽ വിജയിയാ കാൻ പറയുന്നില്ല. ഒരാൾ എല്ലാ തലങ്ങളിൽനിന്നും അഹന്തയറ്റവനാ കണം. ലാവോത്സു പറയുന്നു: അഹന്ത..... വിജയിയാകുമ്പോൾ അയാ ളിൽ അഹം മറ്റൊരു തരത്തിൽ പിന്നെയും തുടരും. ശാരീരികതലത്തിലും മാനസികതലത്തിലും ഉള്ള അഹം പോകുമ്പോഴാണ് ഒരാൾ താവോയി ലേക്കടുക്കുന്നത്. ഒരാളിൽനിന്ന് അഹം പോകുമ്പോൾ അയാളുടെ ശരീരം, മനസ്സ്, ആത്മാവ് ഭിന്നമാകുന്നു. അപ്പോൾ പലതും സംഭവി ക്കുന്നു. അയാൾ ശരീരത്തിനകത്താണ്, പക്ഷേ അയാൾ ശരീരമല്ല. അയാൾ മനസ്സുപയോഗിക്കുന്നു. പക്ഷേ അയാളതല്ല. ശരീരം ഒരു ജാലകം, മനസ്സും ഒരു ജാലകം, സമഗ്രസത്തയും (self) ഒരു ജാലകം. ഈ ഫ്രെയിമിനുള്ളിൽ നിന്ന് ജാലകത്തിനുള്ളിൽ നിന്നു പുറത്തുകടന്ന് ഒരാൾ നോക്കണം. "*ഏതു നിലയ്ക്കായാലും ഇതരനെ വശീകരിക്കാ നുള്ള ആഗ്രഹം, അവരെ മാറ്റാനുള്ള ആഗ്രഹം ഹിംസയാകുന്നു*" എന്ന് ലാവോത്സു പറയുന്നു.

ലാവോത്സുവിന്റെ അടിസ്ഥാന സമീപനം ഒരാളുടെ മൂന്നു തലങ്ങ ളിൽനിന്നും അഹം പോകുക എന്നതാകുന്നു. പ്രപഞ്ചം ഏറെക്കാലം നിലനിൽക്കുന്നതാണ്. കാരണം ഇവിടെ സംഭവിക്കുന്നതൊന്നും സ്വന്തം അഹന്തയിൽ നിന്നുവരുന്നതല്ല. ഉന്നതങ്ങളിൽ സൂര്യചന്ദ്രന്മാർ, താരകൾ, പറവകൾ, മഞ്ഞണിഞ്ഞ ഉത്തുംഗപർവതങ്ങൾ എല്ലാം അഹന്തയറ്റ് നില കൊള്ളുകയത്രെ. ഇതെല്ലാം ഒരു 'സാക്ഷി'യായി കണ്ടിരിക്കുന്ന ഒരാളിൽ താവോയുടെ പൊരുൾ സ്പന്ദിക്കുകയാണ്.

താഴ്മയിൽ ഒന്നും സ്വന്തമാക്കാതെ ജീവിക്കുന്നവനാണ് ഒരു താവോ യിസ്റ്റ്. അയാളൊന്നിനും വേണ്ടി മത്സരിക്കുന്നില്ല. ആർത്തി പിടിച്ചോടി നടക്കുന്നില്ല. കാരണം, ഒന്നുമില്ലാത്തവനായിരിക്കുമ്പോൾ, തന്നെ ശൂന്യ മായൊഴിച്ചിടുമ്പോൾ അയാളിലേയ്ക്കൊഴുകി വരുന്ന ശൂന്യത, അയാ ളുടെ അസ്തിത്വത്തെ അതിരറ്റതാക്കുന്നു, സമ്പന്നമാക്കുന്നു.

ഗുണവാനായൊരാൾ ജലത്തെപ്പോലെ. ജലത്തിന് മൂന്നു സവിശേ ഷതകൾ. 1. എല്ലാറ്റിനെയും പോഷിപ്പിക്കാനുള്ള കഴിവ്. 2. മൃദുവാകയാൽ ഒന്നിനുമെതിരെയും അതു പോരടിക്കുന്നില്ല. 3. താഴേയ്ക്കൊഴുകുന്നു. താണൊരിടത്ത് ജലം നിലനിൽക്കുന്നതുപോലെ ഗുണവാനായൊരാൾ

ഏകാകിയും നിശ്ശബ്ദനുമായി പുലരുന്നു. ജലം ജീവികൾക്കൊക്കെയും പോഷണം നൽകുന്നതുപോലെ ഗുണവാനായൊരാൾ താൻ ചെയ്ത ഒരു നല്ല പ്രവൃത്തിക്കും പ്രശംസ, അഭിനന്ദനം പ്രതീക്ഷിക്കുന്നില്ല. ഗുണവാനായൊരാൾ ചിന്തിക്കുന്നത്, മൊഴിയുന്നത്, ചെയ്യുന്നത് എന്തുതന്നെയായാലും അതെപ്പോഴും ജലത്തിൽ നിഴലിക്കുന്ന പ്രതിബിംബം പോലെ സത്യമായിരിക്കുന്നു. നേരായിരിക്കുന്നു.

ലാവോത്സു മൊഴിയുന്നു: "ലോകത്തിലെ ഏറ്റവും മൃദുലമായത് കഠിനമായതിലൂടെ കടന്നുപോകുന്നു" പരുക്കനായ ശിലകളെല്ലാം മൃദുവായ ജലത്താൽ അപ്രത്യക്ഷമാവും. സമുദ്രങ്ങളിലെ മണൽത്തരികളോരോന്നും പാറ പൊടിഞ്ഞുണ്ടായവയത്രെ.

രണ്ട്

ഇന്ത്യയിൽ നിന്നുപോയ ബുദ്ധമതവും ചൈനയിലെ താവോയിസവും ഒന്നിച്ചപ്പോളുണ്ടായ സുന്ദരമായ ഒരു ജീവിത ദർശനമത്രെ 'സെൻ ബുദ്ധിസം'. ഭൂബന്ധിതമായ ജീവിതത്തിൽ, അതിന്റെ യാഥാർത്ഥ്യത്തിൽ വേരോടിയ താവോയിസവും ബുദ്ധിസവും ഒന്നിച്ചപ്പോൾ രണ്ടിലുമില്ലാത്ത ഒരു പുതിയ ജീവിതദർശനമായി അതു മാറുകയുണ്ടായി.

ഒരിക്കലും പ്രഭാഷണം നടത്താത്ത, ഉപദേശങ്ങൾ ചെയ്യാത്ത ഹാക്യുയിൻ എന്ന സെൻ ഗുരുവിനോട് ഒരു കൂട്ടം ഭിക്ഷുക്കൾ ഒരു ധർമ്മപ്രഭാഷണം നടത്താനാവശ്യപ്പെട്ടപ്പോൾ അദ്ദേഹം മൊഴിഞ്ഞു: "നിങ്ങൾ വയലിൽ പോയി കുറച്ചു വേല ചെയ്യുക. അതിനുശേഷം ബുദ്ധ ധർമ്മത്തെപ്പറ്റി ഒരു പ്രഭാഷണം നടത്താം." അവർ അപ്രകാരം ചെയ്തതിനുശേഷം ഗുരുവിന്റെ ധർമ്മഭാഷണം കേൾക്കാനായി വന്നുചേർന്നു. ഭിക്ഷുക്കളോട് ഒരുവാക്കുപോലും പറയാതെ അദ്ദേഹം തന്റെ തുറന്ന കൈപ്പത്തി അവരുടെ നേരെ നീട്ടുക മാത്രം ചെയ്തു!

ഒരു വേള സെന്നിൽ നിഗൂഢതയുള്ളതായി ഒന്നുമില്ലായിരിക്കാം. എല്ലാം ഒരാളുടെ പൂർണ്ണമായ കാഴ്ചയ്ക്കു പറ്റുംവിധം തുറന്നുകിടക്കുകയാണ്. ഒരാളയാളുടെ ഭക്ഷണം കഴിക്കുകയും വസ്ത്രം അലക്കുകയും സ്വന്തം ആവശ്യത്തിനുള്ള ധാന്യവും പച്ചക്കറികളും ഉണ്ടാക്കാൻ പണിയെടുക്കുകയും ചെയ്യുമ്പോൾ ഈ ഭൂമിയിൽ വേണ്ടതെല്ലാം ഒരാൾ ചെയ്യുകയാകുന്നു. അപ്പോൾ 'ധർമം' ഒരാളിൽ സാക്ഷാത്കൃതമാകുകയാണ്.

ഒരു ഭിക്ഷു സെൻ ഗുരു ജോഷുവിനോട് "ഞാനിതാ ഇപ്പോൾ വന്നതാണ്. ദയവായെന്നെ പഠിപ്പിച്ചാലും" എന്നപേക്ഷിച്ചപ്പോൾ ജോഷു ചോദിച്ചു: "നീ പ്രസാദം കഴിച്ചുവോ?"

ഭിക്ഷു: “കഴിച്ചു”

ജോഷു: “എന്നാൽ പോയി വായ കഴുകൂ...” എന്നുമാത്രമാണു പറഞ്ഞത്.

ഈ സംഭാഷണത്തിൽനിന്ന് താവോയിസത്തിന്റെ ഒരു പ്രധാന സവിശേഷത വെളിപ്പെടുന്നു. ബോധോദയമെന്നത് ലോകത്തിൽ നിന്നുള്ള വിടുതിയല്ല. മറിച്ച്, ഓരോ സംഭവത്തിലുമുള്ള സജീവ പങ്കാളിത്തമാകുന്നു. ഇത്തരം കാഴ്ചപ്പാടുകൾ സെൻ ബുദ്ധിസത്തിലേക്കു വന്നത് ഇന്ത്യൻ ബുദ്ധിസത്തിന്റെ സംന്യാസപരമായ സ്വഭാവത്തിനുപകരം കുടുംബത്തിനു ചേർന്നുനിൽക്കുന്ന തരത്തിലുള്ള ചൈനീസ് മനോഭാവത്തെ ഉൾക്കൊണ്ടാണ്. ദൈനംദിന ജീവിതവൃത്തികൾക്കിടയ്ക്കുള്ള മനുഷ്യന്റെ ഉണർച്ചയാണത്. സെൻഗുരു പൊയാങ്ങിനോട് സെന്നിനെ നിർവചിക്കാൻ അപേക്ഷിച്ചപ്പോൾ അദ്ദേഹം പറഞ്ഞു: “വിശക്കുമ്പോളുണ്ണുക, തളരുമ്പോളുറങ്ങുക!...”

കഴിഞ്ഞതിന്റെ ഭാരമൊന്നുമില്ലാതെ ഓരോ ദിവസവുമുണരാൻ എത്ര പേർക്കു കഴിയുന്നു? ആന്തരിക ശക്തി നശിപ്പിക്കുന്ന ആപത്ക്കരമായ വസ്തുക്കളെയെല്ലാം വെടിഞ്ഞ്, തന്റെ യഥാർത്ഥ പ്രകൃതിയിൽ ഒരാൾ കഴിയണം. കാരണം താവോയെന്നത് ‘അന്നന്നത്തെ ജീവിത’ മത്രെ.

താവോയിസ്റ്റുകൾക്ക് യാതൊരു മതസങ്കല്പവുമില്ല, അവർ ദൈവമില്ലാത്തവരുമല്ല. യഥാർത്ഥത്തിൽ അവരാണ് ഏറ്റവും ദൈവികതയിലെത്തിയവർ. കാരണം, സൂക്ഷ്മ ശുദ്ധ ബോധാവസ്ഥയോടെ, വിവേകത്തോടെ, ഒന്നിനെയും ഹിംസിക്കാതെ, ഒരു കടുകുമണിയോളംപോലും അഹന്തയില്ലാതെ ജീവിക്കുകയെന്ന ലളിതമായ അറിവ് പ്രായോഗികമാക്കാൻ കഴിയുമെന്ന് താവോദർശനം പറയുന്നു. താവോ ക്ഷേത്രങ്ങൾ ഇപ്പോഴും ചൈനയിലുണ്ട്. അതിനുള്ളിൽ പ്രതിഷ്ഠയൊന്നുമില്ല. പൂർണ ശൂന്യത. അവിടെ ചെന്നിരിക്കുമ്പോൾ ഒരാൾ തന്റെ അസ്തിത്വത്തിന്റെ ശൂന്യതയുടെ മിടിപ്പ് അറിയുന്നു. ജീവിതത്തിന്റെ അനശ്വരത നിശ്ശബ്ദതയിൽ നിന്നു കേൾക്കുന്നു.

ലാവോത്സുവിന്റെ കാലത്ത് ചൈനയിൽ ജീവിച്ച കൺഫ്യൂഷ്യസ് നമ്മുടെ സാധാരണ സംന്യാസിമാരെപോലെ, സന്മാർഗപാഠങ്ങൾ ഉപദേശിക്കുക മാത്രമാണ് ചെയ്തത്. ഉന്നത ബോധാവസ്ഥയിൽനിന്ന് ലാവോത്സു പറഞ്ഞതിനെക്കാളേറെ ഒരു ശരാശരി തലത്തിൽനിന്ന് കൺഫ്യൂഷ്യസ് പറഞ്ഞതായിരുന്നു ചൈനക്കാർ കേട്ടത്. ചൈന

പി.എൻ. ദാസ്

ലോകത്തിനു നൽകിയ ഏറ്റവും മഹാനായ മനുഷ്യൻ, ലാവോത്സുവാ യിരുന്നിട്ടും ചൈനക്കാർ, മാവോ സേതൂങ്ങിനെപ്പോലുള്ളവർ ലാവോത്സു വിനെ തള്ളിപ്പറയുകയും കൺഫ്യൂഷ്യസിനെ രാഷ്ട്രത്തിന്റെ ഉന്നത ദാർശനികനായി പ്രതിഷ്ഠിക്കുകയും ചെയ്തത് ചരിത്രത്തിന്റെ ദുരന്ത മായിരുന്നു. മാവോയുടെ സാംസ്കാരിക വിപ്ലവകാലത്ത് താവോയിസ്റ്റു കൾ ധ്യാനിക്കാനിരിക്കുന്ന താവോ മന്ദിരങ്ങൾ നശിപ്പിക്കപ്പെട്ടത് ഒടുവിൽ മാവോയിസത്തിനുതന്നെ അന്ത്യം വരുത്തി.

ലാവോത്സുവിനെ ആർക്കും മനസ്സിലായില്ല. കാരണം ലോകം അത്തരം ഒരുറക്കത്തിലാണദ്ദേഹത്തെ അറിഞ്ഞത്. താവോ തെചിങ്ങി ലേതുപോലുള്ള അത്യുന്നതമായ ഉണർവിന്റെ മൊഴികൾ കേൾക്കാനുള്ള ഉണർവ് ഉള്ളിലുള്ള ഒരാൾക്കേ അത് മനസ്സിലാവൂ.

∎

ബോധനിറവ്

ജീവിതത്തിലൊരാൾ എന്തു പഠിക്കുന്നുവോ അതിന്റെ പരമസാരം പൂവിന്റെ സുഗന്ധംപോലെ ഉള്ളിലെടുത്ത് ബാക്കിയെല്ലാം ഉള്ളിൽനിന്ന് മാഞ്ഞുപോകണം. അപ്പോൾ ഒരാളുടെ അവബോധം ശുദ്ധമായി, നവ്യമായി നിലനില്ക്കുന്നു. അയാൾ വീണ്ടുമൊരു കുഞ്ഞായി മാറുന്നു. ജീവിതത്തിലുടനീളം ഈ ശൈശവഭാവം പുലർത്താൻ ഒരാൾ വർത്തമാനകാലത്തിന്റെ അനശ്വരനിമിഷങ്ങളിൽ ജീവിക്കാൻ പഠിക്കണം. അപ്പോൾ അയാളുടെ ഓരോ ശ്വാസനിശ്വാസങ്ങളും ധ്യാനമായി മാറുന്നു. ഇതിനുതകുന്ന ബുദ്ധന്റെ 'ആനപാനസതിസുത്തം'* (ശ്വാസോച്ഛ്വാസസ്മൃതിസുത്തം) ഈ ദിശയിലുള്ള ഒരമൂല്യ വെളിച്ചമാകുന്നു.

ബോധപൂർവമായ ശ്വാസോച്ഛ്വാസം ബുദ്ധൻ മരണംവരെ ശീലിച്ചിരുന്നു. പ്രബുദ്ധത ലഭിച്ചതിനുശേഷം ലൗകികകാര്യങ്ങളിൽ കുടുങ്ങിപ്പോകാതെ ജീവിക്കുന്നതിനായി ബോധനിറവോടുകൂടിയ ശ്വാസോച്ഛ്വാസം അദ്ദേഹം ശീലിച്ചിരുന്നു. ഒരാൾ ബുദ്ധനായിത്തീരുന്നതോടെ അതൊരു മാറ്റമില്ലാത്ത കാര്യമാണെന്നാണ് നാം കരുതുന്നത്. എന്നാൽ ബുദ്ധനാകുന്നതും അസ്ഥിരമായ ഒന്നാണ്. അതുകൊണ്ട്, നമ്മുടെ ബുദ്ധത്വവും നാം നിതാന്തമായി പരിപോഷിപ്പിച്ചുകൊണ്ടിരിക്കണം. പ്രബുദ്ധരാണ് നാമെന്ന് നമുക്കുറപ്പായിക്കഴിഞ്ഞാലും നാം പിന്നെയും വീണുകൊണ്ടിരിക്കും. പരിശീലനം തുടർന്നുകൊണ്ടേ പോകണം.

“ശരീരം ഇവിടെയാണെങ്കിലും നമ്മുടെ മനസ്സ് ദൂരെയായിരിക്കും.” ബുദ്ധൻ പറഞ്ഞു. നമ്മുടെ ശ്വാസോച്ഛ്വാസമാണ് ശരീരത്തെയും മനസ്സിനെയും ബന്ധപ്പെടുത്തുന്നത്. ശ്വാസോച്ഛ്വാസത്തിലേക്ക് ബോധനിറവോടു കൂടി പ്രവേശിക്കുമ്പോൾ നമ്മുടെ എല്ലാ അസ്വസ്ഥതകളും നശിക്കുന്നു. ശ്വാസോച്ഛ്വാസം മഹത്തായ ഒരഭയമത്രെ.

---

* ആനൻ = ശ്വാസം, അപാനൻ = നിശ്വാസം, സതി = സ്മൃതി (ധാരണ), സുത്തം = പ്രഭാഷണം

പി.എൻ. ദാസ്

ഒരു പൂവിന്റെ ഹൃദയത്തിലേക്ക് സൂക്ഷിച്ചുനോക്കുമ്പോൾ മേഘങ്ങൾ, സൂര്യവെളിച്ചം, ഇന്ധനങ്ങൾ, ഭൂമി എല്ലാം അടങ്ങിയ പ്രപഞ്ചത്തെയാണ തിൽ കാണുക. മേഘങ്ങളില്ലാതെ മഴയില്ല, പൂവും. ഒരു പൂവ് പൂവിന്റെ തല്ലാത്ത ഘടകങ്ങളാൽ ഉണ്ടാക്കപ്പെട്ടതുപോലെ മനുഷ്യന്റെ ആന്തരിക സത്തയെ സ്വാസ്ഥ്യത്തിലെത്തിക്കുന്ന ധ്യാനത്തിൽ മറ്റു പലതും അടങ്ങി യിരിക്കുന്നു. അതിലൊന്നിനെ, ശ്വാസത്തെ ആധാരമാക്കി ബുദ്ധൻ നടത്തിയ പ്രഭാഷണം (ആനപാനസതിസുത്തം) ഏതു തരം ധ്യാനം ചെയ്യുന്നവർക്കും ഏതുതരത്തിലുള്ള ആത്മീയധാരയിലുൾപ്പെട്ടവർക്കും ഇതിലൊന്നിലും പെടാത്ത യുക്തിവാദികൾക്കും സത്യാന്വേഷികൾക്കു മൊക്കെ പ്രയോജനകരമത്രെ.

ബുദ്ധദർശനത്തിൽ ഓരോ നിമിഷവും 'ബോധനിറവോടു' കൂടി ഇരി ക്കുകയെന്നത് - ഒരാളുടെ ഉള്ളിലും പുറത്തും എന്ത് നടക്കുന്നുവെന്നറി യുന്നത് - പരമപ്രധാനമത്രെ. ബുദ്ധനോടൊരിക്കൽ ഒരാൾ ചോദിച്ചു: "താങ്കളും താങ്കളുടെ ഭിക്ഷുക്കളും എന്താണ് പരിശീലിക്കുന്നത്?"

ബുദ്ധൻ പറഞ്ഞു: "ഞങ്ങൾ ഇരിക്കുന്നു, നടക്കുന്നു, ഭക്ഷിക്കുന്നു."

"എല്ലാവരും ഇരിക്കുകയും നടക്കുകയും തിന്നുകയും ചെയ്യുന്നില്ലേ?" എന്ന് തുടർന്നു ചോദിച്ചപ്പോൾ ബുദ്ധൻ പറഞ്ഞു:

"ഞങ്ങൾ ഇരിക്കുമ്പോൾ ഞങ്ങൾ ഇരിക്കുന്നുവെന്ന് ഞങ്ങളറിയുന്നു. ഞങ്ങൾ നടക്കുമ്പോൾ ഞങ്ങൾ നടക്കുന്നുവെന്ന് ഞങ്ങളറിയുന്നു. ഞങ്ങൾ തിന്നുമ്പോൾ ഞങ്ങൾ തിന്നുന്നുവെന്ന് ഞങ്ങളറിയുന്നു!"

ബോധനിറവോടെയുള്ള ശ്വസനത്തോടെ ജീവിക്കുമ്പോൾ ഒരാളുടെ മനസ്സ് ഭൂതഭാവികളിൽ കുടുങ്ങിപ്പോവാതെ വർത്തമാനകാല നിമിഷങ്ങ ളിൽ സദാ ഉണർന്നിരിക്കുന്നുവെന്ന ബുദ്ധന്റെ കണ്ടെത്തൽ മനുഷ്യാവ ബോധത്തിന്റെ ചരിത്രത്തിലെ അതുല്യമായ ഒരു ജ്ഞാനസിദ്ധാന്തമത്രെ. ഒരാൾ പൂർണമായും വർത്തമാനത്തിലാകുമ്പോൾ അയാൾക്ക് എല്ലാം ആഴത്തിൽ കാണാനും കേൾക്കാനും അനുഭവിക്കാനുമാവുന്നു. അയാ ളുടെ ധാരണ, സംവേദനക്ഷമത നൂറു ശതമാനത്തിൽ കുറയാതിരിക്കുന്നു. ബോധനിറവോടെയുള്ള ശ്വസനമെന്നാൽ 'ശ്വാസം ഉള്ളിലേക്കു വരുന്നത് നിരീക്ഷിക്കുക, ശ്വാസം പുറത്തേക്കു വിടുന്നത് നിരീക്ഷിക്കുക, മറ്റെല്ലാം മറക്കുക എന്നതത്രെ. ശ്വാസത്തോടൊപ്പം പൂർണ ശ്രദ്ധയോടെ, ബോധ നിറവോടെ മനസ്സ് ചലിക്കുന്ന ശ്വാസത്തിലുള്ള അവബോധത്തിലൂടെ മനസ്സ് വർത്തമാന നിമിഷത്തിലേക്ക് പ്രവേശിക്കുന്നു. അറിഞ്ഞുകൊ ണ്ടുള്ള ശ്വാസക്രമത്തിൽ മനസ്സ് ഭാവിയിലേക്കും ഭൂതത്തിലേക്കുമുള്ള

യാത്ര മതിയാക്കുന്നു. മനസ്സ് വർത്തമാനകാലത്തിലാകുന്നു. മനസ്സ് വർത്തമാനകാലത്തിലെത്തുമ്പോൾ മനസ്സ് ഇല്ലാതാകുന്നു! ശ്വസനത്തിന്റെ സൂക്ഷ്മചലനത്തെപ്പറ്റി ബോധവാനാവുമ്പോൾ ചിന്തയുടെ സൂക്ഷ്മചലനത്തെപ്പറ്റി ആദ്യമായി ഒരാൾ ബോധവാനാവുകയാണ്. ഇത് മനസ്സിന്റെ മൂല്യത്തെത്തന്നെ മാറ്റുന്നു.

ശ്വസിക്കുമ്പോൾ വായു നിങ്ങളുടെ ദേഹത്തിൽ പ്രവേശിക്കുന്നു. ശരീരത്തിലെ എല്ലാ കോശങ്ങളും ശീതളമാകുന്നു. അതേസമയംതന്നെ നിങ്ങളുടെ മനസ്സിന്റെ ഓരോ കോശവും കൂടുതൽ ശാന്തമായിത്തീരുന്നു. സുഖകരമല്ലാത്ത ഒരു വികാരമുണ്ടാകുമ്പോൾ, ഒരമ്മ കരയുന്ന കുഞ്ഞിനെ കരത്തിലെടുക്കുന്നതുപോലെ. ആ പ്രത്യേക വികാരത്തെ സവിശേഷ പരിഗണനയോടെ, ബോധനിറവോടെ ശ്വസനം നടത്തിക്കൊണ്ട് ശ്രദ്ധിക്കണം. ഇവിടെ അമ്മയെന്നത് 'ബോധനിറവ്'. കരയുന്ന കുട്ടിയെന്നത് സുഖകരമല്ലാത്ത വികാരങ്ങൾ. ബോധനിറവോടെ ശ്വസിക്കുകയും നിശ്വസിക്കുകയും ചെയ്യുമ്പോൾ പ്രശ്നം പരിഹരിക്കാനാവുന്നു.

ബോധനിറവോടെയുള്ള ശ്വസനം ഉള്ളിലെ സമാധാനം കണ്ടെത്താനുള്ള അസാധാരണവും അതുല്യവുമായ മാർഗമാകുന്നു. ഒരു പരിധി വരെ സമാധാനം നമ്മളിൽത്തന്നെയുണ്ട്. യഥാർത്ഥ പ്രശ്നം അതിനെ എങ്ങനെ പോഷിപ്പിക്കണം എന്നറിയില്ല എന്നതാണ്.

'ശ്വസിക്കുമ്പോൾ ഞാനെന്റെ ദേഹത്തെ ശാന്തമാക്കുന്നു' 'നിശ്വസിക്കുമ്പോൾ ഞാനെന്റെ ദേഹത്തെ ശീതളമാക്കുന്നു' എന്ന് ബോധനിറവോടുകൂടി ചെയ്യുമ്പോൾ എന്റെ ശ്വാസനിശ്വാസങ്ങൾ എന്റെ ദേഹത്തെയും മനസ്സിനെയും ശാന്തവും ശീതളവുമാക്കുന്നത് ഞാനറിയുന്നു. ഇതുപോലെ 'നിശ്വസിക്കുമ്പോൾ ഞാൻ പുഞ്ചിരിക്കുന്നു' എന്നാണ് ഞാൻ വിചാരിക്കുന്നതെങ്കിൽ മന്ദമായൊരു പുഞ്ചിരി വിടർന്നുവരുന്നു. ഒരു പുഞ്ചിരി മുഖത്തെ നൂറുകണക്കിലുള്ള മസിലുകൾക്ക് വിശ്രമം പകരുന്നു.

ബോധനിറവോടെ ശ്വസിച്ചുകൊണ്ട് ഒരാൾ സംസാരിക്കുമ്പോൾ, ഭക്ഷിക്കുമ്പോൾ, വായിക്കുമ്പോൾ, എഴുതുമ്പോൾ, പാട്ട് കേൾക്കുമ്പോൾ, ചിന്തിക്കുമ്പോൾ അത് കൂടുതൽ ആഴത്തിൽ ചെന്ന് സ്പർശിക്കുന്നു. അതുപോലെ ശ്വാസനിശ്വാസങ്ങളിൽ ബോധനിറവോടെയിരുന്ന് ഒരാൾ തന്റെ ദേഹത്തിന്റെ ഓരോ ഭാഗവും സ്പർശിക്കുമ്പോൾ അയാൾക്ക് തന്റെ ശരീരത്തിൽ സുഖവും സ്വസ്ഥതയും ഉണ്ടാക്കാനാവുന്നു. വേദന ശമിപ്പിക്കാനും.

ബോധനിറവ് ഒരാളുടെയുള്ളിൽ ജനിച്ചുകഴിഞ്ഞാൽ അതിനെ ബല പ്പെടുത്തണമെങ്കിൽ നിരന്തരം അത് അഭ്യസിച്ചുകൊണ്ടിരിക്കണം. ഒരാ ളുടെ ഉള്ളിൽ ബുദ്ധത്വത്തിന്റെ ബീജം വളരാൻ ബോധനിറവോടു കൂടിയ ശ്വസനം സഹായിക്കുന്നു.

'ആനപാനസതിസുത്ത'ത്തിലെ പതിനാറ് ശ്വസനാഭ്യാസങ്ങൾ

1. ഞാൻ ദീർഘമായി ശ്വസിക്കുന്നു. ഞാൻ ദീർഘമായി ശ്വസിക്കുന്ന തായി ഞാനറിയുന്നു. ഞാൻ ദീർഘമായി നിശ്വസിക്കുന്നു. ഞാൻ ദീർഘമായി നിശ്വസിക്കുന്നതായി ഞാനറിയുന്നു.
2. ഞാൻ മന്ദമായി ശ്വസിക്കുന്നു. ഞാൻ മന്ദമായി ശ്വസിക്കുന്നതായി ഞാനറിയുന്നു. ഞാൻ മന്ദമായി നിശ്വസിക്കുന്നു. ഞാൻ മന്ദമായി നിശ്വസിക്കുന്നതായി ഞാനറിയുന്നു.
3. ഉടലാകെ അനുഭവപ്പെടുംവിധം ഞാൻ ശ്വസിക്കുന്നു. ഉടലാകെ അനു ഭവപ്പെടുംവിധം ഞാൻ നിശ്വസിക്കുന്നു.
4. ശ്വസിക്കുമ്പോൾ എന്റെ ഉടലാകെ ശാന്തമാകുന്നു. നിശ്വസിക്കുമ്പോൾ എന്റെ ഉടലാകെ ശാന്തമാകുന്നു.
5. ശ്വസിക്കുമ്പോൾ ഞാനാഹ്ലാദിക്കുന്നു. നിശ്വസിക്കുമ്പോൾ ഞാനാ ഹ്ലാദിക്കുന്നു.
6. ശ്വസിക്കുമ്പോൾ ഞാൻ സന്തോഷിക്കുന്നു. നിശ്വസിക്കുമ്പോൾ ഞാൻ സന്തോഷിക്കുന്നു.
7. ശ്വസിക്കുമ്പോൾ എന്റെ മനസ്സിന്റെ ആകൃതിയെപ്പറ്റി ഞാൻ ബോധ വാനാകുന്നു. നിശ്വസിക്കുമ്പോൾ എന്റെ മനസ്സിന്റെ ആകൃതിയെപ്പറ്റി ഞാൻ ബോധവാനാകുന്നു.
8. ശ്വസിക്കുമ്പോൾ എന്റെ മനോമണ്ഡലം ശാന്തമാകുന്നു. നിശ്വസിക്കു മ്പോൾ എന്റെ മനോമണ്ഡലം ശാന്തമാകുന്നു.
9. ശ്വസിക്കുമ്പോൾ ഞാനെന്റെ മനസ്സിനെപ്പറ്റി അവബോധവാനാകുന്നു. നിശ്വസിക്കുമ്പോൾ ഞാനെന്റെ മനസ്സിനെപ്പറ്റി അവബോധവാനാ കുന്നു.
10. ശ്വസിക്കുമ്പോൾ ഞാനെന്റെ മനസ്സിനെ സന്തുഷ്ടമാക്കുന്നു. നിശ്വ സിക്കുമ്പോൾ ഞാനെന്റെ മനസ്സിനെ സന്തുഷ്ടമാക്കുന്നു.
11. ശ്വസിക്കുമ്പോൾ ഞാനെന്റെ മനസ്സിനെ ഏകാഗ്രമാക്കുന്നു. നിശ്വ സിക്കുമ്പോൾ ഞാനെന്റെ മനസ്സിനെ ഏകാഗ്രമാക്കുന്നു.

12. ശ്വസിക്കുമ്പോൾ ഞാനെന്റെ മനസ്സിനെ വിമോചിപ്പിക്കുന്നു. നിശ്വ സിക്കുമ്പോൾ ഞാനെന്റെ മനസ്സിനെ വിമോചിപ്പിക്കുന്നു.
13. ശ്വസിക്കുമ്പോൾ സർവധർമ്മങ്ങളുടെയും അസ്ഥിരപ്രകൃതി ഞാൻ നിരീക്ഷിക്കുന്നു. നിശ്വസിക്കുമ്പോൾ സർവ ധർമ്മങ്ങളുടെയും അസ്ഥിരപ്രകൃതി ഞാൻ നിരീക്ഷിക്കുന്നു.
14. ശ്വസിക്കുമ്പോൾ മോഹം അപ്രത്യക്ഷമാകുന്നത് ഞാൻ നിരീക്ഷി ക്കുന്നു. നിശ്വസിക്കുമ്പോൾ മോഹം അപ്രത്യക്ഷമാകുന്നത് ഞാൻ നിരീക്ഷിക്കുന്നു.
15. ശ്വസിക്കുമ്പോൾ മിഥ്യയുടെ നാശം ഞാൻ നിരീക്ഷിക്കുന്നു. നിശ്വസി ക്കുമ്പോൾ മിഥ്യയുടെ നാശം ഞാൻ നിരീക്ഷിക്കുന്നു.
16. ശ്വസിക്കുമ്പോൾ എല്ലാം വെടിയുന്നതിനെ ഞാൻ നിരീക്ഷിക്കുന്നു. നിശ്വസിക്കുമ്പോൾ എല്ലാം വെടിയുന്നതിനെ ഞാൻ നിരീക്ഷിക്കുന്നു.

■

ആദിജലമൂലകം, സ്വപ്നം, സംഗീതം, നദികൾ...

വെളുപ്പിന് ജലപാളികളിൽ സൂര്യവെളിച്ചം പതിക്കുന്നത്, പ്രകാശം എത്ര അസാധാരണമാംവിധം മൃദുലവും ഇരുണ്ട ജലപ്രവാഹം എപ്രകാരം നൃത്തം ചെയ്യുന്നു എന്നും നിങ്ങളാരെങ്കിലും നിരീക്ഷിച്ചിട്ടുണ്ടോ എന്നെനിക്കറിയില്ല.

(ജെ. കൃഷ്ണമൂർത്തി: പെൻഗ്വിൻസ്
കൃഷ്ണമൂർത്തി റീഡർ)

നീണ്ട യാത്രകൾ കഴിഞ്ഞ് രാത്രിനേരങ്ങളിൽ ഏറെ വൈകി ഗ്രാമത്തി ലുള്ള വീട്ടിലേക്കു നടന്നുപോകുമ്പോൾ വഴി മുറിച്ചുകടക്കുന്നതിനിടയ്ക്ക് തോടിന്റെ നീരൊഴുക്ക് ഉണ്ടാക്കുന്ന കളകള ശബ്ദം എന്റെ മനസ്സിനെ പെട്ടെന്ന് ശാന്തവും ശീതളവുമാക്കാറുണ്ട്. ഈ ലോകത്തിന്റെ പരുഷമായ മുഴുവൻ ശബ്ദങ്ങളും അതിന്റെ ദയയറ്റ, ക്രോധം പുരണ്ട ഭ്രാന്തസ്വന ങ്ങളും അവ ഉള്ളിലേല്പിച്ച മുറിവുകളും ഈ നീരൊഴുക്കിന്റെ സരളമായ, താഴ്മയുറ്റ നാദത്തിന് ഇല്ലാതാക്കാൻ കഴിയുന്നതിലെ വിസ്മയത്തെപ്പറ്റി ധ്യാനിക്കാൻ തുടങ്ങിയതിനുശേഷമാണ് സൂക്ഷ്മമായി മനസ്സിലാക്കാൻ കഴിഞ്ഞത്.

കാറ്റിന്റെ ജ്ഞാനത്തിന്, വൃക്ഷങ്ങളുടെ ജ്ഞാനത്തിന്, ജലത്തിന്റെ ജ്ഞാനത്തിന്, മണ്ണിന്റെ ജ്ഞാനത്തിന് നിശ്ശബ്ദമായ ഒരു ഹൃദയമത്രേ വേണ്ടത്. നിശ്ശബ്ദതയുടെ ഈ ഇന്ദ്രിയം പുസ്തകാധിഷ്ഠിതമായ ഒരു ലോകത്ത് നമുക്കെവിടെയോ വച്ച് നഷ്ടമായി. നാം അതിലേക്കു തിരിച്ചു പോകുന്നതിലൂടെ മാത്രമേ നമ്മുടെ ഉള്ളിലും പുറത്തുമൊഴുകുന്ന ആ ആദിമജലമൂലകത്തെ അറിയുന്നതിലൂടെ മാത്രമേ എല്ലാതരം അടിമത്ത ങ്ങളിൽനിന്നും മുക്തരാവാൻ നമുക്കാവുകയുള്ളൂ.

ജലമൂലകം ഒരാളുടെ ഉപബോധമത്രേ, ആദിമജലതലം. ഇത് മന സ്സിന്റെ രഹസ്യപൂർണ്ണമായ ഉൾക്കാഴ്ചകൾ, അന്തർദർശനങ്ങൾ, കരുണാ മയമായ വിചാരപ്രവാഹങ്ങൾ ആയി മാറുന്നു. ഉൾജലം, ഉൾക്കടൽ

തിരയിളകിവരുന്നതുപോലെ ഭിന്നമായ ഭാവങ്ങൾ ഉണർത്തുന്നു, ബന്ധങ്ങളെ ഊട്ടുകയും ഉറപ്പിക്കുകയും ചെയ്യുന്നു. ഉൾജലത്തിന്റെ തുലനം സമമായിരിക്കെ ഒരാൾ ബന്ധങ്ങളിൽ, കർമ്മങ്ങളിൽ നേരെയായിരിക്കുന്നു. ഇതിന്റെ തിരയടികൾ, അനിരുദ്ധമായ പ്രക്ഷുബ്ധത വ്യക്തികളെ മതിഭ്രമങ്ങളിലേക്ക് എടുത്തെറിയുന്നു. ദേഹത്തിൽ ജലത്തിന്റെ ധ്യാനപരത, സ്നേഹം, സൗഹൃദം, സ്വരൈക്യം ഉണ്ടാക്കുന്നു. മനുഷ്യന്റെ ഉള്ളിലെ ജലസ്വത്വം മിത്ത്, കവിത, സംഗീതം ആയി പ്രതിസ്പന്ദിക്കപ്പെടുന്നു. ഈ ജലമൂലകം സ്വപ്നങ്ങൾ, ദർശനങ്ങൾ എന്നിവയുമായി ബന്ധപ്പെട്ടിരിക്കുന്നു. ഇത് ഒരാളുടെ അലിവ്, മറ്റൊരാളുടെ ഉള്ളറിയാനുള്ള ധാരണാശേഷി, ഒരു സാഹചര്യത്തിന്റെ അടിയൊഴുക്കിനെ, അർത്ഥത്തെ തിരിച്ചറിയാനുള്ള അന്തർദർശനപരത വളർത്തുന്നു. അതുകൊണ്ട് കൗൺസിലിംഗ് ചെയ്യുന്നവരിൽ, ചികിത്സ നടത്തുന്നവരിൽ ഗാഢമായ ജലതലം ഉണ്ടായിരിക്കണം എന്ന് പുരാതനശുശ്രൂഷാരീതികൾ പറയുന്നുണ്ട്.

രണ്ട്

ജലം കുടിക്കുക, ജലത്തിൽ കുളിക്കുക, ജലത്തിൽ ഉറങ്ങുക

ഒന്നരപ്പതിറ്റാണ്ട് മുമ്പ് ഒരു രാത്രിയിൽ ജലമാണ് മരുന്ന്, ജലമാണ് ദൈവം എന്നറിയിക്കുന്ന ഒരനുഭവമുണ്ടായി. ചുട്ടു തിളയ്ക്കുന്ന ഏപ്രിലിൽ ഒരു വൈകുന്നേരം ഏറെ ദൂരം ഒരുപാടുനേരം അലഞ്ഞുതിരിഞ്ഞ്, ഉദ്ദേശിച്ച കാര്യം നടക്കാതെ, ശരീരവും മനസ്സും തപിച്ചും ക്ഷീണിച്ചും വീട്ടിലെത്തിയ ഞാൻ, അടുപ്പത്തു തിളച്ചുമറിയുന്ന ശർക്കരയിട്ട മല്ലിക്കാപ്പി തിടുക്കത്തിൽ ഇറക്കിവയ്ക്കുന്നതിനിടയിൽ പാത്രം വഴുതി അരയ്ക്കുതാഴോട്ട് കലശലായി പൊള്ളുകയും ഒരു മൃഗത്തെപ്പോലെ വേദന സഹിക്കാനാവാതെ പുളഞ്ഞ് വെള്ളത്തിന്റെ അടുത്തേക്കോടുകയും അവിടെ കണ്ട വെള്ളം വേഗം പൊള്ളിയ ഭാഗത്തൊഴിച്ചുകൊണ്ടിരിക്കുകയും ചെയ്തു. പൊള്ളിയപ്പോൾ ദേഹത്തിലെ പൊള്ളലേറ്റ ഭാഗത്ത് ജലം വിണ്ടുകീറുകയും ദേഹമാകെയുള്ള ജലമൂലകം സ്തബ്ധമാകുകയും അതുണ്ടാക്കിയ അസഹനീയമായ വേദന ദേഹത്തെ ഒന്നായി ഉലയ്ക്കുകയും ചെയ്തത്, വെള്ളം ദേഹത്ത് സ്പർശിച്ചതോടെ സഹനീയമാവുകയായിരുന്നു. തുടർന്ന് നാലഞ്ചാളുകൾ ചേർന്ന് കിണറിലെ വെള്ളം കോരിക്കൊണ്ടുവരികയും ഒരു നിമിഷം മുടങ്ങാതെ വെള്ളം ധാര ചെയ്തുകൊണ്ടിരിക്കുകയും ചെയ്തു. ഇടയ്ക്ക് ഒരരനിമിഷം ഇടവേള വരുമ്പോൾ അനുഭവിക്കുന്ന വേദന, വിറയൽ കാണുന്നവർക്കെല്ലാം വിഷമമുണ്ടാക്കുന്നതായിരുന്നു. ഇങ്ങനെ ഒരു മണിക്കൂറോളം പോയി. വേദനയ്ക്ക് ഒരു മാറ്റവുമില്ല. അപ്പോളാണ് 'സ്പൈനൽ ബാത്ത്ടബ്ബി'ന്റെ

കാര്യം ഓർമ്മ വന്നത്. ഉടനെ അതുകൊണ്ടുവന്നു, അതിൽ വെള്ളം നിറച്ച്, വെള്ളത്തിന് പുറത്ത് വീണുപോയ പരൽമീൻ വെള്ളത്തിലേക്കു ചാടുന്നതുപോലെ, ചിന്തിക്കാതെ തന്നെ സിങ്കുകൊണ്ടുണ്ടാക്കിയ ബാത്ത് ടബ്ബിലെ തണുത്ത ജലത്തിൽ കയറിക്കിടന്നതും ഉടൻതന്നെ വേദന ഗണ്യമായി കുറഞ്ഞതും ശ്വാസഗതി സ്വാഭാവികമായതും പതുക്കെ ചുറ്റുമുള്ള വരെ ശ്രദ്ധിക്കാൻ തുടങ്ങിയതും ശരീരം സ്വാഭാവികതയിലേക്കു വന്നതിന്റെ ഒരു സൂചനയായിരുന്നു. ശരീരത്തിനുള്ളിലെ ജലം അനുഭവിക്കുന്ന തീച്ചൂട് അല്പം തണുക്കാൻ തുടങ്ങിയതപ്പോഴാണ്. ഇത്തരം വേദനയുടെ മൂർദ്ധന്യനിമിഷങ്ങളിൽ മനസ്സ് നിലച്ചുപോകുന്നു, സ്ഥലകാലങ്ങളില്ലാതാകുന്നു, ഭൂതഭാവികൾ മാഞ്ഞുപോകുന്നു.

അല്പനേരത്തിനിടയ്ക്ക് ടബ്ബിലെ വെള്ളത്തിന്റെ തണുപ്പ് പോവുകയും അത് വെള്ളമല്ലാതാവുകയും വീണ്ടും വേദന തിരയടിക്കുകയും ചെയ്തപ്പോൾ ആ വെള്ളം മാറ്റി വേറെ വെള്ളം ഒഴിച്ചു. ഇങ്ങനെ നാലോ അഞ്ചോ തവണ ചെയ്തതോടെ ശരീരത്തിലെ വേദന സഹിക്കാവുന്ന തരത്തിലായി. തുടർന്ന് ഓരോരുത്തരേയും ഉറങ്ങാൻ പറഞ്ഞയച്ചു, ഞാൻ ജലത്തിൽ തന്നെ കിടക്കുകയും അതിൽ തന്നെ ഉറങ്ങിപ്പോവുകയും ചെയ്തു. ഒരു മണിക്കൂറോളം ഉറങ്ങി, പെട്ടെന്ന് ഉണർന്നപ്പോഴാണ് ഞാൻ വെള്ളത്തിൽ ഉറങ്ങുകയാണെന്നറിഞ്ഞത്. തലഭാഗം ഉയർത്തിവച്ച് അതുപോലെ ഇരുകൈകളും കാലുകളും ജലസ്പർശമേൽക്കാതെ പുറത്തേക്കിട്ട്, ദേഹത്തിന്റെ ബാക്കിഭാഗം മുഴുവൻ വെള്ളത്തിൽ ആഴ്ത്തിവച്ചുകൊണ്ടുള്ള ആ കിടത്തം, അറിയാതെ വന്ന ഉറക്കം എന്റെ ആന്തരികതയിൽ, അസ്തിത്വത്തിൽ ഉള്ള ശരീരത്തിന്റെ 70%ത്തിലേറെ വരുന്ന ജലമൂലകത്തെ ശാന്തമാക്കി, സ്വസ്ഥവും. തുടർന്ന് മൂന്നാഴ്ചയോളം പഴവർഗ്ഗങ്ങൾ മാത്രം കഴിച്ചും ജലചികിത്സ ചെയ്തുമാണ് ചർമ്മത്തിന്റെ മൂന്നാം പാളിയെ വരെ ബാധിച്ച പൊള്ളലിന്റെ വ്രണത്തെ ശമിപ്പിച്ചത്.

എഴുപതുകളിൽ ഒരു രാത്രി കവി കെ.ജി. ശങ്കരപ്പിള്ള വീട്ടിൽ വന്നു. 'പ്രസക്തി' മാസിക തുടരാൻ കഴിയാത്ത ചില സാഹചര്യങ്ങൾ വന്നു കഴിഞ്ഞിരുന്നു. ഉള്ളിലെ ചിന്തകളും അതുണ്ടാക്കുന്ന തീയും അദ്ദേഹത്തെ അസ്വസ്ഥനാക്കുന്നുണ്ടായിരുന്നു. 'സ്പൈനൽ ബാത്ത്ടബ്ബി'ൽ തണുത്ത വെള്ളത്തിൽ അര മണിക്കൂർ കിടന്ന് കുളികഴിഞ്ഞു വന്നപ്പോൾ അദ്ദേഹത്തിന്റെ ശരീരവും മനസ്സും തണുത്ത് സ്വസ്ഥമായിരുന്നത് ഓർക്കുന്നു. വിസ്മയകരമായ ഒരു മാറ്റമാണ് ജലം തന്നിലുണ്ടാക്കിയത് എന്ന് അദ്ദേഹം പറയുകയും ഇത്തരമൊരു ഉപകരണം തനിക്കും വേണമെന്ന് വളരെ താത്പര്യത്തോടെ ഓർമ്മിപ്പിക്കുകയും ചെയ്തു. ടാഗോറിന്റെ 'വസുന്ധര' കെ.ജി.എസിന് ഇഷ്ടപ്പെട്ട ഒരു കവിതയാണ്. അത് പല തവണ അദ്ദേഹം ചൊല്ലിത്തന്നിട്ടുണ്ട്. അന്ന് അതൊരിക്കൽക്കൂടി പാടി

ത്തരണമെന്ന് പറയാൻ തോന്നിയെങ്കിലും അന്ന് ഒരു തരത്തിലും അദ്ദേഹത്തെ ശല്യം ചെയ്യാതെ സ്വസ്ഥമായി ഉറങ്ങാൻ വിടുകയായിരുന്നു.

അടിയന്തരാവസ്ഥാകാലത്ത് കണ്ണൂർ സെൻട്രൽ ജയിലിൽ വച്ച് ഉപവാസം നടത്തിയ ഞങ്ങളുടെ നേരെ ജയിലധികൃതരും സർക്കാരും കാണിച്ച ദയാശൂന്യമായ ജലനിഷേധം മറക്കാനാവാത്ത ഒരോർമ്മയാണ്. ഉപവാസ നോട്ടീസ് കൊടുത്തു കഴിഞ്ഞിട്ടും ഞങ്ങൾക്കു മുന്നിൽ മൂന്നു നേരവും പതിവു ഭക്ഷണമെത്തി. "ഞങ്ങൾക്കു കുടിക്കാനുള്ള വെള്ളം വേണം" എന്നു പറഞ്ഞപ്പോൾ "നിങ്ങളോട് ഭക്ഷണം കഴിക്കാനാണ് മുകളിൽ നിന്നുള്ള നിർദ്ദേശം" എന്ന മറുപടിയാണ് ഉണ്ടായത്. അന്നു കാലത്തു മുതൽ പാതിരവരെ തൊണ്ട നനയ്ക്കാനുള്ള ഒരു തുള്ളി വെള്ളവും തരാതെ ഞങ്ങളുടെ നേരെ ക്രൂരമായി പെരുമാറിയ ജയിലധികൃതർ ഒടുവിലൊടുവിൽ ഞങ്ങളുടെ ദാഹത്തിനുവേണ്ടിയുള്ള അവകാശസ്വരത്തിനുനേരെ, "വെള്ളം തരില്ല മൂത്രമെടുത്ത് കുടിച്ചോളൂ" എന്നു വരെയുള്ള കഠിനവാക്കുകൾ പറഞ്ഞത്, ഞങ്ങളുടെ ബ്ലോക്കിലെ മുന്നൂറോളം തടവുകാർ വെള്ളം കുടിക്കാൻ പറ്റാത്തതിന്റെ പേരിൽ ശാരീരികമായും മാനസികമായും തകർന്ന നിലയിലായത് ഇന്നലെ കഴിഞ്ഞ പോലെ മനസ്സിലുണ്ട്. അന്നു രാത്രി പലർക്കും ഛർദ്ദിയും ശ്വാസംമുട്ടും അനുഭവപ്പെട്ടു. പുലരാൻ നേരം ഒരു വാർഡൻ വന്ന് മേലുദ്യോഗസ്ഥന്മാരുടെ സമ്മതമില്ലാതെ ഞങ്ങൾക്കോരോരുത്തർക്കും കുടിക്കാനുള്ള വെള്ളം തന്നത്, ആ വെള്ളം കുടിച്ചപ്പോഴുണ്ടായ പുതുജീവൻ മറക്കില്ല.

ജയിലിൽ വേനലിൽ കുളി എന്നത് പേരിനു മാത്രമായി മാറി. ഒരു ചെറിയ കലത്തിൽ മൂന്ന് ലിറ്ററോളം വെള്ളമാണ് ഞങ്ങൾക്കു കുളിക്കാൻ വീതിച്ചുകിട്ടിയിരുന്നത്. ജലത്തിന്റെ അമൂല്യത സ്വയം മനസ്സിലാകാൻ മൂന്നു ദിവസം ജലം ഉപയോഗിക്കാനാവാത്ത ഒരവസ്ഥയിൽ സ്വയം ജീവിച്ചുനോക്കാനായി ഉത്തര അമേരിക്കൻ ഗോത്രവർഗ്ഗക്കാരിൽ ഒരാൾ പറഞ്ഞതോർക്കുന്നു. അത്തരം ഒരനുഭവത്തിലൂടെ കടന്നുപോയ ഒരാളുടെ മുന്നിൽ ജലം എത്തുമ്പോൾ, ഒരു തുള്ളിവെള്ളം ചുണ്ടുകളെ നനച്ച് ഉള്ളിലെത്തുമ്പോൾ ഉണ്ടാകുന്ന അനുഭൂതി ജലത്തിന്റെ വില ഒരാളെ അറിയിക്കുന്നു. ഇവിടെ ജലം ജീവസാരമായി മാറുന്നു:

ഒരാൾ രണ്ടുവട്ടം ഒരേ നദി മുറിച്ചു കടക്കുന്നില്ല എന്ന് ഹിരാക്ലീറ്റസ്. അതുപോലെ ദേഹത്തിലെ ജലമൂലകം ഒരാളിൽ ഒരിക്കലും ഒരുപോലിരിക്കാത്തതുകൊണ്ട് ജീവിതത്തിൽ ഒരാൾ ഒരിക്കലും ഒരുപോലെയല്ല. ഒരു ജീവിതകാലത്ത് ഒരിക്കൽ ഒരു നിമിഷം പോലും ഒരുപോലെ ഒരാളിൽ ആവർത്തിക്കുന്നില്ല.

■

ഇലഞ്ഞെട്ടിൽ നിന്ന് 'സ്പാനർ' മുളച്ചുവരുന്നു

ഒരിയ്ക്കൽ ബുദ്ധനും ആനന്ദനും ഒരു ഗ്രാമത്തിലൂടെ നടന്നു പോകുകയായിരുന്നു. ബുദ്ധൻ പറഞ്ഞു. "വല്ലാതെ ദാഹിക്കുന്നു. രണ്ടു നാഴികയോളം നടന്നാൽ സ്ഫടിക തുല്യമായ ഒരു നീരൊഴുക്ക് കാണാം. കമണ്ഡലുവിൽ കുറച്ചു വെള്ളവുമായി വരിക. ഞാൻ ഈ മരച്ചുവട്ടിൽ ഇരിക്കാം."

ആനന്ദൻ അരുവിക്കരയിൽ എത്തിയപ്പോൾ ഏതാനും കാളവണ്ടികൾ ആ നീരൊഴുക്ക് മുറിച്ചു കടക്കുകയായിരുന്നു. ജലം ചെളികൊണ്ട് മൂടി. ജീർണിച്ച ഇലകളെല്ലാം നദിയിൽനിന്ന് പൊന്തി. വെള്ളമെടുക്കാതെ അയാൾ മടങ്ങി. ദാഹിച്ചു കാത്തുനിൽക്കുന്ന ബുദ്ധനോടയാൾ പറഞ്ഞു. 'ആ വെള്ളം ചീത്തയായി. ഏതാനും കാളവണ്ടികൾ അതു കലക്കുകയും അതിന്റെ ശുദ്ധി നഷ്ടമാവുകയും ചെയ്തു. ഇപ്പോളത് മുഴുവൻ ചെളിയാണ്. ചീഞ്ഞ ഇലകളാണ്. കുറച്ചു മുന്നോട്ടുപോയാൽ അവിടെ വലിയൊരു നദിയുണ്ട്. ഞാൻ അവിടെപ്പോയി വെള്ളം കൊണ്ടുവരാം.

എന്നാൽ ബുദ്ധൻ പഴയതുതന്നെ ആവർത്തിച്ചു. "നീ തിരിച്ചു ചെല്ലണം. സ്ഫടികതുല്യമായ ആ വെള്ളം ഞാൻ കണ്ടതാണ്. അത് ഇപ്പോഴും നിർമ്മലമല്ലെങ്കിൽ തെളിയുംവരെ അതിന്റെ കരയിലിരിക്കുക."

ആനന്ദൻ മനസ്സില്ലാ മനസ്സോടെ മടങ്ങി. "ആ വെള്ളം വീണ്ടും സ്ഫടികതുല്യമാവാൻ പോകുന്നില്ല." മനസ്സിൽ അയാൾ പറഞ്ഞു.

അരുവിക്കരയിലെത്തിയപ്പോൾ ചളി മുഴുവൻ ഊറിക്കഴിഞ്ഞിരുന്നു. ഇലകളെല്ലാം ആണ്ടുപോയിരുന്നു. വെള്ളം മുമ്പത്തെക്കാളും നന്നായിരിക്കുന്നു. ഇപ്പോഴും അത് കുടിക്കാവുന്ന തരത്തിലല്ലെങ്കിലും.

ആനന്ദൻ കരയിലിരുന്നു; വെള്ളം തെളിയുംവരെ. വെള്ളവുമായി മടങ്ങിയെത്തിയപ്പോൾ ആനന്ദന്റെ മുഖം പ്രകാശിച്ചു. അദ്ദേഹം ബുദ്ധനോടു പറഞ്ഞു. "ദയവായി പൊറുക്കുക. കാരണം പോകുന്ന വഴി എനിക്കു ദേഷ്യവും സങ്കടവും തോന്നിയിരുന്നു. നിങ്ങൾ കഠിനഹൃദയനാണെന്നും

ചിന്തിച്ചിരുന്നു. താത്പര്യമില്ലാതെയാണ് ഞാൻ പോയത്. ഇപ്പോൾ ഞാൻ അറിയുന്നു. അത് വെള്ളത്തിന്റെ മാത്രം പ്രശ്നമായിരുന്നില്ല. അങ്ങ് എന്നെ ഒരു സമ്പ്രദായം പഠിപ്പിക്കുകയായിരുന്നു. അരുവിക്കരയുടെ തീരത്തിരുന്ന് ഞാനത് പഠിച്ചു."

ഈയൊരു തെളിമയോടെ ഭൂമിയിൽ ജലത്തിന്റെ ഭൂതവും, ഭാവിയും, വർത്തമാനവും എന്തെന്നറിയാൻ നമുക്കു കഴിയുമോ? മനുഷ്യവംശത്തിന്റെ അതിജീവന സത്യത്തിന്റെ എ.ബി.സി.ഡിയെപ്പറ്റി പര്യാലോചിക്കാൻ നമുക്കു കഴിയുമോ.

ഛാന്ദോഗ്യോപനിഷത്ത് ജീവന്റെ ഉറവിടമെന്നു വിശേഷിപ്പിക്കുന്ന ജലമൂലകമഹിമ ഇന്നിവിടെയെത്തി? വേൾഡ്‌വാച്ച് ഇൻസ്റ്റിറ്റ്യൂട്ട് ഇറക്കിയ 'വൈറ്റൽ സൈൻസ്' എന്ന രേഖയിൽ പറയുന്നു. 'മനുഷ്യൻ ഇന്ന് അഭിമുഖീകരിക്കുന്ന ഏറ്റവും വലിയ പ്രശ്നം ഊർജ്ജ പ്രതിസന്ധിയോ, യുദ്ധമോ വർഗ്ഗീയതയോ, വംശീയ കലാപമോ, ഭക്ഷ്യപ്രശ്നമോ അല്ല. കുടിനീരിന്റെ പ്രശ്നമാണ്.'

എല്ലാ ആദിമസംസ്കൃതികളിലും ജലം അമ്മയുടെ പ്രതീകമാണ്. മനുഷ്യശരീരത്തിന്റെ എൺപതു ശതമാനവും ജലമാണ്. വെള്ളം ഗർഭിണികളെ സ്വപ്നം കാണുന്നവരാക്കുന്നു. വെള്ളം നമ്മെയെല്ലാം സ്വപ്നാലുക്കളാക്കുന്നു. മനുഷ്യന്റെ ഉള്ളിലെ ജലമൂലകമത്രെ മിത്തായി, കവിതയായി, സംഗീതമായി, സംസ്കാരത്തിന്റെ മഹാനദികളായി പ്രവഹിച്ചുകൊണ്ടിരിക്കുന്നത്. ജലമൂലകം മനുഷ്യന്റെ ഉപബോധമത്രെ. ഇത് മനസ്സിന്റെ രഹസ്യപൂർണ്ണമായ ഉൾക്കാഴ്ചകൾ, അന്തർദർശനങ്ങൾ, കരുണാമയമായ വിചാര പ്രവാഹങ്ങൾ ആയി മാറുന്നു. രക്തം, ഉമിനീർ, മൂത്രം, രേദസ്സ്, കണ്ണീർ - ഒരാളുടെ ചുറ്റുമുള്ള ലോകത്തിനുനേരെ ദേഹത്തിൽനിന്ന് ആദിജലമൂലകം നടത്തുന്ന ഭിന്ന വിനിമയങ്ങളാകുന്നു. ഒരാളുടെ രക്തത്തിലെ തിരയടികൾ അയാളെ പ്രപഞ്ചത്തിലെ സകല ജൈവ ചേതനയുമായും അടുപ്പിക്കുന്നു.

കരകളെ; പരിസരങ്ങളെ അതിൽ കാലാകാലമായി അടിഞ്ഞുകൂടിക്കിടക്കുന്ന മാലിന്യങ്ങളുടെ പർവ്വതങ്ങളെ ഒന്നായി വിഴുങ്ങിക്കൊണ്ട് രൗദ്രമായി ഒഴുകിക്കൊണ്ടിരിക്കുന്ന വർഷകാല നദിയുടെ പ്രവാഹത്തെപ്പറ്റി ജെ. കൃഷ്ണമൂർത്തി പറയുന്നു. ഇവിടെ ജലം; നദി; പരിവർത്തനകാരിയാണ് പാപനാശിനിയാണ്.

ഹെർമ്മൻ ഹെസ്സെയുടെ 'സിദ്ധാർത്ഥ'യിൽ നദിയുടെ ആമന്ത്രണങ്ങളിൽ നിന്ന് ജീവിതത്തിന്റെ മഹാസത്യങ്ങൾക്ക് കാതോർക്കുന്ന സിദ്ധാർത്ഥനെ നാം മറക്കില്ല.

വെള്ളം രോഗശമനത്തിനുതകുന്നു. ജലംകൊണ്ട് സർവ്വരോഗങ്ങളും മാറ്റാമെന്ന് ജർമ്മൻ പ്രകൃതി ചികിത്സകൻ ലൂയി കൂനി തെളിയിച്ചു.

ജലം ജീവന്റെ ഉറവിടം എന്നത്രെ ഛാന്ദോഗ്യോപനിഷത്ത്. ഇതിൽ ശ്വേതകേതു ഇരുപത്തഞ്ച് ദിവസം ജലം മാത്രം കഴിച്ചുകൊണ്ട് ഉപവസിക്കുന്നതായി പറഞ്ഞിരിക്കുന്നു. ജീവൻ ജലത്താലുണ്ടാക്കപ്പെട്ടിരിക്കുന്നു. ഏറെ നാൾ ജലംകൊണ്ടുമാത്രം ഒരാൾക്കു പുലരാനാകും. ഇതു മകനു ബോദ്ധ്യമുണ്ടാകാനാണ് ശ്വേതകേതുവിന്റെ അച്ഛൻ ഉപവാസം നിർദ്ദേശിച്ചത്.

നാനൂറ്റിപതിനൊന്നു ദിവസങ്ങൾ നീണ്ടുനിന്ന ഉപവാസക്കാലത്ത് ഹീരാരത്തൻ മനേക് വെള്ളം മാത്രമാണ് കഴിച്ചത്. ഛാന്ദോഗ്യോപനിഷത്തിൽ പറഞ്ഞതിനെ ഇതുപോലെ തെളിയിക്കാൻ ലോകത്തിന്റെ പല കോണുകളിലായി പലർക്കും സാധിച്ചിട്ടുണ്ട്.

രണ്ട്

റോബർട്ട് പിർസിജിന്റെ 'സെൻ ആന്റ് ദി ആർട്ട് ഓഫ് മോട്ടോർ സൈക്കിൾ മെയിന്റനൻസ്' എന്ന കൃതിയുടെ കവറിൽ ഇലഞെട്ടിൽനിന്ന് ഒരു സ്പാനർ മുളച്ചുവരുന്ന ചിത്രമുണ്ട്. പ്രകൃതിദത്തമായ ലോകവും മനുഷ്യനിർമ്മിതമായ സാങ്കേതികതയുടെ ലോകവും തമ്മിലുള്ള ഒരു അസ്വഭാവിക മേളനത്തിന്റെ പ്രതീകമാണ് ഈ ചിത്രം. അന്തരീക്ഷത്തെ വിഷമയമാക്കുന്ന പുക, വാഹന അപകട മരണങ്ങൾ, ഓയിൽവിലയിലെ കുതിച്ചുകയറ്റം, ജനസഞ്ചയങ്ങൾ പുളയ്ക്കുന്ന മലിന നഗരങ്ങൾ, ഭ്രാന്തവേഗതകളുടെ, മത്സരങ്ങളുടെ, രംഗവേദികളായ മരണത്തിന്റെ ഹൈവേകൾ, വാഹനങ്ങളിൽനിന്നുള്ള ഘോരമായ അലർച്ചകൾ ഇവയും മറ്റനവധി അനുഭവങ്ങളും അവയുടെ പ്രത്യാഘാതങ്ങളും പുതിയ യുഗത്തെ അടയാളപ്പെടുത്തുന്നു. ഇതിന്റെ പശ്ചാത്തലത്തിൽ നവനാഗരികതയുടെ ഭാഗമായ മനുഷ്യൻ അഭിമുഖീകരിക്കുന്ന കേവല പാരിസ്ഥിതിക പ്രശ്നങ്ങളെ മാത്രമല്ല റോബർട്ട് പിർസിജൻ ഈ കൃതിയിൽ പരിശോധിക്കുന്നത്. മറിച്ച് ഇത്തരം ഒരു ലോകത്തിൽ മനുഷ്യവംശം നേരിടുന്ന നൈതീകവും സാന്മാർഗ്ഗികവുമായ അതിജീവനത്തിന്റെ പ്രശ്നങ്ങളാണ് പ്രമുഖമാകുന്നത്.

മനുഷ്യവർഗ്ഗം ഏറ്റവും ഇളയതത്രെ. ഒരു ലക്ഷം വർഷത്തിൽ കവിയാത്ത പ്രായമേ അതിനുള്ളു. ഈ ഹ്രസ്വകാലംകൊണ്ട് ഇത് ഏറ്റവും മേധാവിത്വമുള്ള വർഗ്ഗമായി വളർന്നു. ഈ പരമവിജയം പക്ഷേ ഇപ്പോൾ ഭൂമിയുടെ ഭാവിയെയും ഭൂമിയെ ആശ്രയിക്കുന്ന ഇതര ജീവികളെയും

ബാധിക്കുന്നിടത്തോളമെത്തി. ഈ പ്രക്രിയയെ മനുഷ്യന്റെ വിവേക മുപയോഗിച്ചുകൊണ്ട്, 'പെരുമാറ്റ ശാസ്ത്രത്തിന്റെ ടെക്നോളജി' ഉപ യോഗിച്ചുകൊണ്ട് പരിഹരിക്കാനാവുമോ എന്നു നോക്കുക. ഇതത്രെ മനുഷ്യരാശി ഇന്നു നേരിടുന്ന ഏറ്റവും വലിയ വെല്ലുവിളിക്കുള്ള ഏക പ്രതിവിധി. ഭൂമിയെ നശിപ്പിച്ചുകൊണ്ടിരിക്കുന്ന മനുഷ്യന്റെ പരിഷ്കൃ തിയെ ഈ സവിശേഷ സന്ദർഭവുമായി ബന്ധിപ്പിച്ച് സംസ്കാരത്തെപ്പ റ്റിയുള്ള ഒരു സമഗ്രമായ സംവാദം ഉണ്ടായി വരേണ്ടതുണ്ട്.

മനുഷ്യരാശിയുടെ നേട്ടങ്ങളുടെ ആകെത്തുക - മഹത്തായ മതങ്ങൾ, ഭൗതികശാസ്ത്രങ്ങൾ, നാം പണിത നഗരങ്ങൾ, നാം വിരചിച്ച മനോഹ രമായ പെയിന്റിംഗുകളും സംഗീതവും, സാങ്കേതിക ശാസ്ത്രത്തിലെ ശ്രദ്ധേയങ്ങളായ നേട്ടങ്ങൾ, ഇവയൊക്കെയും തരുന്ന വെളിച്ചം കൊണ്ടൊന്നും വർത്തമാനകാലത്ത് നാം നേരിടുന്ന പ്രതിസന്ധിയെ പരി ഹരിക്കാനാവില്ല. മനുഷ്യസംസ്കാരത്തിന്റെ വേരുകളെവരെ ഒരു മൂല്യ വിചാരണയ്ക്കു വിധേയമാക്കാൻ ഈ പ്രതിസന്ധി നമ്മോടാവശ്യപ്പെടു കയാണ്.

മനുഷ്യന്റെ അവബോധത്തെ പൂർണ്ണമായി പുതുക്കിപ്പണിയാനാ വുമോ? ഈ അവബോധത്തെ മനുഷ്യൻ വിപ്ലവാത്മകമായി മാറ്റുന്നില്ലെ ങ്കിൽ നാം 'രക്തരൂക്ഷിതമല്ലാത്ത' യുദ്ധങ്ങളിൽ അവസാനിക്കാൻ പോവു കയാണ്. പുതിയ ഒരു മനസ്സോടെ ഭൂമിയെ, ഇവിടെ നാം കഴിച്ചുകൂട്ടുന്ന ജീവിതത്തെ കാണാനാവുമോ? മനസ്സിന്റെ ഉപകരണങ്ങളെയാകെ അഴിച്ചു പണിയാനാവുമോ? മനുഷ്യമനസ്സ് എണ്ണമറ്റ സഹസ്രാബ്ദങ്ങ ളിലൂടെ ഭയത്തിൽ ജീവിച്ചു. ആ ഭയത്തിന് ഒരറുതി വരുത്താനാവുമോ? പതിനായിരം വർഷങ്ങളോ അതിലധികമോ ആയി നമുക്കിടയിൽ യുദ്ധ മുണ്ട്. പഴയ നാളുകളിൽ അമ്പുപയോഗിച്ചായിരുന്നു കൊന്നത്. രണ്ടോ മൂന്നോ അല്ലെങ്കിൽ നൂറുകണക്കിനാളുകളെ. ഇപ്പോൾ ലക്ഷങ്ങളാണ് കൊല ചെയ്യപ്പെടുന്നത്. വളരെ കാര്യക്ഷമമായി. പതിനായിരം വർഷ ങ്ങളിലെ യുദ്ധം 'മനുഷ്യനെ കൊല്ലരുത്' എന്ന ലളിതമായ പാഠം പോലും പഠിപ്പിക്കുകയുണ്ടായില്ല.

മനുഷ്യൻ അവബോധ തലത്തിൽ പുതുക്കിപ്പണിയേണ്ടതുണ്ട്. മനു ഷ്യന്റെ അവബോധവും അറിവിന്റെ പ്രകൃതിയും ലോകത്തിനുമീതെ പ്രകടമായ മേൽക്കോയ്മ നടത്തുകയാണ്. അനുഭവം, അറിവ്, ഓർമ്മ, ചിന്ത, പ്രവൃത്തി - ഇരുപത്തയ്യായിരം വർഷങ്ങളായി മനുഷ്യൻ ആ ഒറ്റ ചക്രത്തിൽ തിരിയുകയത്രെ. അറിവുനേടലും അതുവെച്ചു പ്രവർത്തി ക്കലും ഒരു പ്രക്രിയയായി തുടരുന്നു. ഇതു തലച്ചോറിൽ ഓർമ്മയായി

സംഭരിക്കപ്പെടുന്നു. തുടർന്ന് ഓർമ്മ പ്രവൃത്തിയിൽ പ്രകടിതമാവുന്നു. നാമെപ്പോഴും ഓർമ്മയിൽ നിന്നാണ് പ്രവർത്തിക്കുന്നത്. ആ ഓർമ്മ നമ്മുടെ തലച്ചോറുകളിലെ സെല്ലുകളിൽ നിന്നാണ്. അത് പാരമ്പര്യം, വിദ്യാഭ്യാസം, അനുഭവം, കാണൽ, കേൾക്കൽ എന്നിവയിലൂടെ രൂപ പ്പെടുന്നതാണ്.

ഇരുപത്തയ്യായിരം വർഷങ്ങളുടെ അന്ത്യത്തിൽ 'ഞാനെന്താകുന്നു' എന്ന ചോദ്യത്തിനു മുന്നിൽ നിങ്ങൾ നിൽക്കുകയാണ്. ഹിറ്റ്ലർ തന്റെ മുദ്ര നമ്മളിൽ പതിപ്പിച്ചു. ബുദ്ധനും അതു ചെയ്തു. യേശുക്രിസ്തുവും മുഹമ്മദ് നബിയും മാർക്സും, മാവോയും, ചാരുമജുംദാരും എല്ലാം അതു ചെയ്തു. ഇതിന്റെയെല്ലാം ഫലമാണ് നിങ്ങളുടെ, എന്റെ അവബോധം, അതിന്റെ 'വ്യവസ്ഥ ചെയ്യപ്പെടൽ'. ഈ വ്യവസ്ഥ ചെയ്യപ്പെടലിൽ നിന്ന് മുക്തനാകാൻ എനിക്കാവുമോ? 'ഉവ്വ്!'... ഒരു നിമിഷം ഉള്ളിലേയ്ക്കു നോക്കൂ. നാമൊക്കെയും മത ആശയ പ്രത്യയ ശാസ്ത്രങ്ങളുടെ പേരും പറഞ്ഞുള്ള സംഘം ചേരലുകളെ, ഹിംസാത്മകതയെ ഉള്ളിൽ പേറു ന്നുണ്ടോ? ഇല്ല. നമ്മുടെ ബോധ വികാസത്തിന്റെ ഫലമായി നാമിവി ടെത്തി. ഇതു ലോകത്തുള്ള മറ്റേതു മനുഷ്യനും അവിടെയെത്താനാവു മെന്നു സൂചിപ്പിക്കുന്നില്ലേ?

സഹസ്രാബ്ദങ്ങളായി മനുഷ്യൻ ജീവിച്ചുതീർത്ത ജീവിതത്തെ, അതിന്റെ സത്തയെ, അർത്ഥത്തെ സ്വന്തം മേശപ്പുറത്തുള്ള ഒരു വസ്തു വിനെപ്പോലെ വസ്തുനിഷ്ഠമായി, യാതൊരു താരതമ്യമോ വിധി നിർണ്ണ യമോ കൂടാതെ ഒന്നു നോക്കാനാവുമോ. നമ്മുടെ മുതുമുത്തച്ഛന്മാർ നമുക്കീ സംസ്കാരം, മനുഷ്യാസ്തിത്വത്തിന്റെ ഈ മുഴുവൻ ഘടനയും അതിന്റെ മുഴുവൻ സംഘർഷങ്ങളോടെ, ദുഃഖത്തോടെ കൈമാറി. ഇതുൾ ക്കൊള്ളുന്ന ശൈഥില്യം, ഒറ്റനോട്ടത്തിൽ നമുക്കതു വ്യക്തമായി വെളി പ്പെട്ടു കിട്ടുന്ന തരത്തിൽ പ്രകടമായില്ലെങ്കിലും. ഈ ശൈഥില്യമാണ് നമ്മെ സുരക്ഷിതമായി ജീവിക്കുന്നതിൽനിന്ന് തടയുന്നത്. ഇതുണ്ടായി രുന്നില്ലെങ്കിൽ ഭൂമിയിലെ ജീവിതം മറ്റൊന്നാകുമായിരുന്നു, നമുക്കെല്ലാം ഭക്ഷണം കിട്ടും. എല്ലാവർക്കും വീടുണ്ടാകും. യുദ്ധങ്ങളുണ്ടാവില്ല. നാമെല്ലാം ഒന്നായിരിക്കും. അദ്ദേഹം എന്റെ സോദരൻ, ഞാനദ്ദേഹ ത്തിന്റെയും. എന്നാൽ ആ ശിഥിലീകരണം അതു സംഭവിക്കുന്നതിനെ തട ഞ്ഞു. ഒരു ദേശീയതയുമില്ലെങ്കിൽ, ആശയങ്ങളുടെ വ്യവസ്ഥ ചർച്ച ചെയ്യ പ്പെടൽ ഇല്ലെങ്കിൽ നമുക്കെല്ലാം ഉണ്ടാവുമായിരുന്നു. നാം ചിലതാവശ്യ പ്പെടുന്നു, എന്നാലത് തടയപ്പെടുന്നു. കാരണം, ഞാനൊരു ക്രൈസ്തവ നാണ്. നിങ്ങളൊരു ഹിന്ദുവും. അദ്ദേഹമൊരു ഇസ്ലാമും മറ്റേയാൾ ഒരു

കമ്യൂണിസ്റ്റും. നാം ചോദിക്കുകയാണ്, ഈ ശിഥിലീകരണം എങ്ങനെ യുണ്ടായി? എന്താണതിന്റെ ഉറവിടം.

സുരക്ഷിതത്വത്തിനുവേണ്ടിയുള്ള ആഗ്രഹത്തിൽ നിന്നത്രെ ശിഥിലീ കരണം ഉണ്ടാകുന്നത്. മാനസിക തലത്തിലുള്ള സുരക്ഷിതത്വം, ശാരീ രിക സുരക്ഷിതത്വത്തെ തടയുന്നു. അതുകൊണ്ട്, മനുഷ്യൻ ശാരീരിക സുരക്ഷിതത്വത്തേക്കാൾ മാനസികമായ സുരക്ഷിതത്വത്തിനു പ്രാധാന്യം നൽകുന്നു. എന്റേത്, എന്റെ രാജ്യം, എന്റെ മതം, എന്റെ വീട്. പൊഖ്റാ നിൽ അണുബോംബു പൊട്ടിച്ചപ്പോൾ ഇന്ത്യൻ ജനതയുടെ മാനസിക മായ സുരക്ഷിതത്വത്തെയാണ് സ്പർശിച്ചത്. മറിച്ച് ഇത്തരം അണു ബോംബുകളും മത്സരങ്ങളും യുദ്ധങ്ങളും ആത്യന്തിക തലത്തിൽ തന്റെ ശാരീരിക സുരക്ഷിതത്വത്തിനു തന്നെ ഏറ്റവും വലിയ ഭീഷണിയാ ണെന്ന് ഓർക്കുന്നതേയില്ല.

മോഡേൺ സയൻസെന്നു പറയുന്നതിന് മുന്നൂറോ നാനൂറോ വർഷ ങ്ങളുടെ പഴക്കമാണുള്ളത്. പതിനേഴാം നൂറ്റാണ്ടിനുശേഷമാണ് മനു ഷ്യന്റെ ലോകം അതിവേഗത്തിൽ മാറുന്നത്. ഗലീലിയോ, ന്യൂട്ടൺ എന്നി വരുടെ വരവോടെ ആധുനികശാസ്ത്രവും അതിന്റെ സമീപനവും നമ്മുടെ ജീവിതത്തെ മുഴുവനായി കീഴ്മേൽ മറിക്കാൻ തുടങ്ങി. ടെക്നോളജി യുടെയും ശാസ്ത്രപരമായ ദർശനങ്ങളുടെയും ഒടുവിലിതാ ക്ലോണിങ്ങി ന്റെയുമെല്ലാം സംസ്കാരത്തിനിടയിൽ ഏകദേശം അഞ്ചു ലക്ഷം പ്രമുഖ പ്രതിരോധ ശാസ്ത്രജ്ഞന്മാർ ഏറ്റവും കാര്യക്ഷമതയുള്ള 'കില്ലിംഗ് മെഷീൻ' (കൊലപാതക യന്ത്രം) നിർമ്മാണത്തിൽ മുഴുകിക്കഴിയുന്നു വെന്നത് എന്താണ് സൂചിപ്പിക്കുന്നത്?

ശാസ്ത്രത്തെ പുതിയ ലോകത്തിന്റെ 'വേദ'മായി സ്വീകരിച്ച മനുഷ്യ രാശിക്ക് കിട്ടിയതെന്തായിരുന്നു? പരിസ്ഥിതി മലിനീകരണം, റേഡിയേ ഷൻ, തെർമോ ന്യൂക്ലിയർ യുദ്ധം. മനുഷ്യന് ചന്ദ്രനിലിറങ്ങാനുള്ള റോക്കറ്റു കൾ, മനുഷ്യർ ഉണ്ടാക്കി. എന്നാൽ മനസ്സിനെ നിയന്ത്രിക്കാനും ശാന്തിയും സ്വസ്ഥതയും അനുഭവിക്കാനുമുള്ള ഒരുപകരണം തിരിച്ചറിയാനോ ഉപ യോഗിക്കാനോ മനുഷ്യനു കഴിയുന്നില്ല. ആധുനിക ശാസ്ത്രത്തിന്റെ മുഴുവൻ ഉപകരണങ്ങളും ഉണ്ടായിട്ടും, സ്വന്തം സമാധാനവും സുഖവും കൈവരിക്കാൻ ഇതുകൊണ്ടൊന്നും കഴിയുന്നില്ല

പുനർനവീകരിക്കപ്പെടാനാകാത്ത ഉപഭോഗ വസ്തുക്കൾ എത്രയ ധികം കരുതലോടെ സംരക്ഷിക്കുകയും ഉപയോഗിക്കുകയും വേണമെന്നു പറഞ്ഞുതരാൻ ശാസ്ത്രത്തിനു കഴിഞ്ഞില്ല. വൈദ്യുതി, പെട്രോളിയം ഉൽപ്പന്നങ്ങൾ, പേപ്പർ, ജലം എല്ലാം ആവശ്യത്തിലധികം ഉപയോഗിച്ചു

കൊണ്ടിരിക്കുന്നവനാണ് പുതിയ മനുഷ്യൻ. ഇവയെല്ലാം മിതമായി, കരുതലോടെ ഉപയോഗിക്കണമെന്നു പറഞ്ഞുതരേണ്ടത് മനുഷ്യന്റെ വിവേകമാണ്. 'വിശപ്പടക്കാനുള്ള ഭക്ഷണവും ദാഹം തീർക്കാനുള്ള ജലവും കുടിയ്ക്കുക. ഒരു ചിത്രശലഭം ഒരു പൂവിന്റെ ദലങ്ങളെയോ കേസരങ്ങളെയോ രൂപത്തേയോ നശിപ്പിക്കാതെ തേൻ നുകരുന്നതു പോലെ ജീവിതാവശ്യങ്ങൾ നിറവേറ്റുക" ബുദ്ധൻ.

ശാസ്ത്രം വളർന്നപ്പോൾ നന്മ തളർന്നത് മനുഷ്യന്റെ ആന്തരിക ശാസ്ത്രത്തിന്റെ ഗുരുനാഥന്മാരിൽ നിന്ന് നാം അകന്നുപോയതു കൊണ്ടത്രെ.

സയൻസിന്റെ ടെക്നോളജിയെ മാത്രം ആശ്രയിച്ച രണ്ടാം സഹ സ്രാബ്ദത്തിന്റെ അന്ത്യശതകളിലെ മനുഷ്യാനുഭവത്തിനു മുന്നിൽ പുതിയ സഹസ്രാബ്ദത്തിൽ പുതിയൊരു ടെക്നോളജിയെപ്പറ്റി പറയാ നനുവദിക്കുക, പെരുമാറ്റ ശാസ്ത്രത്തിന്റെ ടെക്നോളജി, ഊർജതന്ത്ര ത്തിന്റെ, ജീവശാസ്ത്രത്തിന്റെ ടെക്നോളജിക്കു തുല്യമായ ഒരു ടെക്നോ ളജി പെരുമാറ്റ ശാസ്ത്രത്തിൽ ഉണ്ടാവണം. പെരുമാറ്റ ശാസ്ത്രത്തെ പ്പറ്റിയുള്ള നാട്ടറിവുകൾ, സഹസ്രാബ്ദങ്ങളായി ജീവിച്ചു മൺമറഞ്ഞ വരുടെ പെരുമാറ്റാനുഭവങ്ങൾ, ഇവ ഇന്നത്തെ ലോകത്തിന്റെ സ്ഥിതി പരിഹരിക്കാൻ പരീക്ഷിച്ചു നോക്കാവുന്നതാണ്. ഇന്ത്യൻ യോഗ, ചൈനീസ് യോഗ, സെൻ-താവോ ചര്യകൾ, തിബത്തൻ ലാമമാരുടെ ആയുർദൈർഘ്യത്തിന്റെയും ആരോഗ്യത്തിന്റെയും ഗൂഢമാർഗ്ഗങ്ങൾ, ഈജിപ്തിലെ യോഗികളുടെ സവിശേഷാനുഷ്ഠാനങ്ങൾ, അയ്യായിരം വർഷം പഴക്കമുള്ള 'ശിവാബുൽ കല്പവിധി'യിലെ സ്വമൂത്ര ചികിത്സ പോലുള്ള രോഗശമനരീതികൾ, ബുദ്ധൻ, ക്രിസ്തു, നബി, സൂഫിയതി കൾ, ഗൂർജിഫ്, കൃഷ്ണമൂർത്തി, തിച്ച്നാട്ട് ഹാൻ എന്നിവർ ഭിന്ന സാഹ ചര്യങ്ങളിൽ പറഞ്ഞവയിൽ പൊതുവായുള്ള ഒരു വെളിച്ചം പെരുമാറ്റ ശാസ്ത്രവുമായി ബന്ധപ്പെട്ട് പരിശീലിച്ചു നോക്കേണ്ടതാണ്. ഉദാഹര ണമായി നമ്മുടെ ജീവിതത്തിൽ പെരുകിവരുന്ന ഹിംസാത്മകതയെപ്പറ്റി ലാവോത്സു രണ്ടായിരം വർഷങ്ങൾക്കുമുമ്പു പറഞ്ഞു 'ഹിംസാപരനായ ഒരു മനുഷ്യന് ഒരു നല്ല അന്ത്യമുണ്ടായിരുന്നതായി കാണിച്ചാൽ ഞാന യാളെ എന്റെ ഗുരുവാക്കാം.' ഇങ്ങനെ, മനുഷ്യന്റെ പെരുമാറ്റ ശാസ്ത്രവും ജീവിതസൗഖ്യവും എന്ന വിഷയത്തെ കൃത്യമായി നിർവചിച്ചത്, ചെവി ക്കൊള്ളാൻ മനുഷ്യനു കഴിഞ്ഞില്ല എന്ന് രണ്ടായിരം വർഷങ്ങൾ ക്കിടയ്ക്ക് അരങ്ങേറിയ രണ്ടായിരത്തിലധികം യുദ്ധങ്ങൾ, രക്തച്ചൊരി ച്ചലുകൾ സൂചിപ്പിക്കുകയാണ്. ഇതു വിവേകത്തോടെ മനസ്സിലാക്കുന്ന

ഒരു മനുഷ്യരാശിക്ക് മൂവായിരാമാണ്ടിന്റെ തുടക്കത്തിൽ ഇതുപോലെ ദുഃഖം പുരണ്ട ഒരു കുറിപ്പ് എഴുതേണ്ടിവരില്ല.

മനുഷ്യാവസ്ഥയുടെ ഏറ്റവും വലിയ സവിശേഷത പഠിയ്ക്കലും പരിവർത്തിക്കലുമത്രെ. ഇത്തരത്തിൽ നമ്മുടെ വർത്തമാനകാല ജീവിതത്തിന്റെ ആതുരാവസ്ഥയെ, ഹിംസാത്മകതയെ, ആർത്തിയെ, ശുഷ്കമായ ഭൗതികമാത്ര ചിന്തയെ, അത്യന്തം ഉണർന്ന ഒരു ബോധാവസ്ഥയോടെ നോക്കുമ്പോൾ മാത്രമേ നമ്മുടെ ജീവിതത്തിന്റെ സമസ്ത മേഖലകളെയും പൊതിഞ്ഞു നിൽക്കുന്ന ഇരുട്ട്, വേദന, ഭയം എത്ര ദാരുണമാണെന്നു നമുക്കു തിരിച്ചറിയാനാവൂ.

നാമിന്നു വിതയ്ക്കുന്നതേ നാളെ നമുക്കു കൊയ്യാനാവൂ. ∎

നിങ്ങളുടെയും എന്റെയും ഭൂമി

റാബിബുനാം ഒരു പുലരിയിൽ തന്റെ ശിഷ്യന്മാരുടെ കൂടെ ശാന്തമായൊരു ഗ്രാമത്തിലൂടെ നടന്നുപോവുകയായിരുന്നു. ഏറെ നടന്നപ്പോൾ ഒരു കാരണവുമില്ലാതെ അദ്ദേഹം കുനിഞ്ഞ് ഒരു പിടി നനഞ്ഞ മണ്ണു വാരി അതിന്റെ നേരെ പ്രേമപൂർവ്വം ഒന്നു നോക്കി, അനന്തരം അത് എടുത്ത അതേസ്ഥാനത്തുതന്നെ വെയ്ക്കുകയും ചെയ്തു. ഗൂഢമായ ഒരു മഹാരഹസ്യം തിരിച്ചറിഞ്ഞതിന്റെ നിർവൃതി ആ കണ്ണുകളിൽ ഓളം വെട്ടി. ശിഷ്യന്മാർക്ക് ഒന്നും മനസ്സിലായില്ല.

റാബിബുനാം സൗമ്യമധുരമായി ആകാശത്തേക്ക് തലയുയർത്തി. പ്രാർത്ഥിക്കുന്ന സ്വരത്തിൽ അദ്ദേഹം ഇപ്രകാരം മന്ത്രിച്ചു: "ഈ ഒരു പിടി മണ്ണ് ഈ പ്രത്യേകമായ സ്ഥലത്തു തന്നെ ഇരിക്കണമെന്ന് ദൈവം ആഗ്രഹിക്കുന്നുവെന്ന് നാം ഒരിക്കലും അറിയുന്നില്ല!..."

ഇതു മറന്നുപോയ ഒരു മനുഷ്യരാശിയാണ് ഭൂമിയെ, ഒരിക്കൽ സ്വർഗ്ഗമായിരുന്ന ഭൂമിയെ ഇന്നിക്കാണുന്ന രൂപത്തിൽ നരകമാക്കിയത്; ഭൂമിയിലെ മുഴുവൻ പുഴകളെയും മലിനമാക്കിയത്.

ഇത് ഹൃദയം കൊണ്ടറിഞ്ഞ ഏകാകിയായ ഒരു മനുഷ്യൻ, ജെ. കൃഷ്ണമൂർത്തി എഴുതുന്നു: "നിങ്ങളിലാരെങ്കിലും വെളുപ്പിന് സൂര്യവെളിച്ചം ജലതരംഗങ്ങളിൽ പ്രതിഫലിക്കുന്നത് നിരീക്ഷിച്ചിട്ടുണ്ടോ എന്നെനിക്കറിയില്ല. പ്രകാശം എത്ര അസാധാരണമാംവിധം മൃദുലമാകുന്നുവെന്നും ഇരുണ്ട ജലപ്രവാഹം എത്ര അതുല്യമായി നൃത്തം ചെയ്യുന്നുവെന്നും ആകാശത്തുള്ള ഒരേയൊരു പ്രഭാതതാരകം എങ്ങനെ തിളങ്ങിക്കൊണ്ടിരിക്കുന്നുവെന്നും നിങ്ങൾ എന്നെങ്കിലും ശ്രദ്ധിക്കുകയുണ്ടായോ? അഥവാ, ദൈനംദിന കാര്യങ്ങളിൽ നിങ്ങളത്രയ്ക്കു തിരക്കിലായതുകൊണ്ട്, നിങ്ങൾ ഇതു മറക്കുകയാണോ? അതല്ല; ഈ പൃഥിയുടെ - നാമൊക്കെയും പുലർന്നു പോരുന്നതീ പൃഥിയിലല്ലേ - സമ്പന്നമായ സൗന്ദര്യത്തെ നിങ്ങളൊരിക്കലും അറിഞ്ഞിട്ടില്ലെന്നോ? നാം നമ്മെ

കമ്മ്യൂണിസ്റ്റോ, ഹിന്ദുവോ, ബൗദ്ധനോ, ക്രൈസ്തവനോ, ഇസ്ലാമോ എന്ന് ഏതു പേരിൽ സ്വയം വിളിച്ചാലും നാം അന്ധരോ, മുടന്തരോ, നല്ല നിലയ്ക്കുള്ളവരോ, സന്തുഷ്ടരോ ആരുതന്നെ ആയാലും ഈ ഭൂമി നമ്മുടേതാകുന്നു! നിങ്ങൾക്കു മനസ്സിലാകുന്നുണ്ടോ? ഇതു നമ്മുടെ ഭൂമി യാകുന്നു, മറ്റാരുടേതുമല്ല! ഇത് ധനികനായ മനുഷ്യന്റെ മാത്രം ഭൂമി യല്ല... ഇത് നമ്മുടെയൊക്കെ ഭൂമിയാകുന്നു; നിങ്ങളുടെയും എന്റെയും."
(പെൻഗ്വിൻസ് കൃഷ്ണമൂർത്തി റീഡർ)

മനുഷ്യൻ ജീവിതത്തിൽ വളർത്തിയെടുക്കേണ്ട പരമപ്രധാനമായ സംഗതിയെന്തെന്ന ചോദ്യത്തിന് കൃഷ്ണമൂർത്തി, "ഓരോ മാനവനും പരമപ്രധാനമായറിയേണ്ടത് തീർച്ചയായും തന്റെ ചുറ്റുമുള്ളവയുമായി - മഹാനഗരങ്ങളിലെ കഠോരമായ ശബ്ദലോകവുമായും വൃത്തികെട്ടതും തീർത്തും മോശമായവയും ആയിപോലും - സ്വരൈക്യത്തോടെ, തന്റെ ജീവിതത്തിന്റെ സ്വച്ഛതയെ ബാധിക്കാത്ത തരത്തിൽ ജീവിക്കാൻ കഴി യുക എന്നതാണ്, ജീവിതത്തിന്റെ ഗതിക്രമം ഏറ്റവും പ്രധാനപ്പെട്ടതാണ്. പരമപ്രധാനമായവയിൽ ഒന്നാണ്. എന്നാൽ മനുഷ്യൻ അനുഭവിച്ചു പോരുന്ന സംഘർഷമാണ് ഈ ഗതിക്രമത്തെ ഇല്ലാതാക്കുന്നത്." ഇതിനെ മറികടക്കാൻ ഭൂമിയുമായി ഒരാത്മീയ ബന്ധം വളർത്തിയെടുക്കാനാ കുമോ?

ആകാശം, ഭൂമി, നൃത്തം വെയ്ക്കുന്ന മരങ്ങൾ, ഒഴുകുന്ന പുഴകൾ, നിശ്ശബ്ദമായ ഭൂഭാഗങ്ങൾ. ഇവയുടെ വിമൂകവും സചേതനവുമായ ഭാഷ അറിയാൻ കഴിയുമ്പോഴാണ് ഒരാൾ യഥാർത്ഥത്തിൽ ജീവിതത്തെ, പ്രപ ഞ്ചത്തെ വായിക്കുന്നത്.

നാം ശരീരവും ആത്മാവുമാണ്. ശരീരംകൊണ്ടു നോക്കുമ്പോൾ ലോകം ലൗകികവും ഭൗതികവുമാണ്. ആത്മാവുകൊണ്ടു നോക്കു മ്പോൾ ലോകത്തെ ആത്മീയമായി കാണാം. അവിടെയാണ് ജീവിത ത്തിന്റെ സൗന്ദര്യം, സമ്പന്നത. ഇത്തരത്തിൽ നോക്കുമ്പോൾ ലോകം ആർത്തിയിൽ, രോഗത്തിൽ, ഭോഗത്തിൽ ഭ്രാന്തനെപോലെ പെരുമാറു ന്നത്, ലോകം എത്ര ബാലിശമായാണ്, വൃത്തികേടായിട്ടാണ് പെരുമാറു ന്നത് എന്ന് നാമറിയുന്നു.

ലോകത്തെ നൂറു ശതമാനവും ഭൗതികമായി കാണുന്നവരാണ് മനുഷ്യരാശി. ആധുനികലോകത്തിന് പറ്റിയ ഏറ്റവും വലിയ തെറ്റ്! സയൻസിന്റെ സഹായത്തോടെ ജീവിതത്തെ നൂറ്റൊന്നുശതമാനവും ഭൗതികസുഖപൂർണ്ണമാക്കാൻ ഉതകുന്ന തരത്തിൽ, എല്ലാ ഇന്ദ്രിയ ങ്ങൾക്കും സുഖം പകരുന്നതരത്തിൽ ഉണ്ടാക്കിയ ഉപകരണങ്ങളും,

അത്തരം ഉപകരണങ്ങളുപയോഗിച്ചതിന്റെ ഫലമായി ഉണ്ടായിത്തീർന്ന പുതിയൊരു പരിഷ്കൃതിയും ചേർന്നാണ് ഇന്നു നാം കാണുന്ന ഈ ലോകത്തെ നിർമ്മിച്ചിരിക്കുന്നത്. റേഡിയോ, ടി.വി., ഫാൻ, വൈദ്യുതി, വാഹനങ്ങൾ, കമ്പ്യൂട്ടർ ഉപകരണങ്ങൾ, ആന്റിബയോട്ടിക്കുകൾ, കുത്തി വെപ്പുകൾ, ഭക്ഷ്യപാനീയങ്ങൾ ഇവയൊക്കെയും ചേർന്ന് ഇന്ന് ജീവി ക്കുന്ന മനുഷ്യന്റെ ശരീരത്തെ, മനസ്സിനെ മൂല്യരഹിതമായ ഒരു ക്ഷുദ്ര ഭൗതിക പിണ്ഡമാക്കിയിരിക്കുന്നു.

ഇവയൊക്കെയും നിഷേധിച്ചുകൊണ്ട് ഒരു കൃഷ്ണമൂർത്തി മാസങ്ങ ളോളം ഒരു മരക്കുടിലിൽ താമസിച്ചിരുന്നു. അപ്പോൾ ശരീരത്തിനും മന സ്സിനും ഉണ്ടായിരുന്ന ഉണർവ്, സംവേദനക്ഷമത അപാരമായിരുന്നു വത്രെ.

ശബ്ദം, വാക്ക് ഉപയോഗിച്ച് സൃഷ്ടിയെപ്പറ്റി, സ്രഷ്ടാവിനെപ്പറ്റി പറയാം; വിവരിക്കാം. എന്നാൽ ദൈവത്തെ അനുഭവിയ്ക്കാൻ ഇതൊന്നും വേണ്ട. മൗനത്തിൽ, അഗാധമായ നിശ്ശബ്ദതയിൽ ലയിച്ചിരിക്കുമ്പോൾ മാത്രമാണ് ഒരാൾക്ക് ദൈവത്തെയറിയാനാവുക.

രണ്ട്

ഒരാളുടെ ബന്ധത്തിന്റെ ആദ്യത്തെ തലം കണ്ണിചേർക്കപ്പെടുന്നത് സമൂഹ വുമായാണ്. രണ്ടാമത്തേത് പ്രകൃതിയുമായും, മൂന്നാമത്തേത് ശുദ്ധമായ അസ്തിത്വവുമായും. ഇതിൽ ആദ്യത്തെ രണ്ടു ചരടുകളും അറ്റുപോകു മ്പോൾ ശുദ്ധമായ അസ്തിത്വവുമായി ഒരാൾ കണ്ണി ചേർക്കപ്പെടുമ്പോൾ, അപ്പോൾ മാത്രമാണ് അയാൾ ഏകനാകുന്നത്; അപ്പോൾ മാത്രമാണ് അയാൾ സത്യത്തിന്റെ കൂടെയാകുന്നത്; യഥാർത്ഥത്തിൽ ജീവിക്കു ന്നത്.

പ്രപഞ്ചവുമായി, ഭൂമിയുമായി, പഞ്ചഭൂതങ്ങളിലോരോന്നുമായി ഒരാൾക്ക് സ്വരൈക്യം ഉണ്ടാകണമെങ്കിൽ അയാൾ പൂർണ്ണമായും ഏകാകി യാകണം. ഒരാൾ ഏകാകിയാകുമ്പോൾ, മറ്റൊരാളെപ്പറ്റിയും ചിന്തിക്കാ താവുമ്പോൾ ചുറ്റുമുള്ള പ്രകൃതി ആദ്യമായി അയാൾക്കനുഭവപ്പെടുന്നു. മണ്ണ്, വെള്ളം, വെളിച്ചം, വായു, ആകാശം ഇവയൊക്കെയുമായി ജീവ നുള്ള ഒരു ബന്ധം അയാൾക്കുണ്ടാകുന്നു. മഴ, നിലാവ്, ഉദയപ്രകാശം, സാന്ധ്യവെളിച്ചം സ്വർഗ്ഗീയമായ ഒരനുഭവമായി അയാൾക്കനുഭവ പ്പെടുന്നു. സത്യജിത്റോയിയുടെ 'പഥേർ പാഞ്ചാലി'യിലെ ഗ്രാമീണയായ പെൺകുട്ടി എത്ര അഗാധമായ ഒരനുരാഗത്തോടെയാണ് മഴയെ ഒരു ത്സവമാക്കുന്നത്! നഗരത്തിൽ, പുതിയ ലോകത്തിൽ പാർക്കുന്ന ഒരു

പെൺകുട്ടിക്കും ഇത്തരം ഒരേകാന്തത ഉള്ളിലില്ലാത്തതുകൊണ്ട് പ്രകൃതിയുമായി, മരങ്ങളുമായി, മഴയുമായി ഇതുപോലെ സംവദിക്കാനാവില്ല.

സെയിന്റ് ഫ്രാൻസീസ് ലോകവുമായി, സമൂഹവുമായി, മനുഷ്യരൊക്കെയുമായി തനിക്കുള്ള ബന്ധം പൂർണ്ണമായറുത്തു മാറ്റുന്നു; തന്നെ സ്നേഹിച്ച പെൺകുട്ടിയുടെ നേരെ പോലും ഒരു കടുകുമണിയോളം പോലും ബന്ധം അയാളിൽ ബാക്കി നിന്നില്ല. ദൈവമൊരാളുമായല്ലാതെ ഒന്നുമായും ബന്ധമില്ലാത്തവനായപ്പോൾ, അപ്പോഴാണ് സെയിന്റ് ഫ്രാൻസിസിന്റെ കാഴ്ചയെ മൂടിവെച്ചിരുന്ന തിരശ്ശീല മുഴുവനായി നീങ്ങിയത്. ഭൂമി, അതിലധിവസിക്കുന്ന മരങ്ങൾ, പക്ഷികൾ, മൃഗങ്ങൾ, നിലാവ് എല്ലാം ദിവ്യത കളിയാടുന്ന സ്ഥലമായാണ് അദ്ദേഹത്തിന് തോന്നിയത്.

മനുഷ്യൻ പുലർന്നുപോരുന്ന അതിമോഹനമായ ഈ ഗ്രഹത്തെ നിരവധി തവണ ചുട്ടുചാമ്പലാക്കാനുള്ള ആണവായുധങ്ങൾ ഉണ്ടാക്കി, അതിൽ അഹങ്കരിച്ച് ജീവിക്കുന്ന മന്ദബുദ്ധികളായ ഭരണാധികാരിക്കു മുന്നിൽ ചെന്നുനിന്ന്, അവരെ ഉറക്കത്തിൽ നിന്നുണർത്തി, ഭൂമിയെ ചൂണ്ടി, അതിന്റെ മഹാസൗന്ദര്യത്തെ ചൂണ്ടി, നിഷ്കളങ്കമായി ആടിപ്പാടി കളിക്കുന്ന കുരുന്നുകളെ കാട്ടി, സ്ത്രീകൾ പ്രേമത്തോടെ, ഭക്തിയോടെ, താഴ്മയോടെ പുഞ്ചിരിക്കുന്നതു കാട്ടി, പ്രാർത്ഥിക്കുന്നതു കാട്ടി, വെള്ളിൽപ്പറവകൾ വിശുദ്ധമായ ആകാശത്തിന്റെ വെണ്മയിൽ ദിവ്യസംഗീതംപോലെ ഒഴുകിയൊഴുകിപ്പോകുന്നതു കാട്ടി, "ഹേ ഭരണാധിപാ, നീയിതു കാണുന്നില്ലെ? ഇതാരുണ്ടാക്കി? ഇതില്ലാതാക്കാൻ നീയാര്?" എന്ന് ഇടിമുഴക്കത്തിന്റെ സ്വരത്തിൽ ചോദിക്കുന്ന സെയിന്റ് ഫ്രാൻസീസുകൾ ഇന്നുണ്ടാവുന്നില്ല. എന്തെന്നാൽ, ഇന്ന് ഒരു മതാത്മക വ്യക്തിക്ക് പൂർണമായും ഏകാകിയാകാനാവുന്നില്ല. തന്നെ പെറ്റുവളർത്തിയ ലോകവുമായി, സമൂഹവുമായി, കുടുംബവുമായി പൂർണ്ണമായ ബന്ധമറ്റവനാകുമ്പോൾ, അപ്പോൾ മാത്രമാണൊരാൾ പൂർണ്ണ വിശുദ്ധിയുമായി ബന്ധത്തിലാകുന്നത്. ഉള്ളിൽ പൂർണ്ണത, സ്വച്ഛത, വെടിപ്പ്, ഒരു പൊടിപോലുമില്ലാത്ത ശുചിത്വം ഉണ്ടാകുമ്പോൾ, അത്തരം ഒരു തെളിമയിലേയ്ക്കാണ് ദിവ്യത വന്നണയുക, അത് വന്നെത്തുമ്പോൾ സോക്രട്ടീസ്, ഡയോജനീസ്, ലാവോത്സു, സെന്റ് ഫ്രാൻസീസ്, യേശുക്രിസ്തു, ബുദ്ധൻ, മുഹമ്മദ് നബി, മെഹർ ബാബ, രമണമഹർഷി, ദാദാലേഖരാജ് ഉണ്ടാകുന്നു. ജീവിതത്തിന്റെ അനന്തത അതിന്റെ പരമമായ അർത്ഥത്തിലറിയാനും അതിനെ അതിന്റെ ഉറവിടത്തിൽ വെച്ച് പഠനം ചെയ്യാനും ഇവർക്കു കഴിഞ്ഞു. അതാണവരെ സത്യകാമുകരാക്കിയത്, സൗന്ദര്യകാമുകരാക്കിയത്, ദൈവകാമുകരാക്കിയത്.

വിൻസ്റ്റൺ ചർച്ചിൽ സജീവ രാഷ്ട്രീയത്തിൽ നിന്നു പിരിഞ്ഞപ്പോൾ സുഹൃത്തുക്കളിലൊരാൾ അദ്ദേഹത്തെ വീട്ടിൽ കാണാൻ ചെന്നു. തന്റെ വാർദ്ധക്യത്തിൽ തോട്ടത്തിൽ അദ്ദേഹം കൊത്തുകയും ചിലതു നട്ടു പിടിപ്പിക്കുകയുമായിരുന്നു. ആഗതൻ അദ്ദേഹത്തോട് രാഷ്ട്രീയ കാര്യങ്ങൾ ചിലതു ചോദിച്ചു. അദ്ദേഹം മൊഴിഞ്ഞു: 'അതു കളയൂ! ഇപ്പോളതു കഴിഞ്ഞു. ഇപ്പോളെന്തെങ്കിലും നിങ്ങൾക്കു ചോദിക്കണമെന്നുണ്ടെങ്കിൽ രണ്ടു കാര്യങ്ങൾ ചോദിക്കാം. നിങ്ങൾക്കു ബൈബിളിനെപ്പറ്റി എന്നോടു ചോദിക്കാം. കാരണം, ഞാൻ പതിവായി അതു വായിക്കുന്നു. നിങ്ങൾക്കു തോട്ടപ്പണിയെപ്പറ്റിയും ചോദിക്കാം. കാരണം, ഞാനത് ഈ തോട്ടത്തിൽ ചെയ്യുകയാണ്. ഇപ്പോൾ രാഷ്ട്രീയത്തിൽ എനിക്കൊരു താത്പര്യവുമില്ല. ഇപ്പോൾ ഞാൻ കേവലം മണ്ണിൽ പണിയെടുക്കുകയും പ്രാർത്ഥിക്കുകയും ചെയ്യുന്നു!...'

■

കൃഷിമതത്തിന്റെ പ്രവാചകൻ

യാത്ര കഠിനമാണെങ്കിൽപോലും മനോഹരമായ ഈ ഭൂമിയിൽ നമ്മുടെ കുട്ടികൾക്കും പേരക്കിടാങ്ങൾക്കും തുടർന്നും ജീവിക്കാവുന്ന പാത നാം നിശ്ചയമായും ഒരുക്കണം. ഈശ്വരൻ മനുഷ്യനെ നിസ്സഹായവസ്ഥയിൽ വിട്ടിരിക്കുകയാണ്, ഈശ്വരൻ മനുഷ്യനെ അവന്റെ വഴിയ്ക്ക് വിട്ടിരിക്കുകയാണ്. മനുഷ്യൻ സ്വയം രക്ഷിച്ചില്ലെങ്കിൽ മറ്റാരും അവനുവേണ്ടി അതു ചെയ്യില്ല. - ഫുക്കുവോക്ക

മനുഷ്യൻ എവിടെ പോകുന്നുവോ, അവിടെ പ്രകൃതി മരിക്കുന്നു
- റിച്ചാർഡ് ജെ. ഷറിസ്
(കർഷകപുത്രനായ പത്തൊൻപതാം ശതകത്തിലെ എഴുത്തുകാരൻ)

"**ഈ** ഭൂമിയെയാകെ പച്ചയാക്കാൻ ഒരൊറ്റ വിത്തുപോലും മതിയാകും!..." ശാസ്ത്രജ്ഞന്മാർ പറയുന്നു. ഇതിന് അപാരമായ ശേഷിയുണ്ട്. ഒരൊറ്റ വിത്തുകൊണ്ട് മാത്രം ഭൂമിയെ മാത്രമല്ല എല്ലാ ഗ്രഹങ്ങളെയും ഹരിതമാക്കാനാവും. എന്തെന്നാൽ ഒരൊറ്റ വിത്തിന് ലക്ഷക്കണക്കിന് വിത്തുകളെ ഉണ്ടാക്കാനാവും. തുടർന്ന് ഓരോ വിത്തും ലക്ഷം ലക്ഷം വിത്തുകളെ ഉണ്ടാക്കുന്നു. ഒരൊറ്റ വിത്തിന് അസ്തിത്വമാകെ ഹരിതമാക്കാനാവും. ഒരു ചെറുവിത്തിൽ ഒരു വൃക്ഷത്തിന്റെ മുഴുവൻ ബ്ലൂപ്രിന്റും അടങ്ങിയിരിക്കുന്നു. അതിന്റെ ഇല, രൂപം, വലുപ്പം, എണ്ണം, ശാഖകൾ, ശാഖകളുടെ ആകാരം, നീളം, വീതി, ആയുസ്സ്, എത്ര പൂക്കൾ, പഴങ്ങൾ ഉണ്ടാവും എന്നത്.

എന്നാൽ പതിനായിരം വർഷങ്ങൾക്കിടയ്ക്ക്, കൃഷിയുടെ ഉദയം തൊട്ട് ഭൂമിയും വിത്തും അതിന്റെ വിസ്മയപ്പെടുത്തുന്ന മാന്ത്രികശക്തിയും ഇന്നെവിടെവരെയെത്തി?

ഈ ഭൂമിയെ അതിന്റെ ആദിമ വിശുദ്ധിയിൽ സ്നേഹിക്കുകയും കാത്തു സൂക്ഷിക്കുകയും ചെയ്യുക എന്നതാണ് മസനോബു ഫുക്കുവോക്ക എന്ന കർഷകന്റെ ദർശനം. പ്രകൃതിയിലേക്കു മടങ്ങാനും ഒറ്റ

നെൽക്കതിരിൽ വിപ്ലവം രചിക്കാനും അദ്ദേഹത്തിന് സാധിച്ചത് ഋഷി സദൃശമായ ഈ കർമ്മത്തിലൂടെയും കാഴ്ചപ്പാടിലൂടെയുമാണ്.

കൃഷിയിലും ഭക്ഷണത്തിലും ഉപയോഗിച്ചുവരുന്ന രാസവസ്തുക്കൾ അമേരിക്കൻ ജനതയുടെതന്നെ നാശത്തിന് കാരണമായേക്കാം. കഴിഞ്ഞ ഒരു ദശകത്തിനിടയ്ക്ക് അമേരിക്കയിലുണ്ടായ എല്ലാതരം രോഗങ്ങൾക്കും മനോവൈകല്യം ബാധിച്ച ശിശുക്കളുടെ എണ്ണത്തിലും വല്ലാത്ത വർധന യുണ്ടായിരിക്കുന്നു. ഇതിനു കാരണം കൃഷിയിൽ രാസ ഉപയോഗം കൂടിയ തത്രെ. യു.എസ്സിലെ രാസവസ്തുക്കളുടെ വാർഷിക ഉപയോഗം പതിനാലു മെഗാടൺ ഭാരമുള്ള നൂറ്റിനാല്പത്തിയഞ്ച് ഹൈഡ്രജൻ ബോംബിന്റെ സ്ഫോടനത്തിനു തുല്യമായ നാശം വിതയ്ക്കുന്നു. ഹിരോഷിമയിലുപ യോഗിച്ചതുപോലുള്ള 72500 ആറ്റംബോംബുകൾക്കു തുല്യമാണിത് (ഡോ. അമറികൊ നൊസ്കയുടെ 'ആറ്റം ഇൻ അഗ്രിക്കൾച്ചർ').

'ഭൗതികവാദം' യാഥാർത്ഥ്യത്തിൽനിന്ന് അകന്ന ഒരു വഴിയാണ്. ഭൗതികമായ നേട്ടങ്ങൾ ഒരിക്കലും സന്തുഷ്ടിയുണ്ടാക്കില്ല. ഔഷധങ്ങൾ, പുകവലി, മദ്യപാനം കാരണം, എത്രയോ പേർ അകാലത്തിൽ മരിക്കുന്നു. പക്ഷേ, ഭൗതികവാദം കാരണം അതിന്റെ കൃഷിദർശനം കാരണം എല്ലാ വരും അകാലത്തിൽ മരിക്കുന്നു! പടിഞ്ഞാറൻ സംസ്കൃതി, അതിന്റെ ദർശനപൈതൃകം മനുഷ്യനെ ശരീരം മാത്രമുള്ള ഒരാളായാണ് ഗണിച്ചത്. അവബോധത്തിനു നേരെ അത് പൂർണമായും ബധിരമായിരുന്നു. ഇതിന്റെ ആത്യന്തിക ഫലം: മഹത്തായ ശാസ്ത്രം, മഹത്തായ ടെക്നോളജി, ഒരു സുഖലോലുപസമൂഹം, വസ്തുക്കളുടെ സമ്പന്നത.

പാശ്ചാത്യമായ വിജ്ഞാനപൈതൃകം, ജീവിതാർഹമായ ഒന്നും തരുകയുണ്ടായില്ലെന്ന് പറയുന്ന ഒരു ജീവിതമാണ് സൃഷ്ടിച്ചത്. അത്തരം ഒരു ശരീരത്തിനുതകുന്ന കൃഷിയും ഭക്ഷ്യവും വൈദ്യവും മരുന്നും അറിവും വിദ്യാഭ്യാസവും ആരാധനയും മതവുമൊക്കെയാണവർ ലോക ത്തിനു തന്നത്.

പടിഞ്ഞാറ് ഓരോ ആറുമാസങ്ങളിലും ലക്ഷക്കണക്കിന് ഡോളറു കൾ വിലയുള്ള പാലുൽപ്പന്നങ്ങളും മറ്റു ഭക്ഷ്യവസ്തുക്കളും കടലിലൊ ഴുക്കി വിടുന്നു. കാരണം, അവ മിച്ചമുള്ളവയാണ്. അവ അവരുടെ സംഭ രണശാലകളിൽ നിറച്ചിടാൻ മിനക്കെടുന്നില്ല; അവയുടെ വില കുറ യ്ക്കാനോ പാവങ്ങൾക്ക് ലഭ്യമാക്കാനോ അവർക്കു താത്പര്യമില്ല. അതേ സമയം എത്യോപ്യയിൽ ഓരോ ദിവസവും പതിനായിരം മനുഷ്യർ വിശന്നു മരിച്ചുകൊണ്ടിരിക്കുന്നു. ഈ സാഹചര്യത്തിനുത്തരവാദി ആരാണ്? മനുഷ്യൻ വെറും വസ്തുവാണെന്ന് ചിന്തിച്ചിരുന്നില്ലെങ്കിൽ ഹിരോഷിമയും നാഗസാക്കിയും ഉണ്ടാകുമായിരുന്നില്ല. മനുഷ്യനിൽ

ഈശ്വരത്വം ഒളിഞ്ഞിരിക്കുന്നുവെന്നറിഞ്ഞിരുന്നെങ്കിൽ ഇന്നത്തേതു പോലെ ഭരണകൂടങ്ങൾ ന്യൂക്ലിയർ ആയുധങ്ങൾ കുന്നുകൂട്ടിവെക്കുമാ യിരുന്നില്ല. പടിഞ്ഞാറിന് അതിന്റെ ആത്മാവ് നഷ്ടപ്പെട്ടു. സയൻസിന്റെ മുഴുവൻ വിജയങ്ങളും ഒരുപകാരവും ഉണ്ടാക്കിയില്ലെന്ന് തെളിയിക്കപ്പെട്ടു.

ഇത്തരം ഒരു പ്രതിസന്ധിയുടെ ഇരുളിൽ, ജപ്പാനിലെ ഷിക്കോക്കു ദ്വീപിൽ പിറന്ന മനസോബു ഫുക്കുവോക്ക എന്ന ഇരുപത്തഞ്ചുകാരൻ, സസ്യരോഗവിദഗ്ദ്ധനാകാൻ മൈക്രോബയോളജിയിൽ പരിശീലനം നേടി. അഗ്രിക്കൾച്ചർ കസ്റ്റംസ് ഇൻസ്പെക്ടറായി ജോലി ചെയ്തുകൊണ്ടി രിക്കെ, പുതിയ കൃഷിയുമായി യോജിക്കാനാകാതെ ഉദ്യോഗം രാജിവെച്ചു.

ആധുനിക ജീവിതത്തിന്റെ ഭാഗമായി രൂപംകൊണ്ട പുതിയ കൃഷി തുടരുകയാണെങ്കിൽ മനുഷ്യന് നിവസിക്കാൻ പറ്റാത്ത ഒരിടമായി ഭൂമി മാറും. മണ്ണിനുനേരെ, കൃഷിക്കുനേരെ, ജീവിതത്തിനുനേരെയുള്ള ഒരു പുതിയ വിവേകത്തിലൂടെ മാത്രമേ മനുഷ്യനെ മോചിപ്പിക്കാനാവൂ. ഈ ഉൾക്കാഴ്ചയാണ് ജപ്പാൻകാരനായ ഫുക്കുവോക്കയെ പ്രകൃതികൃഷി യുടെ, കൃഷിമതത്തിന്റെ പ്രവാചകനാക്കിയത്.

മനുഷ്യന്റെ കൃത്രിമതയ്ക്കെതിരായി, സ്വാഭാവികമായുള്ള, ലാളിത്യ മാർന്ന വഴിക്കുവേണ്ടി കൃഷിയെ നിമിത്തമാക്കി ഫുക്കുവോക്ക പറഞ്ഞത്, പ്രവർത്തിച്ചത്, ആധുനികലോകത്തിന്റെ പ്രതിസന്ധിക്കുള്ള ഒരു നല്ല പ്രതിവിധിയാകുന്നു. ആർത്തിയും ആർഭാടവും നിറഞ്ഞ സുഖഭോഗപര മായ ഒരു ജീവിതമാണ് ഭൂമിയിലെവിടെയും ഒരു നല്ല ജീവിതമായി കരു തപ്പെടുന്നത്. ഇതിന്നെതിരെ ഫുക്കുവോക്ക തന്റെ പതിഞ്ഞ സ്വരത്തിൽ ലോകത്തെ ഉണർത്താൻ ശ്രമിച്ചു. കൃഷിയുമായി, ആധുനിക ജീവിതവു മായി, ആത്മീയതയുമായി ബന്ധപ്പെട്ടുള്ള തന്റെ പ്രഭാഷണങ്ങളിൽ, രചന കളിൽ, അദ്ദേഹം ഒരു ചോദ്യം ഉന്നയിക്കുകയായിരുന്നു. വരാനിരിക്കുന്ന തലമുറകൾക്കുകൂടി ജീവിക്കാനുള്ളതാണീ ഭൂമി. അതിൽ അമ്ലവും വിഷവും നിറച്ച് പരമാവധി പിഴിഞ്ഞൂറ്റിയെടുത്ത്, പിറക്കാൻ പോകുന്ന കുഞ്ഞു ങ്ങളെ മറന്ന്, ഇത്തരത്തിൽ ജീവിതം തുടരാൻ മനുഷ്യനെന്തവകാശം?

കഴിഞ്ഞ ആറ് പതിറ്റാണ്ടുകളായി ആധുനിക കൃഷിയുടെ ദൂഷ്യഫല ങ്ങളെ ഇല്ലായ്മ ചെയ്യുന്ന 'പ്രകൃതികൃഷി'യുടെ ഒരു നവസമ്പ്രദായം വികസിപ്പിച്ചുകൊണ്ടിരിക്കുകയാണദ്ദേഹം. പ്രകൃതികൃഷിക്ക് യന്ത്രങ്ങൾ, രാസവസ്തുക്കൾ വേണ്ട. കളകൾ നീക്കേണ്ട. നിലം ഉഴുകേണ്ട, മുൻകൂട്ടി തയ്യാറാക്കിയ കമ്പോസ്റ്റ് ഉപയോഗിക്കേണ്ട. മണ്ണിന്റെ ഫലഭൂയിഷ്ഠത നിലനിർത്തിക്കൊണ്ടുതന്നെ. വിനിയോഗിക്കപ്പെടുന്ന ഊർജ്ജവും യത്നവും കുറച്ചുകൊണ്ട് മികച്ച ഫലത്തോടെ വിളകൾ കൃഷി ചെയ്യുന്ന

രീതിയാണത്. 'കൃഷിയിൽ മനുഷ്യന്റെ ഇടപെടൽ കഴിയുന്നത്ര കുറയ്ക്കുക' എന്നതാണ് പ്രകൃതികൃഷിയുടെ മറ്റൊരു തത്ത്വം.

പ്രകൃതികൃഷിയുടെ മാനിഫെസ്റ്റോ: 'ഒറ്റവൈക്കോൽ വിപ്ലവം' 1975ൽ പുറത്തു വന്നു. ഇതിന്റെ തുടക്കത്തിൽ ഫുക്കോവോക്ക എഴുതി: "ഇതാ, ഈ ഒരിഴ വൈക്കോലിൽനിന്നു തുടങ്ങാം വിപ്ലവം. ഒറ്റനോട്ടത്തിൽ ഈ വൈക്കോലിഴ എത്രയും ചെറുതും നിസ്സാരവുമാണ്. ഇതുകൊണ്ടൊരു വിപ്ലവം തുടങ്ങാമെന്ന് ആരും കരുതില്ല. എന്നാലിതിന് എത്രയേറെ കനവും കരുത്തുമുണ്ടെന്ന് എനിക്കറിയാം. ഇതാണെനിക്കു നേരായ വിപ്ലവം."

'ഒറ്റവൈക്കോൽ വിപ്ലവ'ത്തിൽ കൃഷിയുടെ നാല് മഹാതത്ത്വങ്ങളാണ് വിവരിക്കുന്നത്.

ഒന്ന്: മണ്ണിളക്കരുത്

തുളച്ചുപോകുന്ന വേരുകൾ, മണ്ണിര, സൂക്ഷ്മജീവികൾ, ചെറുജന്തുക്കൾ എന്നിവയുടെ പ്രവർത്തനഫലമായി മണ്ണ് സ്വയം പാകപ്പെടും. മറിച്ച്, ഉഴുതുമറിക്കുമ്പോൾ ഇവയുടെ പ്രവർത്തനം തടസ്സപ്പെടുത്തുകയും ചെയ്യും.

രണ്ട്: വളങ്ങളുപയോഗിക്കരുത്

മണ്ണിനെ അതിന്റെ വഴിക്ക് വിടുക. രാസവളങ്ങളോ കൃത്രിമവളങ്ങളോ ചേർക്കരുത്. മണ്ണിലടിഞ്ഞുകൂടുന്ന ജൈവ അവശിഷ്ടങ്ങൾ വഴി മണ്ണ് അഴുകുന്നു. അത് മഴവെള്ളത്തിൽ അടിയിലേക്കിറങ്ങി മണ്ണിരകളുടെയും സൂക്ഷ്മജീവികളുടെയും ആഹാരമായി മാറുന്നു. പ്രകൃതി മണ്ണിനെ പുഷ്ടിപ്പെടുത്തുന്നതു കാണാൻ കാടുള്ള മലയിൽ പോവുക. വെട്ടും കിളയും വളപ്രയോഗവും ഇല്ലാതെ വളരുന്ന വന്മരങ്ങൾ കാണുക.

മൂന്ന്: കള നശിപ്പിക്കരുത്

കളനാശിനി ഉപയോഗിച്ചോ മണ്ണിളക്കിമറിച്ചോ കള നശിപ്പിക്കരുത്. മണ്ണ് ഫലപുഷ്ടമാക്കാനും സസ്യസന്തുലനം നിലനിർത്തുന്നതിനും കള സഹായിക്കുന്നു. മണ്ണ് ഉഴുതുമറിക്കുന്നതു നിർത്തുമ്പോൾ കളകളുടെ എണ്ണം കൂടുന്നു.

നാല്: രാസവസ്തുക്കളൊഴിവാക്കുക

കീടങ്ങളെ നശിപ്പിക്കാൻ ഉപയോഗിക്കുന്ന രാസവസ്തുക്കൾ യഥാർത്ഥത്തിൽ നശിപ്പിക്കുന്നത് കൃഷിവിളകളെ തന്നെയാണ്. മണ്ണിളക്കുകയും രാസവളങ്ങൾ ചേർക്കുകയും ചെയ്യുമ്പോൾ ചെടികളുടെ പ്രതിരോധശേഷി കുറയുന്നു. രോഗങ്ങൾ പിടിപെടുന്നു. അതൊഴിവാക്കാൻ പ്രകൃതിയെ വെറുതെ വിടുക.

"മനുഷ്യരാശി വേർപെടുത്തിയ ദൈവത്തെയും പ്രകൃതിയേയും മനുഷ്യനേയും വീണ്ടും ഒന്നിപ്പിക്കാനുള്ള ശ്രമമാണ്" തനിക്ക് കൃഷിയെന്ന് ഫുക്കുവോക്ക പറയുന്നുണ്ട്. മനുഷ്യനു നഷ്ടപ്പെട്ട പറുദീസ വീണ്ടെടുക്കാനുള്ള ഒരു വഴിയായി അദ്ദേഹം കൃഷി തിരഞ്ഞെടുക്കുകയായിരുന്നു. സെൻബുദ്ധമതം വേരോടിയ ഒരു രാജ്യത്തിന്റെ മണ്ണിൽ നിന്ന് പുതിയ മനുഷ്യന്റെ മുഴുവൻ ആകുലതകൾക്കും ഉത്തരം തേടിയ മസനോബു ഫുക്കുവോക്ക രൂപഭാവങ്ങളിൽ, ചിന്തയിൽ, വാക്കിൽ, കർമത്തിൽ, ഒരഭിനവ ബുദ്ധനായി കരുതപ്പെടുന്നു. "മണ്ണിനെ കഴിവതും നോവിക്കാതെ, ഉഴുതുമറിക്കാതെ, കൃമികീടങ്ങളെ കൊന്നൊടുക്കാതെ, സ്വാഭാവിക ജലാംശം നഷ്ടപ്പെടുത്താതെ" നിർവഹിക്കേണ്ട ഒരു ധ്യാനമായിരുന്നു അദ്ദേഹത്തിന് കൃഷി. 'ധാരാളം ഉല്പാദിപ്പിക്കണം, വിറ്റു കാശാക്കണം' എന്ന ചിന്ത തലയ്ക്കു പിടിച്ച സഹജാതരോട് അദ്ദേഹത്തിന് ഒരപേക്ഷ മാത്രമാണുള്ളത്: "മണ്ണിൽ ആഹാരം വിളയണമെന്ന പ്രാർത്ഥനയാണ് വേണ്ടത്. ധനം വിളയണമെന്ന മോഹമല്ല."

തന്റെ കൃഷിദർശനത്തിന്റെ സത്തയുൾക്കൊണ്ട ഇന്ത്യയിൽ 1988 ജനുവരിയിൽ ഹ്രസ്വസന്ദർശനം നടത്തി തിരിച്ചുപോയ ഫുക്കുവോക്ക ഇന്ത്യൻ ജനതയ്ക്കയച്ച സന്ദേശത്തിൽ എഴുതി: "ഭാരതീയർ പ്രകൃതി കൃഷിയുടെ അടിസ്ഥാന തത്ത്വവും മൂല്യവും എന്തെന്ന് ഗ്രഹിക്കുകയും ഇതിനനുകൂലമായ പ്രതികരണങ്ങൾ രേഖപ്പെടുത്തുകയും ചെയ്തിട്ടുണ്ട്. മതങ്ങളുടെയും തത്ത്വചിന്തയുടെയും ശാസ്ത്രത്തിന്റെയും സമന്വയമായ അന്വേഷണ സപര്യയിലൂടെ പ്രകൃതികൃഷി മാത്രമാണ് ആത്യന്തിക സത്യത്തിലെത്തിച്ചേരുന്നതിനുള്ള മാർഗമെന്നുകൂടെ അവർ കണ്ടെത്തിയിട്ടുണ്ട്. എന്താണ് ദൈവമെന്നും എന്താണ് പ്രകൃതിയെന്നുമുള്ള ജ്ഞാനം അവർ ഉൾക്കൊണ്ടിരുന്നു. നാനാതരത്തിലുള്ള അനേക ദൈവങ്ങളെ ഒരു ഹിന്ദു ആരാധിക്കുന്നതായി കണ്ടേക്കാം. എന്നാൽ, ഭാരതത്തിൽ, കൊച്ചു കുട്ടികളടക്കം എല്ലാ ആളുകളും ഒരു വൻവൃക്ഷത്തിനു ചുറ്റും ഒന്നിച്ചു നിന്നു പ്രാർത്ഥിക്കുന്നതു കാണുമ്പോൾ അവരുടെ ആത്മീയത അവരുടെ സംസ്കാരത്തിന്റെ തന്നെ ഭാഗമാണെന്ന് മനസ്സിലാക്കാവുന്നതാണ്.

ഞാനിത്രകൂടി പറയാൻ ധൈര്യപ്പെടുന്നു ഹെഗലിന്റെ (1770-1881) വൈരുദ്ധ്യാത്മക ഭൗതികവാദ സിദ്ധാന്തം ഇരുപതാം നൂറ്റാണ്ടിലെ മഹത്തായൊരു കുതിച്ചുചാട്ടത്തിന് വഴി തെളിയിച്ചെങ്കിൽ ഇരുപത്തൊന്നാം നൂറ്റാണ്ട് ഒരാത്മീയ മുന്നേറ്റത്തിന്റെ കാലഘട്ടമായിരിക്കും. ഒരാത്മീയ സംസ്കാരം വളർത്താതെ ഭൗതികതയുടെ വഴിയിലൂടെയുള്ള മുന്നേറ്റം ഇനിയും തുടരുന്നപക്ഷം മനുഷ്യരാശിയുടെ നാശം അനിവാര്യമായിരിക്കും.''

സുദീർഘമായ ആ സന്ദേശത്തിൽ ഒരിടത്ത് അദ്ദേഹം ഭാരതത്തിന്റെ പൈതൃകത്തെപ്പറ്റി ഇങ്ങനെയോർക്കുന്നു: "ബുദ്ധന്റെ കാലം മുതൽ ഇന്നു വരെ പ്രകൃതികൃഷിയുടെ അടിസ്ഥാന തത്ത്വങ്ങൾ നിരന്തരമായി പിന്തുടർന്നും ആധുനിക സംസ്കാരത്തിന്റെ ആസക്തികളിൽ തുത്തെറിയപ്പെടാത്ത, ഗംഗയുടെ അനന്തമായ പ്രവാഹത്തിന്റെ കാരുണ്യം നുകർന്നും ഹിമാലയത്തിന്റെ ആത്മാവിനെ വിസ്മരിക്കാതെ മതപരമായ നിഷ്ക്കർഷയോടെ കർമങ്ങൾ നിർവഹിച്ചും അവർ നിലനിന്നുപോരുന്നു..."

ഭാരതസന്ദർശനത്തിനിടയ്ക്ക്, ഫുക്കുവോക്ക, ഗുജറാത്തിലെ ഭാസ്കർ സാവെയുടെ 'കല്പവൃക്ഷ'യെന്ന പ്രകൃതി കൃഷിത്തോട്ടം സന്ദർശിക്കുകയും ഇപ്രകാരം രേഖപ്പെടുത്തുകയുമുണ്ടായി: "ഞാൻ പറഞ്ഞത് അതുപോലെ പ്രാവർത്തികമാക്കിയ ഒരാളെങ്കിലുമുണ്ടല്ലോ. ഇനി സമാധാനമായി മരിക്കാം."

മധ്യപ്രദേശിലെ റസൂലിയായിൽ അഗർവാളിന്റെ നേതൃത്വത്തിൽ ഫുക്കുവോക്കയുടെ പ്രകൃതികൃഷി ദർശനത്തെ ആധാരമാക്കി നടന്നുവരുന്ന കൃഷിപരീക്ഷണവും ദേശീയതലത്തിൽ ശ്രദ്ധിക്കപ്പെടുകയുണ്ടായി.

ഏതു ബദൽചിന്തകളെയും തുറന്ന മനസ്സോടെ പരീക്ഷിച്ചുനോക്കാൻ കൗതുകമുള്ള മലയാളികൾക്കിടയിലും ഫുക്കുവോക്കയുടെ പ്രകൃതികൃഷി ചിന്തകൾ സ്വാധീനിക്കപ്പെടുകയുണ്ടായി. കേരളത്തിൽ പ്രകൃതികൃഷിയുടെ പ്രധാന പ്രചാരകരിലൊരാൾ പ്രൊഫ. ജോൺസി ജേക്കബ് തന്റെ പത്രാധിപത്യത്തിലുള്ള 'ആൻഖ്' മാസികയിലും തുടർന്ന് 'പ്രസാദ'ത്തിലും ഈ ഭിന്ന കൃഷിപ്രയോഗത്തെ കേരളീയരിലെത്തിക്കാൻ ശ്രമിച്ചു. 'സൂചീമുഖി', 'ഒരേ ഭൂമി ഒരേ ജീവൻ' എന്നീ മാസികകളും ഈ ദിശയിൽ ശ്രദ്ധേയമായ പ്രവർത്തനം നടത്തിവരുന്നു. കെ.വി. ശിവപ്രസാദ്, കെ.വി. ദയാൽ, എ. മോഹൻകുമാർ, സാരംഗിലെ വിജയലക്ഷ്മി-ഗോപാലകൃഷ്ണൻ ദമ്പതിമാർ, സി. രാജഗോപാലൻ, ലൂക്കോസ് കദളിക്കാടിൻ, ഡോ. പോൾ നീലങ്കാവിൽ തുടങ്ങിയവർ പ്രകൃതികൃഷിയുടെ ആശയത്തെ വാക്കിലൂടെയോ പ്രവൃത്തിയിലൂടെയോ മലയാളികളിലെത്തിക്കാൻ ശ്രമിച്ചുവരുന്ന ചിലരാണ്.

കേരളത്തിൽ വലിയ കൃഷിയിടങ്ങൾ വളരെ കുറവാണ്. അതിനാൽ ഓരോ ഭവനത്തോടും ചേർന്നുള്ള ചെറുകൃഷി സ്ഥലങ്ങളിൽ കുടുംബാംഗങ്ങൾക്കാവശ്യമുള്ള പോഷകസമൃദ്ധമായ പച്ചക്കറികളും ധാന്യങ്ങളും വളർത്തിയെടുക്കാനുള്ള ശ്രമമാണ് പ്രകൃതികൃഷി പ്രചാരകർ കേരളത്തിൽ ചെയ്തു വരുന്നത്. പ്രകൃതികൃഷിയുടെ രീതിയവലംബിച്ച് ആഹാരം ഉത്പാദിപ്പിക്കാൻ ശ്രമിക്കുന്ന നൂറിലേറെ കർഷകർ ഇന്നു കേരളത്തിലുണ്ട്. ■

ഭൂമിക്കുമീതെ നടന്നു പോകുന്ന ഒരു പ്രാർത്ഥന

ഒരു മനുഷ്യൻ സത്യസന്ധമായും ഒരു യഥാർത്ഥ ദരിദ്രനായിരിക്കണം, അയാൾ പിറന്നപ്പോഴെന്നപോലെ തന്റെ ചുറ്റുമുള്ള മുഴുവൻ ലോകത്തോടും ബന്ധമറ്റവനായിരിക്കണം. നിങ്ങൾ യഥാർത്ഥമായും ഒരു ദരിദ്രനല്ലെങ്കിൽ ഈശ്വരനെ നിങ്ങളറിയില്ല...

– മെസ്റ്റർ എക് ഹാർട്ട്

ഇന്ദ്രൻ രോഹിതനോട് പറഞ്ഞു:
രോഹിതാ, യാത്ര ചെയ്യാത്തവന് ശ്രീയില്ല.
ഇരുന്ന് കഴിയുന്നവൻ ശിഷ്ടനായാലും ദുഷ്ടനായിത്തീരുന്നു...
അതുകൊണ്ട് സഞ്ചരിക്കുക തന്നെവേണം.

രോഹിതാ, യാത്രികന്റെ കാലടികൾ പൂക്കളാണ്.
അവന്റെ ആത്മാവ് വിളവെടുക്കുന്നു.
യാത്രികന്റെ എല്ലാ പാപവും ശമിക്കുന്നു.
കുമാരാ, ഇരിക്കുന്നവന്റെ ഭാഗ്യം ഇരുന്നുപോകുന്നു.
അവൻ എഴുന്നേറ്റാൽ ഭാഗ്യം എഴുന്നേൽക്കും.
ഉറങ്ങുന്നവന്റെ ഭാഗ്യം ഉറങ്ങിപ്പോകുന്നു.
നടക്കുന്നവന്റെ ഭാഗ്യവും ഒപ്പം നടക്കുന്നു.
അതുകൊണ്ട് സഞ്ചരിക്കുക തന്നെ വേണം.

യാത്രികൻ തേൻ നേടുന്നു,
മധുരമായ അത്തിപ്പഴവും.
നടന്നു ക്ഷീണിക്കാത്ത സൂര്യനെയൊന്നു നോക്കൂ,
അതുകൊണ്ട് സഞ്ചരിക്കുക തന്നെ വേണം.

(2500 വർഷങ്ങൾക്കു മുമ്പ് എഴുതപ്പെട്ട ഐതരേയ ബ്രാഹ്മണം)

കോടിക്കണക്കിന് മനുഷ്യർ പാർക്കുന്ന ഭൂമിയിൽ ഭൂരിപക്ഷം പേരും ഒരേ ജീവിതമാണ് ജീവിക്കുന്നത്. മറ്റുള്ളവർ ജീവിച്ചതിന്റെ ആവർത്തനം. അനുകരണം മാത്രമായ ജീവിതം.

ലോകത്തിൽ ഒരു സഞ്ചാരി മാത്രമായി പുലരാൻ ഒരാൾക്കാവുമോ? പത്മനാഭസ്വാമിയെ കാണുന്നതുവരെ അങ്ങനെയൊന്നു സാധ്യമാവുമെന്ന് കരുതിയിരുന്നില്ല. "ഒരൊറ്റ മനുഷ്യൻ ഈ മൊത്തം പ്രപഞ്ചത്തെക്കാളേറെ വിലയുള്ളവനാകുന്നു" ജൂതവിശുദ്ധ മൊഴികളിലൊന്നിൽ പറയുന്നുണ്ട്. ഓരോ വ്യക്തിയും അത്രയേറെ മൂല്യമുള്ളവനാകുന്നു.

ഈ പ്രപഞ്ചത്തെ ഒരു തുലാസിൽ വച്ച് ഒരൊറ്റ വ്യക്തിയെ മറ്റൊന്നിൽ വച്ച് തൂക്കിനോക്കണം. ആ ഒറ്റയാൻ കൂടുതൽ തൂക്കമുള്ളവനായി കാണാം. മനുഷ്യന്റെ മഹിമയതാണ്.

പത്മനാഭസ്വാമി എനിക്ക് അത്തരമൊരാളാണ് മൂന്നു പതിറ്റാണ്ടുകളായി അഞ്ചുപൈസ പോലും കയ്യിലില്ലാതെ സ്ഥിരമായി ഒരാവാസകേന്ദ്രത്തിൽ അന്തിയുറങ്ങാതെ, പദയാത്രി തീർത്ഥയാത്രി എന്ന് സ്വയം പരിചയപ്പെടുത്തിക്കൊണ്ട് നഗ്നപാദനായി നടന്നുപോകുന്ന ഈ മെലിഞ്ഞു നീണ്ട മനുഷ്യനെപ്പോലെ ഒരു വിപ്ലവകാരിയെ ഞാൻ കണ്ടിട്ടില്ല.

ഒരുതരത്തിൽ എല്ലാ യാത്രകളും യാത്രികന്റെ ഉള്ളിലെ ശൂന്യത പൂരിപ്പിക്കാനുള്ള ശ്രമങ്ങളാണ്. ആഹാരത്തിലും മൈഥുനത്തിലും സുഖഭോഗങ്ങളിലുമുള്ള ആർത്തി പോലെ അനുഭവങ്ങളുടെ നേരെയും നമ്മുടെ ബോധമനസ്സ് ആസക്തി നിറഞ്ഞതാകുന്നു.

ഒരനുഭവത്തെപോലും ഓർത്തുവയ്ക്കാതെ, ഒന്നുമില്ലാതെ, വന്നതുപോലെ കടന്നുപോകുന്ന ഒരു യാത്രികൻ. കണ്ടതിനെ കണ്ടു കഴിഞ്ഞതുമായി താരതമ്യം ചെയ്യാതെ, ഒരു സാക്ഷി മാത്രമായി ജീവിതത്തിന്റെ സ്ഥലകാലങ്ങളിലൂടെ സഞ്ചരിക്കുന്ന ഒരാൾ.

ഓരോ തീർത്ഥാടനത്തിനും ഓരോ ലക്ഷ്യമുണ്ട്; ഒരർത്ഥമുണ്ട്. പാവനമല്ലാത്ത ഒരു ജീവിതത്തിനിടയ്ക്ക് ശുദ്ധമായതിലേക്ക് നടന്നുപോകാനുള്ള ത്വര ഒരാളിലുണ്ടായെന്നുവരാം. അത്തരം ഒരു യാത്ര കഴിഞ്ഞ് അയാൾ മടങ്ങിവരുന്നത് പഴയ അതേ ജീവിതത്തിലേക്കു തന്നെയാണ്. എന്നാൽ പദയാത്രീ തീർത്ഥയാത്രീ പ്രസ്ഥാനത്തിന്റെ ഈ വക്താവ്, തീർഥാടനം നിർത്തിവയ്ക്കുന്നേയില്ല. ഒരു കോടി നാഴികദൂരം താണ്ടിപ്പോകേണ്ട ഒരു പഥികൻ അതിലെത്രയോ പിന്നിടുകയാണ്. ഇനിയുമെത്രയോ നടന്നുതീർക്കാനുണ്ടെന്ന ബോധത്തോടെ, തീർത്ഥാടകന് മുന്നിൽ പാത അനന്തമായി നീണ്ടുകിടക്കുന്നു. സ്ഥലരാശി ക്ഷണിക്കുകയാണ്.

ഒന്നുമില്ലാതെ ഒരു രൂപപോലും കയ്യിൽ കരുതാതെ മനുഷ്യൻ പിറവിയെടുക്കുന്നു. ചെറിയൊരു കുട്ടിയായിരിക്കുമ്പോഴും പണം കയ്യിൽ

കരുതുന്നില്ല. മുതിർന്നു വരുമ്പോഴാണ് നാണയം എല്ലാമായിത്തീരുന്നത്. ഇതിനെ മുഴുവനായി നിരാകരിച്ചുകൊണ്ട് ഒരാൾക്കെത്ര പോകാനാവും. നാണയം പോലെത്തന്നെ സ്ഥിരം ഒരാവാസകേന്ദ്രമെന്നതും മനുഷ്യന് ഒഴിച്ചുകൂടാത്തതത്രെ. സ്വന്തമായൊരു വീടുകൂടാതെ, ആകാശത്തിനു ചുവട്ടിലെവിടെയും സ്വന്തം വീടായി, എല്ലാവരും ഉറ്റവരായി പുലരുവാൻ ഒരാൾക്കാവുമോ? സ്വാമി പത്മനാഭൻ തന്റെ ജീവിതം കൊണ്ട് ഇതിനു മറുപടി നൽകുന്നു.

യുദ്ധഭ്രാന്ത് മുറ്റി നിൽക്കുന്ന, മാനവികമായതെല്ലാം കടപുഴകി വീണു കൊണ്ടിരിക്കുന്ന മനുഷ്യകുലത്തിന്റെ ചരിത്രത്തിലെ ഏറ്റവും കടുത്ത പ്രതിസന്ധിയിൽ പ്രതിവിധിയെന്തെന്നറിയാതെ മനുഷ്യൻ നിസ്സഹായ നായി നോക്കിനിൽക്കുന്ന ഇന്ന്, ടാറിട്ട റോഡുകളുടെ പൊടിയും അഴുക്കും മനുഷ്യന്റെയും യന്ത്രങ്ങളുടെയും മുഴുവൻ ശബ്ദമാലിന്യ ങ്ങളുമേറ്റ് ദാഹിച്ചാലോ വിശന്നാലോ ഹോട്ടലിൽ 'അഭിമാനത്തോടെ' കയറിച്ചെന്ന് ഭക്ഷണം കഴിക്കാനുള്ള കാശൊന്നുമില്ലാതെ, നഗ്നപാദനായി നടന്നുപോകുന്നു...

ഇദ്ദേഹമെന്റെ മുന്നിലേക്ക് കടന്നുവരുമ്പോൾ, വിശക്കുന്ന സമയത്താ ണെങ്കിൽ ഭക്ഷണം കഴിക്കുമ്പോൾ ഉണ്ടാകുന്ന സന്തോഷം ജീവിത ത്തിൽ മറ്റൊരു മനുഷ്യനെ കാണുമ്പോഴും എനിക്കുണ്ടായിട്ടില്ല. ഒരു യഥാർത്ഥ റിബൽ, വിശുദ്ധനായ നിഷേധി ഇതാ ഇങ്ങനെയാണെന്ന് കാട്ടിയ അപൂർവ്വ തീർത്ഥാടകൻ.

"പാദയാത്രീ തീർത്ഥയാത്രീ" എന്ന മഹാപ്രസ്ഥാനത്തിന്റെ സ്ഥാപ കനും ഏക അനുയായിയും വക്താവും പ്രചാരകനുമായ ഇദ്ദേഹം ഏറെ സന്തോഷത്തോടെ ചെയ്യുന്ന ഒരു സേവനമുണ്ട്. വഴിയിൽ ഉള്ള സ്കൂളു കളിൽ കയറിച്ചെന്ന് കുട്ടികളുമായി ഒരു നല്ല ജീവിതത്തെപ്പറ്റിയുള്ള തന്റെ തോന്നലുകൾ പങ്കിടുക.

ഇതിനുവേണ്ടി ഞങ്ങളുടെ സ്കൂളിൽ വന്ന് കുട്ടികൾക്ക് ക്ലാസ് നൽകി പോകുമ്പോഴാണ് അദ്ദേഹത്തെ കണ്ടതും അറിഞ്ഞതും. ഞങ്ങളുടെ ഹെഡ്‌മിസ്ട്രസ് നൂറുരൂപ ഒരു കവറിലിട്ട് അദ്ദേഹത്തിനുനേരെ നീട്ടിയ പ്പോൾ അദ്ദേഹം സ്നേഹത്തോടെ അത് നിരസിക്കുകയും മൂന്നു പതിറ്റാ ണ്ടോളമായി നാണയത്തെ ആശ്രയിക്കാതെ ജീവിക്കുന്ന ഒരാളാണെന്ന് പറയുകയും ചെയ്തു. "ഈ ഭൂമിയിലുള്ളവരൊക്കെ എന്റെ സ്വന്തക്കാ രാണ്. എനിക്കു വിശക്കുമ്പോൾ ഞാൻ കണ്ടുമുട്ടുന്ന ഒരാളോട് ഭക്ഷണം ചോദിക്കുന്നു. ഇതുവരെ ഒരിക്കൽ പോലും എനിക്ക് കിട്ടാതിരുന്നിട്ടില്ല." അദ്ദേഹം പറഞ്ഞു.

പി.എൻ. ദാസ്

പിന്നീട് മൂന്നുവർഷത്തിനിടയിൽ മൂന്നുതവണ അദ്ദേഹത്തിന് ഉച്ചഭക്ഷണം വാങ്ങിക്കൊടുക്കാനുള്ള ഭാഗ്യം എനിക്കുണ്ടായി. ഉച്ച നേരത്ത് പൂർണ്ണമായ വിശപ്പിൽ ഹോട്ടലിൽ ഇലയിൽ വിളമ്പിയ ചോറ് അദ്ദേഹം കൈകൊണ്ട് പതുക്കെ ഒതുക്കിവെയ്ക്കുന്നതിൽ, കൂട്ടാനും ഉപ്പേരിയും പ്രാർത്ഥനാഭരിതമായ കരചലനങ്ങളോടെ എടുത്തുകഴി ക്കുന്നതിൽ, ചോറിന്റെ നേരെ അദ്ദേഹം കാട്ടുന്ന കൃതജ്ഞതയിൽ, 'ഭക്ഷണം ഈശ്വരനാണ്' എന്ന് ജീവിതത്തിൽ ആദ്യമായി അറിയുകയാ യിരുന്നു.

ഒടുവിലായി കണ്ടുമുട്ടിയപ്പോൾ താനീയിടെ ശിർദ്ദിയിലേക്കു നടന്നു പോകുമ്പോഴുണ്ടായ ഒരനുഭവം അദ്ദേഹം പറഞ്ഞു. നടന്നുകൊണ്ടി രിക്കെ പകലറുതിയായി. അന്നദ്ദേഹത്തിന് ഭക്ഷണമൊന്നും കിട്ടിയിരു ന്നില്ല. ചോദിക്കാൻ പറ്റുന്ന ആരെയും വഴിയിൽ കാണുകയുണ്ടായില്ല. കാൽനട യാത്രക്കാരോ വഴിപോക്കരോ ജനങ്ങളോ ഇല്ലാത്ത വിജനത. ആ രാത്രി ഭക്ഷണമൊന്നും കിട്ടാനുള്ള സാധ്യത ഇല്ലെന്നു തോന്നി. പതിവിലേറെ വിശപ്പും ക്ഷീണവും.

സന്ധ്യ മയങ്ങിയപ്പോൾ ഒരു കാർ അതുവഴി വന്നു. കാർ നിർത്തി സ്വാമി എവിടേക്കാണെന്നു ചോദിച്ചു. കാറിലുള്ളവരും ശിർദ്ദിയിലേക്കാ യിരുന്നു. അവർ സ്വാമിയെ സ്നേഹത്തോടെ ക്ഷണിക്കുകയും ചെയ്തു. സ്വാമി, പക്ഷേ സഹജമായ വൈരാഗ്യത്തോടെ ഞാൻ പാദയാത്രീ തീർത്ഥയാത്രീ മാർഗ്ഗത്തിലുള്ള ഒരാളാണ്" എന്നു പറയുന്നു. വഴിയും കാലാവസ്ഥയും വളരെ മോശമാണെന്നും ഇത് പിന്നിടാൻ സ്വാമിക്കു വിഷമമാകുമെന്നും കാറിൽ സ്ഥലമുണ്ടെന്നും പറഞ്ഞ് അവർ സ്വാമിയെ നിർബന്ധിച്ചു. സ്വാമി പക്ഷേ ക്ഷണം നിരസിച്ചു. കാറിലുള്ളവർ വളരെ വിഷമിച്ചാണ് പോയത്. അവർ പോയശേഷമാണ് ചിന്തിച്ചത് അവരോടു വല്ല ഭക്ഷണവും ചോദിക്കാമായിരുന്നുവെന്ന്. അദ്ദേഹം കുറച്ചു നടന്ന പ്പോൾ കാർ അകലെ നിർത്തിയതായും അദ്ദേഹത്തെ കാത്തുനിൽക്കു ന്നതായും കണ്ടു. സ്വാമി അടുത്തെത്തിയപ്പോൾ അവർ ഭവ്യതയോടെ ചോദിച്ചു: "ഞങ്ങളുടെ കയ്യിൽ ഭക്ഷണമുണ്ട്. സ്വാമി സ്വീകരിക്കുമോ" സ്വാമി കൃതജ്ഞതയോടെ അതു വാങ്ങി. അന്നു രാത്രി വഴിവക്കിൽ ഒരു മരച്ചുവട്ടിലിരുന്ന് അതു കഴിച്ചു.

സ്വാമി 1971 ജൂലായ് മുതൽ ഭാരതം മുഴുവൻ പദയാത്രയായി തീർത്ഥാ ടനം ചെയ്തുവരുന്നു. ആന്ധ്രയിൽ പുട്ടപർത്തിയിൽ നിന്നാണ് ഇതാരം ഭിച്ചത്. കഴിഞ്ഞ മുപ്പതുവർഷങ്ങളിലായി ഇന്ത്യ മുഴുവൻ നടന്നുകൊണ്ട് യാത്ര ചെയ്തു. എഴുപത്തിനാലു മുതൽ പണം തൊട്ടിട്ടില്ല.

സ്വയം കണ്ടെത്തലിന്റെ പ്രക്രിയയെന്നത് മുഴുവൻ ഉപഭോഗവസ്തു ക്കളിൽ നിന്നുമുള്ള വിടുതിയത്രേ. പദയാത്രികരായ മനുഷ്യർ ഭൂമിയി ലെവിടെയും ഉണ്ടാകും. കയ്യിൽ കാശില്ലെങ്കിൽ അന്യരോട് കാശുവാങ്ങി നാളത്തേക്കു കൂടി പണം കരുതി ജീവിക്കുന്ന ആശ്രമങ്ങളും ആത്മീയ കേന്ദ്രങ്ങളും ഇന്ത്യയിലെവിടെയും കാണാം. ഇതൊക്കെ നിരസിച്ചു കൊണ്ട് ജീവിതത്തിന്റെ നല്ലൊരു കാലം തന്റെ തപസ്യയിൽ കാലുറ പ്പിച്ചുകൊണ്ടു മുന്നേറുന്ന ഈ ധീരൻ മരണത്തെപ്പോലും നിസ്സാരമാ ക്കുകയാണോ?

ഒടുവിൽ കണ്ടുപിരിയുമ്പോൾ സ്വാമി കൈനീട്ടുകയും തളിരുപോലെ മൃദുലമായ വിരലുകൾ എന്റെ വിരലുകളെ സ്പർശിക്കുകയും ചെയ്തു. പാവനമായ ആകാശം തൊടുന്നതുപോലെ ആയിരുന്നു അത്. ∎

വീടും വിപ്ലവവും

ബുദ്ധനെത്തിരഞ്ഞ് ഗതികെട്ട് ഒരന്വേഷി മഹാനായ ഒരു ഗുരുവിന്റെ മുന്നിലെത്തിയപ്പോൾ അദ്ദേഹം ശാന്തമായി മൊഴിഞ്ഞു: 'ബുദ്ധനെ കാണാൻ നീ വീട്ടിലേക്കു മടങ്ങൂ. ഇന്നു രാത്രി നീയവിടെയെത്തുമ്പോൾ നിനക്ക് വാതിൽ തുറന്നുതരുന്നത് ബുദ്ധനായിരിക്കും. ഇനി ബുദ്ധനെ തിരിച്ചറിയാനുള്ള അടയാളങ്ങളും വേണമെങ്കിൽ പറഞ്ഞുതരാം: തിരക്കിൽ പുതപ്പ് നിലത്തിഴച്ചുകൊണ്ട്, ഒറ്റക്കാലിൽ മാത്രം പാദുകം ഇട്ടുകൊണ്ട്, വിളക്കുയർത്തിപ്പിടിച്ച് ബുദ്ധൻ നിനക്കു വാതിൽ തുറന്നു തരും.' യുവാവ് ഒരു നിമിഷംപോലും കളയാതെ വീട്ടിലേക്കു കുതിച്ചു. വാതിലിനു മുട്ടി. അകത്തു നിന്നാരോ നടന്നുവരുന്നതയാൾ ശ്രദ്ധിച്ചു. ബുദ്ധനെ ഒരു നോക്കു കാണാനായി ഉൽക്കണ്ഠയോടെ നോക്കി നിന്നു. പുതപ്പ് നിലത്തിഴച്ച്, ഒറ്റക്കാലിൽ മാത്രം പാദുകമിട്ട്, വിളക്കുയർത്തിപ്പിടിച്ച് അമ്മ!...

വീട് ഏറ്റവും യാഥാസ്ഥിതികമായ സ്ഥാപനങ്ങളിലൊന്നാകുന്നു. അത് വിട്ടുപോയതുകൊണ്ടാണ് സിദ്ധാർത്ഥൻ ബുദ്ധനായത് എന്ന പഴയ സങ്കല്പത്തെ മൂല്യവിചാരണ ചെയ്യുന്ന ഈ സെൻകഥ ബുദ്ധനെ വീടിനു പുറത്തല്ല അകത്താണ് തേടേണ്ടത് എന്ന് പറയുകയാണ്.

വീടുകളിൽ സ്ത്രീകളുണ്ടെന്നതാണ് അവയെ സാന്ത്വനത്തിന്റെ ഒരിടമാക്കുന്നത്. മക്കൾക്കും ഭർത്താവിനും നല്ല ഭക്ഷണം ഉണ്ടാക്കിക്കൊടുത്തും അവരുടെ കാര്യങ്ങളിലൊക്കെ അർപ്പണബോധത്തോടെ മുഴുകിയും അമ്മമാർ വീടുകളിലെ അണയാത്ത വിളക്കുകൾ പോലെയുള്ള ഒരു കാലമുണ്ടായിരുന്നു.

അഭ്യസ്തവിദ്യരും ഉദ്യോഗസ്ഥകളും പലതരം സംഘർഷങ്ങളനുഭവിക്കുന്നവരും അശാന്തിക്കിരയായവരും മുലപ്പാലൂട്ടാത്തവരുമായ അമ്മമാരുടെ മുന്നിലിരുന്നാണ് ഇന്ന് മക്കൾ വളരുന്നത്. സ്വന്തം മാതാപിതാക്കളിൽനിന്ന്, ഭർത്താവിൽനിന്ന്, ലോകത്തുനിന്ന് വേണ്ടത്ര സ്നേഹം

കിട്ടാത്തതുകൊണ്ട് മതിയായ തരത്തിലുള്ള സ്നേഹം മക്കൾക്കോ മറ്റു ള്ളവർക്കോ കൊടുക്കാൻ സാധിക്കാതെ കഴിയുന്ന ഇന്നത്തെ അമ്മ മാർക്ക് വീട് മുഴുവൻ പരക്കുന്ന ഒരൊറ്റ വിളക്കായി പ്രകാശിക്കാൻ കഴി യുന്നില്ല എന്ന് എനിക്കു പരിചയമുള്ള എത്രയോ കുട്ടികളുടെ മുഖങ്ങൾ സാക്ഷ്യപ്പെടുത്തുന്നുണ്ട്.

ആർക്കും എപ്പോഴും കടന്നുവരാനായി സദാ വാതിലുകൾ തുറന്നി ട്ടിരിക്കുന്ന ഒരു വീടിനെപ്പറ്റി, ആ വീട്ടുകാരനായ പാതിരിയച്ചനെ പറ്റി 'മണ്ടൻ' എന്നു പരിഹസിക്കുന്ന തരത്തിലുള്ള കുട്ടികളാണ് ഇന്ന് വീടു കളിൽ വളർന്നുകൊണ്ടിരിക്കുന്നത്.

ഇന്നലെ ഒരയൽക്കാരി വന്നു. അവരുടെ ഏഴിൽ പഠിക്കുന്ന മകൻ ഗുരുതരമായ മാനസിക വിഷമങ്ങളാലുഴലുകയാണ്. ഇപ്പോളവൻ പ്രശ സ്തനായ ഒരു മനോരോഗ ചികിത്സകന്റെ മരുന്നു കുടിച്ചുകൊണ്ടിരി ക്കുകയാണ്. ഒരു ദിവസമവൻ മണ്ണെണ്ണയൊഴിച്ച് തീക്കൊളുത്തി മരി ക്കാൻ പോകുന്നുവെന്നു പറഞ്ഞപ്പോൾ "അതുകൊണ്ടൊന്നും നീ ചാകില്ല, നിനക്കു വേദന സഹിക്കാൻ കഴിയാതെ കിടക്കേണ്ടി വരും" എന്ന് അച്ഛൻ പറഞ്ഞപ്പോൾ അവൻ "എന്നാൽ ഞാനിന്ന് തൂങ്ങി മരിക്കും" എന്നു പറയുകയും അമ്മയെ കൊല്ലാൻ കൊടുവാളെടുത്തോ ടുകയുമൊക്കെ ചെയ്ത വിവരം അവർ പറഞ്ഞു. ഭർത്താവ് ഗൾഫിലാണ്. എല്ലാ സൗകര്യങ്ങളുമുള്ള സ്വന്തം വീടവർക്കുണ്ട്. മകൻ കാരണം അവർ ഭർത്താവിന്റെ പിതൃഗൃഹത്തിൽ പാർത്തുകൊണ്ടിരിക്കയാണ്. ഇത്തരം കുട്ടികൾ വളരുന്ന നമ്മുടെ വീടുകൾ എന്തോ ഒഴിഞ്ഞുകിടക്കുന്നു എന്നു പറയുന്നുണ്ടോ? എന്താണത്?

വീടും സ്കൂളും ആരാധനാലയവും ആശുപത്രിയും കോടതിയും മനു ഷ്യരാശിയുടെ സ്നേഹം, അറിവ്, ആത്മീയത, ആരോഗ്യം, നീതി എന്നി വയുടെ സൂചകങ്ങളത്രെ. ഈ അഞ്ച് മന്ദിരങ്ങളുടെയും അടുത്ത് ചെന്നിരി ക്കുന്ന സംവേദനക്ഷമതയാർന്ന ഏതൊരു മനസ്സിനെയും പൊള്ളിക്കുന്ന തീ അവയിൽ നിന്നുയരുന്നത് വർത്തമാനകാലത്തും മനുഷ്യൻ എന്തൊരു ജീവിതമാണ് നയിക്കുന്നത് എന്ന് പറയുകയാണ്. വീടിനകത്ത് അച്ഛനും അമ്മയും പിഞ്ചുകുട്ടികളും വിഷം കഴിച്ച് മരിക്കുന്ന വാർത്ത വരാത്ത ഒരു ദിവസംപോലുമില്ല. മലപ്പുറത്ത് എടവണ്ണ സ്കൂളിൽ ആറാം ക്ലാസുകാരനായ വിദ്യാർത്ഥി അവനെ ക്ലാസിൽനിന്നു പുറത്താക്കിയതിന്, അവനുവേണ്ടി അച്ഛനോ അമ്മയോ അയൽവാസികളോ ഒന്നും ക്ലാസ് മാസ്റ്ററുടെ അടുത്തുചെന്ന് സംസാരിക്കാനില്ലെന്നറിഞ്ഞ് സ്കൂളിനടു ത്തുള്ള ഒരു പീടികയ്ക്കകത്ത് തൂങ്ങിമരിച്ചത്, ഇക്കഴിഞ്ഞ ദിവസം

അമേരിക്കയിൽ ഒരു വിദ്യാർത്ഥി സ്കൂളിലേക്ക് കുതിച്ചെത്തി മുപ്പതോളം കുട്ടികളെ കൊന്നത്, നമ്മുടെ സ്കൂളുകളും കുട്ടികൾക്കു പറ്റാത്ത ഒരിടമായിരിക്കുന്നുവെന്നു പറയുകയാണ്. നമ്മുടെ ഒരാരാധനാലയത്തിനകത്ത് വെച്ച് രണ്ട് സ്ത്രീകൾ ചവിട്ടിമെതിക്കപ്പെട്ട് മരിച്ചിട്ട് ആ ശവങ്ങൾക്കു മീതെ അരമണിക്കൂറിലധികം നേരം ഭക്തജനങ്ങൾ എല്ലാം മറന്ന് ചവിട്ടിക്കടന്നുപോയത്, ശബരിമലയിൽ തിക്കിലും തിരക്കിലും അയ്യപ്പന്മാർ മൃതിയടഞ്ഞത് ഹിന്ദുദേവാലയങ്ങളിലുയർന്ന തീ എത്രത്തോളമാണെന്നു പറയുകയായിരുന്നു. വീടും സ്കൂളും ആരാധനാലയവും കൊളുത്തിവിടുന്ന തീ ശമിപ്പിക്കാനായി നാം എത്തിച്ചേരുന്നതെവിടെയാണ്? ആശുപത്രിയിലും കോടതിയിലും! അവിടത്തെ കഥപറയാനീ പേന മതിയാവില്ല.

രണ്ട്

ലാറിബേക്കർ രൂപകല്പന ചെയ്ത പ്രകൃതിയുമായിണങ്ങിച്ചേരുന്ന ലോ കോസ്റ്റ് രീതിയിലുള്ള വീടുകളാണ് നല്ലത് എന്ന് വിചാരിക്കുന്നിടത്തു വരെ എത്തിയിരിക്കുകയാണ് 'വീടു വിപ്ലവം'. പാർപ്പിടം ഒരു സ്ഥൂല യാഥാർത്ഥ്യം മാത്രമായി കാണുന്നിടത്തു വരെയാണ് നമ്മുടെ പാർപ്പിട വിചാരങ്ങൾ എത്തിയിരിക്കുന്നത്. ചെലവേറുന്ന ഗൃഹനിർമിതിക്കു പകരം ചെലവു കുറഞ്ഞ പാർപ്പിടങ്ങൾ മതി, പാരിസ്ഥിതികമായി സ്വാസ്ഥ്യ ദായകമല്ലാത്തതുകൊണ്ട് അത്തരം ഭവനങ്ങൾക്കു പകരം പരിസ്ഥിതിയുമായിണങ്ങിപ്പോകുന്ന വീടുകൾ മതി- ഇതുവരെയാണ് നമ്മുടെ പാർപ്പിട വിചാരങ്ങൾ എത്തിയിരിക്കുന്നത്. വരുംനൂറ്റാണ്ട് പാർപ്പിടങ്ങളുടെ സൂക്ഷ്മതലങ്ങളിൽക്കൂടി, അതിന്റെ ആത്മീയതലങ്ങളിൽക്കൂടി ഊന്നുന്നതായിരിക്കും. എന്തെന്നാൽ, എന്തിന്റെയും സത്യം ആദ്യമാദ്യം പുറത്താണ് മനുഷ്യൻ തെരയുന്നത്, ഒടുവിൽ അകത്തെത്തുന്നതോടെ സത്യം സമഗ്രമായി കാണാൻ കഴിയുകയാണ്. പാർപ്പിടങ്ങളുടെ കോലായ, ഇടനാഴി, നടുമുറി, പടിഞ്ഞാറ്റ, അടുക്കള ഇതൊക്കെച്ചേർന്ന് മണ്ണിൽ നമ്രതയോടെ നിൽക്കുന്ന വീടിന് ആകാശവുമായി, പരിസരങ്ങളുമായി തുറന്ന ഒരു ബന്ധമുണ്ടാക്കിയിരുന്നു. കോലായകളുള്ള പഴയ വീടുകൾക്കു പകരം കോലായകളില്ലാത്ത നമ്മുടെ പാർപ്പിടങ്ങൾ - വീടെന്നു പറയേണ്ട - തടവുമുറികളായിത്തീർന്നത് നാം തന്നെ അറിയാതെയത്രെ. കോൺക്രീറ്റ് പാർപ്പിടങ്ങൾക്കെല്ലാം ചേർന്ന തരത്തിൽ അതിന്റെ മുൻഭാഗം ഗ്രിൽസുകമ്പികൊണ്ട് ഭദ്രമായടച്ചുപൂട്ടി പുറത്തൊരു നായക്കൂട്ടിൽ നായകളെ വളർത്തി, മണിയടി കേട്ടാൽ സന്ദർശകരെ ഒന്നെത്തി

നോക്കി ഔദ്യോഗികരീതിയിൽ മാത്രം പെരുമാറുന്ന നാം വീടുകളെ തിന്നാനും കുടിക്കാനും രമിക്കാനും ഉറങ്ങാനും കലഹിക്കാനുമുള്ള ഒരു സ്ഥലമാക്കിയിരിക്കുകയാണ്. ഇത്തരം വീടുകളിൽ ഭാര്യാഭർത്തൃബന്ധം, മാതൃപിതൃബന്ധം തീർത്തും ഔപചാരികവും ഭൗതികവും ശുഷ്കവും സ്നേഹശൂന്യവുമായിക്കൊണ്ടിരിക്കുകയും ഒടുക്കം രോഗം, ഭ്രാന്ത്, ദുർമരണം എന്നിവയ്ക്ക് സ്വാഗതമോതിക്കൊണ്ടുള്ള, നിർബന്ധമായും വിട്ടുപോകേണ്ട ഒരിടമാക്കി നമ്മുടെ വീടുകളെ മാറ്റിയതാരാണ്?

മൂന്ന്

വീട്ടിൽ നിന്നു വേണം എല്ലാ പരിവർത്തനവും തുടങ്ങാൻ. വീട്ടിലുള്ളവരെല്ലാം ധാരാളം മിണ്ടണം, അറിയണം, സ്നേഹിക്കണം.

കൻമതിൽ കെട്ടിയ ശേഷമാണ് ഇടത്തരക്കാർ പോലും വീടുപണി നടത്തുന്നത്. അയൽപക്ക ചിന്ത ഇന്നു തീരെ കുറഞ്ഞുവരുകയാണ്. വീടുകളെ ആധാരമാക്കി 'അയൽക്കൂട്ടം' എന്ന പേരിൽ ആലപ്പുഴയിലെ അമ്പലപ്പുഴ ഗ്രാമത്തെ കേന്ദ്രമാക്കി ഡി. പങ്കജാക്ഷക്കുറുപ്പ് മൂന്നു പതിറ്റാണ്ടുകളോളം നടത്തിയിരുന്ന പ്രവർത്തനം ഈ ദിശയിലുള്ള ഒരു വിപ്ലവമായി ഓർക്കുന്നു.

ഇന്ന് നമ്മുടെ ഓരോ വീടും അതിന്റെ കല്ലും സിമെന്റും കമ്പികളും മരങ്ങളും ഒക്കെ വേർപെടുത്തിക്കഴിഞ്ഞാൽ ഇല്ലാതാകുന്നവയാണ്. ഓരോ വീടിനെ കേന്ദ്രമാക്കി, അതിന്റെ ഉള്ളിലുള്ള മനുഷ്യർ അന്യോന്യവും പ്രകൃതിയും പരിസരവും ആയും പുലർന്നു പോരുന്ന ബന്ധത്തെ ആധാരമാക്കി ഓരോ വീടിനും അതിന്റെ ഒരു സൂക്ഷ്മ ജൈവചേതനാസ്വരൂപമുണ്ട്. ഗൃഹാംഗങ്ങൾ തമ്മിൽ ഗാഢമായ മൈത്രിയും സ്വൈരക്യവും നിലനിൽക്കുന്ന വീടിന്റെ വൈകാരിക സ്പന്ദം അവിടേക്കു കടന്നുവരുന്ന ഒരപരിചിതനെ ഔപചാരികമായല്ലാതെ തന്നെ വരവേൽക്കുന്നതായിരിക്കും. ഇത്തരം പത്ത് അയൽവീടുകൾ അന്യോന്യം സ്നേഹിച്ചും പങ്കിട്ടും സ്വന്തക്കാരെന്ന് മനസ്സിന്റെയുള്ളിൽ നിനച്ചും ജീവിക്കുന്നത് നവമായ ഒരു വിപ്ലവത്തിന് തുടക്കമാവും. നാം പാർക്കുന്ന തൊട്ടടുത്ത പത്തു വീടുകളിലെ മുഴുവൻ അംഗങ്ങളുടെയും പേരും അവരുടെ ക്ഷേമവിവരങ്ങളും നമ്മുടെയൊക്കെ മനസ്സിൽ സ്വാഭാവികമായി പുലരുകയെന്നത് ഈ വിപ്ലവത്തിന്റെ തുടക്കമാണ്. കലഹമോ കുശുമ്പോ അസൂയയോ കൂടാത്ത ഒരയൽപക്കബന്ധം സ്വാഭാവികമായും വളർന്നുവന്നാൽ ഇന്ന് ഭൂമിയിൽ നിലനിൽക്കുന്ന മനുഷ്യബന്ധങ്ങളെ ഗ്രസിച്ച എല്ലാ രോഗങ്ങളും ശമിക്കും. ഇതിന് ആദ്യം വീടിനകത്ത് നമ്മുടെയൊക്കെ ബന്ധം

നേരെയാണോ എന്നു തിരിച്ചറിയണം. മറ്റൊരാളെ നോക്കുന്നതുപോലെ അവനവനെ നോക്കണം. ഇതോടെ നമുക്കു മാറ്റമാരംഭിക്കും. നമുക്കോ രോരുത്തർക്കും അടിസ്ഥാനതലത്തിൽ മാറ്റമുണ്ടാകുകയാണെങ്കിൽ അത് വീടിനെ സ്പർശിക്കും; അടുത്ത വീടുകളെയും. കേരളത്തിലേതുപോലെ ഇന്ത്യയിലെവിടെയും അയൽപക്കങ്ങളില്ല. ഒരു വീടിന്റെ മുറ്റത്തിരുന്ന് ഒരാളൊന്നുച്ചരിച്ചാൽ കേരളത്തിന്റെ മറ്റേ അറ്റംവരെ അതെത്തിച്ചേരും.

താവോയിസത്തിന്റെ വഴിയിലുള്ള ഒരു മഹാനായ കവി ചീനയിലു ണ്ടായിരുന്നു; താ ഓയു ആൻമിംഗ്. അദ്ദേഹത്തിന് 'ചിൻ' എന്ന തന്ത്രി കളുള്ള ഒരു പ്രാചീന സംഗീതോപകരണം, വീണപോലെ ഒന്ന്, തന്ത്രി കളെല്ലാം തകർന്നതായി ഉണ്ടായിരുന്നു. പരിപൂർണ ശാന്തതയോടെ, അത്യന്തം അവധാനതയോടെ മാത്രം ഉപയോഗിക്കുന്ന ഇത് സംഗീതാ ത്മകമായ ഒരു മൂഡുണ്ടാവുമ്പോൾ അതിൽ വിരലോടിച്ചും തലോടിയും അശ്രാവ്യമായി തന്റെ സംഗീതാനുഭൂതികൾ അദ്ദേഹം പ്രകടിപ്പിക്കുമാ യിരുന്നു. തന്ത്രികളില്ലാത്ത ഇത് നിങ്ങളെന്തിനുപയോഗിക്കുന്നുവെന്ന് ആരെങ്കിലും ചോദിച്ചാൽ അദ്ദേഹം ഇങ്ങനെ പറയും: "സംഗീതത്തിന്റെ പരമമായ രുചി ഇപ്പോൾ ഞാനാസ്വദിക്കുന്നു. തന്ത്രികളിൽ നിന്നുയരുന്ന ശബ്ദങ്ങളുടെ ആവശ്യം എനിക്കെന്തിന്!" ഉൾക്കാതു തുറന്നാൽ, പഞ്ചേ ന്ദ്രിയങ്ങളും നിശ്ചലമായാൽ സംഗീതം യഥാർത്ഥത്തിൽ പുറത്തല്ല, ഉള്ളി ലാണെന്ന് അറിയുന്നു. ഇതുപോലെ വീട് നാം കാണുന്ന സ്ഥൂലമായ കെട്ടിടമോ, അവിടെ വെച്ചിരിക്കുന്ന ആർഭാടവസ്തുക്കളോ അല്ല എന്നു പറയാൻ ആരെങ്കിലും നമ്മുടെ വീടിനുള്ളിലുണ്ടോ?

∎

മത രോഗത്തിന് സംസ്കാരവൈദ്യം

ഉറങ്ങുന്നവൻ കുറച്ചുണർന്നവനാണ്. ഉണർന്നവൻ കുറച്ചുറങ്ങുന്നവനും.

- സെൻഗുരു

ഒരാൾ എത്ര ബോധരഹിതനായാലും അയാളുടെ ഉറക്കം എത്ര ആഴത്തിലുള്ളതായാലും അയാൾക്കുണരാൻ കഴിയുന്നു. ശരീരത്തിന്റെ ഒരു ണർവ്വാണത്. ബോധതലത്തിലും അത്തരം ഒരു മഹാനിദ്രയിൽ നിന്ന് ഒരു മഹാജാഗരണത്തിലേക്ക് മനുഷ്യനു വരാനാകും. ഓരോ മനുഷ്യനും ഏറ്റവും വലിയ ഒരു കുറ്റവാളിക്കുപോലും ഇത്തരത്തിൽ ഉണരാനാകും. ബുദ്ധൻ പറയാറുണ്ട്, ഞാനിന്നലെ ഉണർന്നതുപോലെ നിങ്ങളും ഉണരും നാളെ. ഉണർന്നവൻ കുറച്ചുറങ്ങുന്നവനാണെന്ന് ഉണർന്നിരിക്കെ നാം ചിന്തിക്കുന്നതിൽ, പറയുന്നതിൽ, ചെയ്യുന്നതിൽ ഒരു സാക്ഷിയായി നിന്നുനോക്കിയാൽ കാണാനാകും. സ്നേഹമില്ലാതെ ചിന്തിക്കുമ്പോൾ, പറയുമ്പോൾ, പ്രവർത്തിക്കുമ്പോൾ ഒരാൾ കുറച്ചുറങ്ങിക്കൊണ്ടിരിക്കുകയാണ്. ഇത്തരത്തിലുള്ള ഒരു ഉറക്കത്തിലാണ് മനുഷ്യരാശി.

കബീറിനെപ്പറ്റി ഒരു കഥയുണ്ട്. നദിയിൽ കുളിക്കാൻ പോയ അദ്ദേഹത്തെ പിന്നെ ആരും കണ്ടില്ല. ബന്ധുക്കൾ അന്നു മുഴുവൻ നദിക്കരയിൽ കാത്തു. അയാളെപ്പറ്റി ഒരടയാളവും കിട്ടിയില്ല. മൂന്നാംനാളിൽ അദ്ദേഹം വെള്ളത്തിനടിയിൽ നിന്നും പൊന്തി വന്നു, ഒരു പുതിയ മനുഷ്യനായി, ഒരു പുതിയ മനസ്സുമായി, ശുദ്ധബോധാവസ്ഥയുമായി.

സത്യത്തെ അറിയാൻ മനസ്സ് ഇല്ലാതാകണം, എപ്പോൾ മനസ്സ് ഇല്ലയോ, അപ്പോൾ മാത്രം സത്യത്തെ അറിയാനാകും. മനസ്സ് പ്രവർത്തനരഹിതമാവണം, ശാന്തവും നിശബ്ദവുമാവണം. അറിവിനെ, മനസ്സിനെ നിഷേധിക്കുക - എന്ന് ജെ. കൃഷ്ണമൂർത്തി. ഇവിടെ പൂർണ്ണമായി ഉണർന്നിരിക്കണം. കൃഷ്ണമൂർത്തി പറഞ്ഞതുകൊണ്ട് ഒരാൾ അറിവ്

ഉപേക്ഷിക്കുമ്പോൾ അയാൾ അയാളുടെ ജ്ഞാനം ഉപേക്ഷിക്കുകയും കൃഷ്ണമൂർത്തി പറഞ്ഞത് അയാളുടെ അറിവായി മാറുകയും ചെയ്യുന്നു.

നിഷേധം മനസ്സിൽ നിന്ന് വരരുത്. മനസ്സ് സൂത്രശാലിയാകുന്നു. കുറേ കഴിഞ്ഞ് കൃഷ്ണമൂർത്തി പറഞ്ഞത് സ്വന്തം അറിവായി അയാളുടെ മനസ്സ് സ്വീകരിക്കുന്നു. അയാൾ പഴയ വിഗ്രഹത്തെ ഉപേക്ഷിക്കുകയും പകരം പുതിയത് ഒപ്പം വയ്ക്കുകയും മാത്രമാണ് ചെയ്തത്.

ഓരോ ബുദ്ധനും അല്ലെങ്കിൽ ബോധോദയം നേടിയ ഓരോ വ്യക്തിയും ഭൂതകാലത്തിൽ നമ്മെപ്പോലെ ഒരജ്ഞനായിരുന്നു. പഴയ പഴയ ഒരു മനസ്സുകൊണ്ട് ലോകത്തെ നോക്കിയപ്പോൾ ദുഃഖമയമായിരുന്നു ബുദ്ധന് ജീവിതം. ദുഃഖത്തിന്റെ അതിരറ്റ മറുകരയിലേക്ക് അയാൾക്കു പോകണമെന്നുണ്ട്. പക്ഷേ, അതിനുള്ള കഴിവ് അയാൾക്കന്നില്ലായിരുന്നു. സ്വയം ദുഃഖിതനായിരിക്കുന്ന ഒരാൾക്കും അതിന്റെ മറുകരയിലെത്താനായില്ല. ജ്ഞാനോദയത്തോടെ ഉള്ളിലുണ്ടാകുന്ന വെളിച്ചം, വിവേകം ഒരാൾക്ക് പുതിയ ഒരു മനസ്സ് നൽകുന്നു. അത്തരം ഒരു മനസ്സുകൊണ്ട് അയാൾക്ക് ദുഃഖത്തിന്റെ രഹസ്യം വെളിപ്പെടുന്നു.

രണ്ട്

ലോകത്തിലെ സംഘടിത മതങ്ങൾ, മതേതരമായ രാഷ്ട്രീയ പ്രത്യയശാസ്ത്രങ്ങൾ മുഴുവൻ തോൽവിയടയുകയും അപ്രസക്തമാവുകയും ചെയ്തിരിക്കുന്നു. മതങ്ങളുടെയെല്ലാം ഭൂതകാലം ഒന്നായി ഒഴുകാതെ കിടക്കുകയാണ്. മനസ്സ് സദാ പഴയത്. മനസ്സിന് ഒരിക്കലും പുതിയതാകാനാവില്ല. കാരണം, മനസ്സ് പഴയതിന്റെയെല്ലാം ഒരു ഭാണ്ഡമാണ്. മതങ്ങളൊക്കെയും പുതിയ കാലത്ത് മനുഷ്യന്റെ ആവശ്യങ്ങളെ പുതിയ ഒരു മനസ്സുകൊണ്ട് പരിഹരിക്കാൻ കഴിയാത്തവയായിരിക്കുന്നു. ഇത്തരമൊരു സാഹചര്യം മനുഷ്യന്റെ ബോധതലം എന്നും നേരിടുന്നുണ്ട്. ഇതില്ലാതാകണമെങ്കിൽ പുതുതിനെ ഒരാൾ അറിയേണ്ടതുണ്ട്. പുതുത് ഒരു സന്ദേശമാകുന്നു, ഒരു വേദമാകുന്നു.

മനുഷ്യന്റെ സത്തയെ ആധാരമാക്കിയുള്ള ആന്തരികാന്വേഷണങ്ങൾ - സെൻ, താവോ, സൂഫിസം, ജെ.കെ., രമണ, നിസർഗ്ഗദത്ത, ഗുർജിഫ്, ആന്റണി ഡിമെല്ലോ - പോലുള്ളവയിൽ നിന്നുള്ള വെളിച്ചം, മതമുക്തമായ ആത്മീയതയുടെ ആന്തരിക ഊർജ്ജം മതങ്ങളുടെ പേരിൽ തമ്മിലടിച്ചും കൊന്നും കഴിയുന്ന ലോകത്തിനു മുന്നിൽ ഇന്നും പ്രസക്തി നഷ്ടമായിട്ടില്ലാത്ത സമാന്തരവഴികളാകുന്നു.

ഇരുളിലെ ജീവതാരകം

സംഘടിത മതങ്ങളും ആശയപ്രസ്ഥാനങ്ങളും ഉണ്ടാക്കി വച്ച 'വ്യവസ്ഥ ചെയ്യപ്പെടലി'ന്റെ തടവിൽ നിന്ന് ഒരാൾ പുറത്തുകടക്കുമ്പോൾ മാത്രമാണ് അയാൾ സത്യം തിരിച്ചറിയുന്നത്. അയാൾ ആദ്യം മുസ്ലിമോ ഹിന്ദുവോ ക്രിസ്ത്യനോ മാർക്സിസ്റ്റോ ഒക്കെ ആയിരിക്കണം. അതിൽ നിന്ന് പുറത്തു കടക്കുമ്പോൾ അയാൾ അന്വേഷിക്കാനാരംഭിക്കുന്നു. അപ്പോൾ 'മതമേതായാലും മനുഷ്യൻ നന്നായാൽ മതി' എന്ന് നാരായണഗുരുവിനു തോന്നിയത് അയാളുടേയും തോന്നലായിത്തീരുന്നു. അയാൾ ജനിച്ചുവീണ ഒരു പ്രത്യേക മതത്തിനുനേരെ പ്രത്യേകമായ ഒരു സ്തുതിയോ പ്രേമമോ അയാളിൽ ഉണ്ടാവുന്നില്ല. അയാൾക്കു സത്യം പ്രധാനമായി മാറുന്നു. അത്തരം വ്യക്തികളുള്ള ഒരു സമൂഹത്തിൽ ഒരിക്കലും മാറാടുകൾ, ഗുജറാത്തുകൾ ഉണ്ടാവില്ല.

ലോകത്തിൽ ഏറ്റവും പഴയത്, പ്രതിലോമപരമായത് മനസ്സാകുന്നു. അതുകൊണ്ട് ഒരു വിപ്ലവവും മനസ്സുകൊണ്ട് വരുത്താനാവില്ല.

മനസ്സ് സദാ പഴയത്. കാരണം മനസ്സ് എന്നാൽ ഓർമ്മയാകുന്നു, ഭൂതകാലമാകുന്നു. മനസ്സ് പേറി നടക്കുന്നതെല്ലാം മരിച്ചതാകുന്നു. അതുകൊണ്ടത്രേ മനസ്സു വഴി മൗലികമായതൊന്നും പിറക്കാത്തത്. മനസ്സിന് ആവർത്തനപരമാകാനേ കഴിയൂ. അതുകൊണ്ട് മനസ്സ് സദാ അറിഞ്ഞതിനെ ആവർത്തിച്ചുകൊണ്ടിരിക്കുകയാണ്. ഇതിന് ആയിരം വഴികളിൽ ആവർത്തിക്കാനായേക്കാം. ഇതിന് പുതിയ വാക്കുകൾകൊണ്ട് ആവർത്തിക്കുവാനായേക്കാം.

നവ്യമായത് മനസ്സിൽ നിന്നല്ല അവബോധത്തിൽ നിന്നത്രേ പിറക്കുന്നത്. ഒരു ചിന്തയുടേയും അനുഭവത്തിന്റേയും അടയാളം പുരളാത്ത ശുദ്ധാവബോധം, അതിന്റെ നിർമ്മലമായ വെളിച്ചം, വിവേകം. അതു കൊണ്ടുമാത്രമേ മനുഷ്യൻ ലോകത്തിലുണ്ടാക്കി വച്ച മുഴുവൻ പ്രശ്നങ്ങളും തീരുകയുള്ളൂ.

മനുഷ്യരാശിക്കിടയിൽ പെരുകിവരുന്ന ഹിംസ, കൊല ചെയ്യാനുള്ള വാസന 'നിങ്ങളുടെ ജീവിതത്തെയാകെ പുനഃസംവിധാനം ചെയ്യാൻ സമയമായി' എന്നറിയിക്കുകയാണ്. 'ഓരോ രോഗിയും ഉള്ളിൽ ഒരു ഡോക്ടറെ വഹിക്കുന്നുണ്ട്' എന്ന് പ്രാചീനവൈദ്യങ്ങളെല്ലാം ഒരുപോലെ പറയുന്നു. സത്യം അതാണെങ്കിൽ മനുഷ്യന്റെ സംസ്കാരത്തെ ഗ്രസിച്ച രോഗത്തിനുള്ള മരുന്ന് മനുഷ്യന്റെ അവബോധത്തിൽ തന്നെയുണ്ട്. ബുദ്ധൻ മുതൽ ജെ. കൃഷ്ണമൂർത്തി വരെയുള്ളവർ ഇത്തരം ഉൾക്കാഴ്ചയുള്ള സംസ്കാര വൈദ്യന്മാരാണ്. അവരെ തുറന്ന മനസ്സോടെ കേൾക്കുക, അറിയുക.... ∎

എം.എൻ. വിജയൻ
കണ്ടതും കാണാത്തതും

പുരുഷന്മാരെ, സ്ത്രീകളെ അവർ മാത്രമായി കാണാനാകില്ല. പൂന്താനത്തെ, എഴുത്തച്ഛനെ, കുഞ്ചൻനമ്പ്യാരെ, നാരായണഗുരുവിനെ, അയ്യങ്കാളിയെ, കെ. കേളപ്പനെ, ഇ.എം.എസിനെ, എം. ഗോവിന്ദനെ, എ. വാസുവിനെ, ഡി. പങ്കജാക്ഷക്കുറുപ്പിനെ, എം.എൻ. വിജയനെ, ലളിതാംബിക അന്തർജനത്തെ, മാധവിക്കുട്ടിയെ, സുഗതകുമാരിയെ, അജിതയെ, സി.കെ. ജാനുവിനെ അവർ മാത്രമായി കാണാനാവില്ല. അവർ എന്നത് അവർ പിറന്ന പ്രദേശത്തിന്റേതു കൂടിയത്രേ. അവർ നടന്നുവളർന്ന നാട്ടുമ്പുറം, നഗരം, കുട്ടികളായിരിക്കെ അവർ കളിച്ച കളികൾ, അവർ കേട്ട മുത്തശ്ശിക്കഥകൾ, അവർ കഴിച്ച ഭക്ഷണം, അവർ പഠിച്ച സ്കൂളുകൾ, അവർ പിന്തുടർന്ന വഴികൾ, അവർക്കു ലഭിച്ച ശിക്ഷകൾ, അവർക്കു വന്ന രോഗങ്ങൾ, അവർക്കു കിട്ടിയ സ്നേഹം, അവർ പാടിയ കവിതകൾ ഇവയൊക്കെയാണവരെ അവരാക്കിയത്. തന്റെ പരിസരങ്ങളുമായി ഒരാൾക്കുണ്ടാകുന്ന ബന്ധങ്ങൾ ഭിന്നരീതികളിൽ അയാളെ നിർണയിക്കുകയാണ്. കേരളീയരെ, അവരുടെ ശരീരത്തെ, അവബോധത്തെ, ശീലങ്ങളെ, പെരുമാറ്റക്രമത്തെ, അവരുടെ അന്നമയകോശത്തെ, പ്രാണമയകോശത്തെ, മനോമയകോശത്തെ നിർണ്ണയിച്ചിരുന്നത് തകിടം മറിഞ്ഞതോടെയത്രെ ഒരു ജനതയെന്ന നിലയ്ക്കുള്ള അവരുടെ ആന്തരികമായ 'ഹാർമണി' മുറിഞ്ഞുപോയത്.

കേരളത്തിലെ ഭക്ഷ്യം, ആയുർവേദ-നാട്ടുവൈദ്യരീതികളിൽ നിന്നുണ്ടായ ഔഷധവ്യവസ്ഥ, കിണറിലെ, കുളത്തിലെ പച്ചവെള്ളത്തിലുള്ള കുളി, പാദരക്ഷകളില്ലാതെ മണ്ണിൽ, പൂഴിയിൽ ചവിട്ടിയുള്ള നടത്തം, മൺകലങ്ങളിൽ വെച്ചുണ്ടാക്കിയ കഞ്ഞിയും ഉപ്പേരിയും ചമ്മന്തിയും ഏകാദശിവ്രതങ്ങളും ഒക്കെ കേരളീയരുടെ അന്നമയകോശത്തെ, അവരുടെ ശരീരത്തെ, ഒരിക്കൽ സ്വാസ്ഥ്യത്തിന്റെ വഴിയിൽ നടക്കാൻ ഇടയാക്കിയിരുന്നു. പറമ്പുകൾക്കും പുഴകൾക്കുമിടയിലൂടെയുള്ള നീണ്ട

നടത്തങ്ങൾ, വാഹനങ്ങളുടെ അഭാവംകൊണ്ട് നിർബന്ധമായും നടന്ന് തീർക്കേണ്ട ദൂരങ്ങൾ, കയറ്റങ്ങൾ കേരളീയരുടെ പ്രാണമയകോശത്തെ അവരറിയാതെ അരോഗമാക്കിയിരുന്നു.

തിരക്കും വെപ്രാളവുമില്ലാത്ത ഒരു ശരീരത്തോടെ, മനസ്സോടെ പുലരുമ്പോൾ ഉള്ള ഏകാന്തതയും ഏകാഗ്രതയും ഒരിക്കൽ കേരളീയരുടെ മനോമയകോശത്തെ ഒരു സവിശേഷതയുള്ള, ശാന്തമായ മനസ്സോടു കൂടിയ ഒരു ജനതയാക്കി നിലനിർത്തിയിരുന്നു.

ഡോ. പൽപു, മിതവാദി സി. കൃഷ്ണൻ, കുമാരനാശാൻ, കേസരി ബാലകൃഷ്ണപ്പിള്ള, ഇ.എം.എസ്., എം. ഗോവിന്ദൻ, കെ. അയ്യപ്പപണിക്കർ, സച്ചിദാനന്ദൻ, കെ. വേണു എന്നിവർ കേരളത്തിനു പുറത്തുള്ള ജീവിതത്തെ, സംസ്കാരത്തെ, രാഷ്ട്രീയത്തെ, മനഃശാസ്ത്രത്തെ, കവിതയെ കേരളത്തിന്റെ മനോമയകോശത്തിലേക്ക്, വിജ്ഞാനമയകോശത്തിലേക്ക് പ്രസരിപ്പിച്ചത് വഴി കേരളീയന്റെ അവബോധത്തിലേക്ക് കടന്നുവന്ന പുതിയ കാറ്റും വെളിച്ചവും ആധുനികകേരളത്തെ രൂപീകരിക്കുന്നതിൽ നാഴികക്കല്ലുകളായി മാറി.

കേരളീയരുടെ ശരീരത്തേയും മനസ്സിനേയും പടിഞ്ഞാറൻ വൈദ്യവും ചിന്തയും സംസ്കാരവും സ്വാധീനിക്കാൻ തുടങ്ങിയതു മുതൽ കേരളീയന്റെ ബോധത്തിലും ചിത്തവൃത്തിയിലും പുതിയ യുഗത്തിന്റെ വെളിച്ചം പരക്കാൻ തുടങ്ങിയ കാലത്താണ് 1930-ൽ എം.എൻ. വിജയൻ ജനിക്കുന്നത്. എറണാകുളത്ത് കോളേജ് വിദ്യാർത്ഥിയായിരുന്ന കാലത്ത് അദ്ദേഹത്തിന്ന് ഇടതുപക്ഷ ആശയങ്ങളോട് ആഭിമുഖ്യമുണ്ടായി. ഏതാണ്ടിതേ കാലത്ത് ആത്മീയദിശയിലുള്ള ചില അന്വേഷണങ്ങളും അലച്ചിലുകളും ഉണ്ടായി. മദിരാശിയിൽ അദ്ധ്യാപകനായിരിക്കുമ്പോൾ അദ്ദേഹം ഒരു കമ്യൂണിസ്റ്റ് സഹയാത്രികനായി. അക്കാലത്തും അറിഞ്ഞതിൽനിന്നപ്പുറത്തേക്കു പോകാനുള്ള വെമ്പൽ അദ്ദേഹത്തെ ജിദ്ദുകൃഷ്ണമൂർത്തിയുടെ ഒരു ശ്രോതാവാക്കി. കൃഷ്ണമൂർത്തിയുടെ സ്വാതന്ത്ര്യത്തെപ്പറ്റിയുള്ള സങ്കല്പനം അദ്ദേഹത്തെ സ്പർശിച്ചു.

തലശ്ശേരി ബ്രണ്ണൻ കോളേജിൽ അദ്ധ്യാപകനായി ചേർന്നതോടെ ഒരു നിരൂപകനെന്നനിലയിൽ, പ്രഭാഷകനെന്നനിലയിൽ അദ്ദേഹം ശ്രദ്ധേയനാകാൻ തുടങ്ങി. ഇടതുപക്ഷ ചായ്‌വ് പുലർത്തിയിരുന്ന കാലത്തും ആ ധാരയിൽ വരാത്ത ബഷീറും വൈലോപ്പിള്ളിയുമായിരുന്നു അദ്ദേഹത്തെ ആകർഷിച്ച എഴുത്തുകാർ.

1985-ൽ ജോലിയിൽനിന്നു വിരമിച്ചതിനു ശേഷം അദ്ദേഹം കേരളത്തിലെ പുരോഗമന കലാസാഹിത്യപ്രസ്ഥാനത്തിന്റെ ശക്തനായൊരു

വക്താവായി മാറിയതു മുതൽ ഉള്ള വിജയൻ മാസ്റ്ററുടെ ചിന്തയും വാക്കും പ്രവൃത്തിയും മാറിനിന്നു നോക്കുന്നൊരാളിൽ അമ്പരപ്പുണ്ടാ ക്കുന്നതായിരുന്നു. എഴുത്തച്ഛനേക്കാൾ വലിയ കവി കുഞ്ഞപ്പ പട്ടാനൂരാ ണെന്നു പറഞ്ഞത്, ഒരദ്ധ്യാപകനെ ക്ലാസ്മുറിയ്ക്കകത്തിട്ട് വധിച്ചതിനെ പരോക്ഷമായിട്ടാണെങ്കിലും ന്യായീകരിക്കാൻ ശ്രമിച്ചത്, പറശ്ശിനിക്കട വിൽ പാമ്പുകൾക്കെതിരെ നടന്ന നിർഭാഗ്യകരമായ ഹത്യയെ മാനവീ യതയെ ഉയർത്തിപ്പിടിച്ചുകൊണ്ട് ചെറുതാക്കിപ്പറഞ്ഞത്- ഇതൊന്നും നാം സ്നേഹിക്കുന്ന വിജയൻ മാസ്റ്ററുമായി ബന്ധപ്പെട്ട് ഓർക്കുവാൻ നാം ഇഷ്ടപ്പെടുന്നില്ല. എന്തെന്നാൽ നാമദ്ദേഹത്തെ അത്രയ്ക്കിഷ്ടപ്പെടുന്നു!

രണ്ട്

വർഗ്ഗീസ് മുതൽ രാജൻ വരെയുള്ളവരുടെ രക്തസാക്ഷ്യം, സുബ്രഹ്മണ്യ ദാസ് മുതൽ സുരാസു വരെയുള്ളവരുടെ ആത്മഹത്യകൾ, എഴുപതു കളെ കേരളത്തിലും ക്ഷുഭിതയൗവനത്തിന്റെ ഒരു ദശകമാക്കുകയു ണ്ടായി. എൺപതുകളിലും തൊണ്ണൂറുകളിലും കേരളീയസംസ്കാരം ഗാഢമായ പ്രതിസന്ധിയെ നേരിടുകയായിരുന്നു.

എൺപതുകളിലെ കൊടുങ്കാറ്റിനു ശേഷമുള്ള നിശ്ശബ്ദതയ്ക്ക് എഴു പതുകളെ നിർമ്മിച്ചവർ, അതിനു ജീവനും ചോരയും കൊടുത്തവർ, സ്വന്തം സ്വന്തം വഴികളിൽ, ജീവിതചര്യകളിൽ അന്വേഷണം തുടരുകയാ യിരുന്നു. ആത്മീയതയിലേക്കു പോയ വെള്ളത്തൂവൽ സ്റ്റീഫൻ, ഫിലിപ്പ് എം. പ്രസാദ്, യു. ഫൽഗുനൻ, കനവ് വിദ്യാഭ്യാസ പരീക്ഷണത്തിലേക്ക് പുറപ്പെട്ട കെ.ജെ. ബേബി, ഉറച്ചുപോയ പാഠങ്ങൾക്ക് 'പാഠഭേദം' കണ്ടെ ത്തിക്കൊണ്ട് സമാന്തരാന്വേഷണങ്ങൾക്ക് ശ്രമിച്ച സിവിക് ചന്ദ്രൻ, പരി സ്ഥിതി-പ്രകൃതി-ജൈവ-കൃഷിയിലേക്ക് നീങ്ങിയ കെ.വി. ശിവപ്രസാദ് മാസ്റ്റർ, ജനകീയ ജനാധിപത്യ സംസ്കാരത്തിന്റെ വക്താവായ കെ. വേണു, എല്ലാം അനുവദനീയമാകുന്ന കവിതയുടെ വാതിൽ തുറന്നിട്ട കെ.ജി. ശങ്കരപ്പിള്ള, സായുധസമരത്തിനു പകരം നിരായുധ സമരത്തിന് (ഉപവാസം) അർത്ഥം കണ്ടെത്തിയ എ. വാസുവേട്ടൻ, സ്ത്രീവിമോചന ത്തിന്റെ ദിശയിൽ മുഴുവൻ സമയപ്രവർത്തകയായി മാറിയ അജിത, അന്വേഷണങ്ങൾ അവസാനിപ്പിക്കാത്ത ടി.എൻ. ജോയ്, ചിത്രകലയി ലൂടെ ശിലാശില്പങ്ങളിലൂടെ 'നീതിക്കായുള്ള സഹനം' തുടർന്നുകൊ ണ്ടിരിക്കുന്ന വി. മോഹനൻ...

കേരളീയജീവിതത്തിലും സംസ്കാരത്തിലും ബദലന്വേഷണങ്ങളുടെ ഊഷ്മളമായ ഒരു തുടക്കം അപൂർണ്ണതകളോടെയാണെങ്കിലും ഇവിടെ ഉണ്ടായപ്പോൾ അതിന്റെ ഒരു സഹയാത്രികനാകാൻ സാധിച്ചില്ലെങ്കിലും

അതിനെ പരിഗണിക്കുവാനോ ശ്രദ്ധിക്കുവാനോ വിജയൻമാസ്റ്റർക്കു കഴിഞ്ഞില്ല.

മലയാളി അവന്റെ അന്നമയകോശംകൊണ്ടും പ്രാണമയകോശം കൊണ്ടും മനോമയകോശംകൊണ്ടും വിജ്ഞാനമയകോശംകൊണ്ടും ഇന്നെവിടെയാണ് നിൽക്കുന്നത്? ആഗോളീകരണത്തിന്റെ പുത്തൻവേദം മാനവരാശിയെയാകെ ഒരുപോലെ വിഴുങ്ങുവാൻ തുടങ്ങിയ ഒരു മഹാ നരകകാലത്തിന്റെ വാതിൽക്കലാണ് ഇന്ന് മലയാളി. മലയാളിക്ക് മറ്റേതു നവനാഗരിക സമൂഹത്തെപ്പോലെയും കേവലം അന്നമയകോശം മാത്രമായ, ശാരീരികം മാത്രമായ ഒരു ജീവിതമേ ഉള്ളൂ. ഇതുകൊണ്ടു മാത്രം ഒരു മനുഷ്യനും പുലർന്നുപോകാനാവില്ല. കേരളത്തിലെ ഇടത്തരക്കാരും അതിനുമുകളിലുള്ളവരുമായ ആളുകൾ അഭൂതപൂർവ്വമായ തരത്തിൽ ആത്മഹത്യ ചെയ്തുകൊണ്ടിരിക്കുകയാണ്. പട്ടിണി കിടക്കുന്ന ഒരാദിവാസിപോലും ലോകത്തെവിടെയും ഇന്നുവരെ ആത്മഹത്യ ചെയ്തിട്ടില്ല. മനുഷ്യന് അപ്പം കൊണ്ടുമാത്രം പുലരാനാവില്ല ഒരാൾക്ക് അപ്പത്തിനു പകരം അവബോധം കൊണ്ടുമാത്രമായും ജീവിക്കാനാവില്ല. ഒരാൾക്ക് അപ്പമില്ലാതെയും പുലരാനാവില്ല. മനുഷ്യന്റെ അസ്തിത്വത്തിന് രണ്ടു വികാരങ്ങളുണ്ട്. അവ രണ്ടും പൂരിതമാകണം. അവന്റെ അന്നമയ കോശവും മനോമയകോശവും തൃപ്തിയടയണം. പടിഞ്ഞാറ് ശരീരത്തെ മാത്രം കേട്ടു, അവബോധത്തിന് നേരെ അത് ബധിരമായിരുന്നു. ഇതിന്റെ ആത്യന്തികഫലം: മഹത്തായ ശാസ്ത്രം, മഹത്തായ ടെക്നോളജി. സുഖസൗകര്യങ്ങളുള്ള സമൂഹം, വസ്തുക്കളുടെ സമ്പന്നത. ഇവ ക്കെല്ലാം നടുവിൽ ആത്മാവില്ലാത്ത സ്വത്വബോധമില്ലാത്ത ഒരു ദരിദ്രനായ പുതിയ മനുഷ്യൻ, താനാരാണെന്ന് അറിയാത്തവൻ, പ്രകൃതിയിലെ ഒരു യാദൃച്ഛികതപോലെ നിലവിൽ വന്നു, നാം ഇന്നു ജീവിക്കുന്ന മലയാളികൾ! ഇത്തരത്തിൽ മുഖമറ്റ, സ്വത്വം മുറിഞ്ഞുപോയ മലയാളിയോട് എം. എൻ. വിജയൻ കവിതയും സ്വപ്നവും നിറഞ്ഞ മനസ്സുകൊണ്ട് സംസാരിച്ചത്, ആധുനിക കേരളത്തിലെ മോഹനമായ ഒരനുഭവമായിരുന്നു.

മൂന്ന്

ഒരാളെന്ത് ചെയ്താലും ഫ്രോയിഡിയന്മാരുടെ കണ്ണിൽ അത് ലൈംഗികതയായി ചുരുങ്ങുന്നു. അവരെ സംബന്ധിച്ച് ഉന്നതമായതൊന്നും നില നിൽക്കുന്നില്ല. അയാൾ ചെളിയിൽ ജീവിക്കുന്നു, താമരയിൽ വിശ്വസിക്കുന്നില്ല! ഒരാൾ അയാൾക്കൊരു താമരപ്പൂ കൊടുത്താൽ അയാളതിനെ നോക്കുകയും ചളിയിലേക്കതിനെ ചുരുക്കുകയും ചെയ്യുന്നു. അയാൾ പറയും: "ഇത് ഒന്നുമല്ല, ഇത് വെറും വൃത്തികെട്ട ചളി. അതിൽ നിന്നല്ലേ

ഈ പൂ വരുന്നത്?" എല്ലാം അതിന്റെ കാരണത്തിലേക്കു ചുരുക്കുന്നു, അത് യഥാർത്ഥമാണ് താനും! അത്തരത്തിൽ ചിന്തിക്കുമ്പോൾ ഒരു എം. എൻ. വിജയന് ഓരോ കവിതയും ലൈംഗികതയിലേക്കു വേരുകളുള്ള തായിത്തീരുന്നു; 'മാമ്പഴം പോലും! മനോഹരമായതെന്തും ലൈംഗികത യിലേക്ക് ചുരുക്കപ്പെടുന്നു. വൈലോപ്പിള്ളിയുടെ കവിതയിലെ ഗന്ധ ബിംബങ്ങൾ 'ആനൽ ഇറോട്ടിക്' ആയി വ്യാഖ്യാനിച്ചുകൊണ്ടുള്ള വിജ യൻമാസ്റ്ററുടെ നിരീക്ഷണങ്ങൾ അതിലെ നവീനത കൊണ്ടും മനഃശാസ്ത്രത്തെ ആധാരമാക്കിയുള്ള ഗൂഢരഹസ്യങ്ങളുടെ കണ്ടെത്ത ലുകൾകൊണ്ടും മലയാളത്തിലുണ്ടായ എക്കാലത്തെയും അതുല്യമായ ഉപന്യാസമായി മാറുകയായിരുന്നു. ഫ്രോയിഡിനെ ആധാരമായെടു ത്താൽ മൈക്കലാഞ്ജലോ, ഗോയ്ഥെ, ബൈറൻ, കാളിദാസൻ, ഷേക്സ്പിയർ തുടങ്ങിയവരുടെ മഹത്തായ സൃഷ്ടികൾ അടിച്ചമർത്ത പ്പെട്ട ലൈംഗികതയുടെ ബഹിർസ്ഫുരണങ്ങളായി മാറുന്നു. അതു കൊണ്ട്, ഫ്രോയ്ഡ് 'ടോയ്‌ലറ്റിന്റെ ലോകത്തിലെ ആചാര്യൻ' എന്നു വരെ വിശേഷിപ്പിക്കപ്പെടുകയുണ്ടായി. എന്തെന്നാൽ ഫ്രോയ്ഡ് അവിടെ പുലർന്നു; അദ്ദേഹത്തിന്റെ ക്ഷേത്രം അതായിരുന്നു, അദ്ദേഹത്തിന്റെ കണ്ണിൽ കലകളെല്ലാം 'പേത്തോളജി'യായി. എല്ലാം പെർവർഷനിൽ നിന്നുണ്ടായതായി കണ്ടുപിടിക്കപ്പെട്ടു. ഈയൊരു മാനദണ്ഡത്തിൽ പിന്നെ കാളിദാസനില്ല, ഷേക്സ്പിയറില്ല, മൊസാർട്ടോ വാഗ്നറോ ഇല്ല. കാരണം ഫ്രോയ്ഡിന്റെ കണ്ണിൽ ഇവരെല്ലാം 'അബ്നോർമലാ'യ ആളു കളായിരുന്നു; രോഗികളായിരുന്നു. കാരണം, എന്തിനെപ്പറ്റി പറയുകയാ ണെങ്കിലും അടിച്ചമർത്തപ്പെട്ട ലൈംഗികതയല്ലാതെ മറ്റൊന്നുമല്ല അവർക്ക്.

ഈ സമീപനം മനുഷ്യന്റെ മഹിമകളെ, ഉദാത്തഭാവങ്ങളെ, നൈതി കമൂല്യങ്ങളെ വൃത്തിശൂന്യതയിലേക്ക് താഴ്ത്തിക്കെട്ടി. ഫ്രോയ്ഡിന് ബുദ്ധൻ പോലും ഒരു രോഗിയായിരുന്നു. യഥാർത്ഥത്തിൽ ഫ്രോയ്ഡാ യിരുന്നു രോഗി! ബുദ്ധന്റെ നിശ്ശബ്ദത, സന്തുഷ്ടി, അഹിംസാത്മകത, കരുണ - ഇത് രോഗമല്ല, സ്വാസ്ഥ്യത്തിന്റെ, ആരോഗ്യത്തിന്റെ പൂർണ മായ വിടരലായിരുന്നു. എന്നാൽ ഫ്രോയ്ഡിന്റെ നോർമലായ മനുഷ്യൻ ഒരിക്കലും ഒരു ഗാനമാലപിക്കുന്നില്ല, ഒരിക്കലും നൃത്തം ചെയ്യുന്നില്ല, ഒരിക്കലും പ്രാർത്ഥിക്കുന്നില്ല, ധ്യാനിക്കുന്നില്ല, സർവ്വോപരി ഒന്നും ചെയ്യു ന്നില്ല. നോർമലായ ഒരാൾ പണിക്കു പോകുകയും വീട്ടിലേക്കു വരികയും തിന്നുകയും കുടിക്കുകയും രമിക്കുകയും ഉറങ്ങുകയും മരിക്കുകയും ചെയ്യുന്നു. അയാൾ തന്റെ സർഗ്ഗാത്മകതയുടെ ഒരടയാളവും എവിടെയും അവശേഷിപ്പിക്കുന്നില്ല.

ഫ്രോയ്ഡ് അനാവരണം ചെയ്തതുപോലെ നിഷേധാത്മകവും ഭയജനകവുമായ വികാരങ്ങൾ മാത്രം അടങ്ങിയതല്ല മനുഷ്യന്റെ അവബോധമെന്നും മറിച്ച് മനുഷ്യനെന്നത് ധനാത്മകവും (Positive) സ്വത്വസാക്ഷാത്ക്കാരപരവും അതുല്യവും അഗാധവുമായ പ്രകൃതത്തെ ആവിഷ്ക്കരിക്കുന്നതുമായ ആത്മീയസത്യങ്ങൾ കൂടി അടങ്ങിയതാണെന്ന് കാൾയുങ്ങും 'ഹ്യുമനിസ്റ്റ് സ്കൂളി'ലെ മറ്റ് മനഃശാസ്ത്രജ്ഞന്മാരും ചൂണ്ടിക്കാട്ടി. ഇതു കേൾക്കാൻ ഫ്രോയ്ഡിയൻ ദർശനത്താൽ കണ്ടീഷന്റായ വിജയൻമാസ്റ്റർക്ക് കഴിഞ്ഞില്ല. കാൾയുങ്ങ് രേഖപ്പെടുത്തി: പ്രത്യേകമായ മാനുഷികമാതൃകകൾ, മിഥോളജി, പ്രേതകഥകൾ, സ്വപ്നങ്ങൾ, കവിത, കല, മതങ്ങൾ, എല്ലാം മനുഷ്യന്റെ സർഗ്ഗാത്മകമായ ആവിഷ്ക്കാരങ്ങളാകുന്നു. ഈ വിശ്വപ്രതീകങ്ങൾ, മാതൃകകൾ ജനിതകമായി ഓരോ വ്യക്തിയുടെ നാഡീവ്യവസ്ഥയിലും ശേഖരിക്കപ്പെട്ടിരിക്കുന്നു. അവ വ്യക്തികളുടെ അഗാധവും സമുന്നതവുമായ ത്വരകളെ പ്രതിനിധീകരിക്കുന്നു. ഈ 'സംഘസത്ത', 'കളക്റ്റീവ് അൺകോൺഷ്യസ്', എല്ലാ മനുഷ്യവർഗവും പങ്കുവെയ്ക്കുന്നു.

ബുദ്ധനെ തേടി പുറത്തു മുഴുവൻ അലഞ്ഞു കാണാതെ നിരാശനായ ഒരന്വേഷി ഒരു ഗുരുവിന്റെ മുന്നിലെത്തി. അദ്ദേഹം പറഞ്ഞു: "നിങ്ങളുടെ വീട്ടിലേക്കു ചെല്ലുക, അവിടെ ബുദ്ധൻ നിങ്ങളെ കാത്തിരിക്കുന്നുണ്ട്!..." പറഞ്ഞ ലക്ഷണങ്ങളൊക്കെയുള്ള ബുദ്ധനെ തിരക്കി അയാൾ സ്വന്തം വീടിന്റെ പടിവാതിലിൽ മുട്ടിവിളിച്ചു. വിളക്കുമായി അമ്മ വന്നു വാതിൽ തുറന്നു. അയാൾ തേടിനടന്ന ബുദ്ധനെ അവിടെ കണ്ടു. അതുപോലെ ഒന്ന് എം.എൻ. വിജയൻ മാസ്റ്ററിൽ സംഭവിക്കേണ്ടതായിരുന്നു.

മരണത്തിനു തൊട്ടുമുമ്പ് ഒരാൾ മൊഴിയുന്നത് അനശ്വരമായൊരു സത്യമായിരിക്കുമെന്ന് ഭൗതികപ്രമത്തമായ ഒരു ജനസമൂഹത്തെ ഓർമ്മിപ്പിച്ചുകൊണ്ട് എം.എൻ. വിജയൻ ഉച്ചരിച്ച അന്ത്യമൊഴികൾക്കു പിന്നിൽ മലയാളികളൊരിക്കലും കണ്ടിട്ടില്ലാത്ത യോഗിയായ, മിസ്റ്റിക്കായ, ഫ്രോയ്ഡിനപ്പുറം അനുഭവിച്ച മഹാനായ ഒരു മനുഷ്യനെ കാണിച്ചുതരികയായിരുന്നു. 'മരിക്കുന്നുവെങ്കിൽ ഇങ്ങനെ മരിക്കുക' എന്ന് മരിച്ചുകാണിച്ച വിജയൻ മാഷ് തന്റെ പ്രബോധനരീതിയിലില്ലാത്തത്, സത്തയുടെ ആഴത്തിലുള്ള ഒരു സത്യം വിളംബരം ചെയ്തതുപോലെ സർഗ്ഗാത്മകമായി മറ്റെന്തുണ്ട്? മാഷുടെ എഴുത്തിലോ പ്രഭാഷണത്തിലോ ഏതെങ്കിലും ഒരാശയത്തെ നേരിട്ട് പ്രചരിപ്പിക്കുന്ന ഒരു രീതി ഒരിക്കലും കാണാനാവില്ല. കാരണം, അദ്ദേഹത്തിന് പ്രഭാഷണവും എഴുത്തും തീർത്തും സർഗ്ഗാത്മകമായ ഒരു പ്രവർത്തനമായിരുന്നു, അതൊരു ശുദ്ധമായ കലയായിരുന്നു.

■

ഇവാൻ ഇലിയിച്ചിന്റെ മരണം

ജീവിതത്തിന് ഒരു വിലയുണ്ടെന്ന് രോഗവും വാർദ്ധക്യവും മരണവും നമ്മെ പഠിപ്പിക്കുന്നു. പ്രകൃതി, കല, മതം, ക്ലാസ്സിക്കുകൾ തുടങ്ങി നമ്മുടെ ജീവിതാവബോധത്തിന്റെ മഹത്തായ രൂപങ്ങൾ പറയുന്നു. 'മരണം ധനാത്മകമാകുന്നു, തീർത്തും വൈയക്തികമാകുന്നു. ഇതിനെ നേരെ കാണാതിരിക്കുന്നത്, കാണുന്നതിനെ നിഷേധി'ക്കുന്നത്, നമ്മുടെ ബോധത്തെ തടഞ്ഞുവെയ്ക്കലാകുന്നു. മരണത്തിനു നേരെ പൂർണ്ണനായിരിക്കുക. അപ്രകാരമായാൽ മൃതിയെ ആകാവുന്നത്ര മധുരമാക്കാൻ കഴിയുന്നു. മരണം മനുഷ്യന് പൊടുന്നനെ നേരിടേണ്ട ഒരു സംഭവമല്ല. മറിച്ച് ജനിച്ചതു മുതൽക്കേ അവൻ മരിച്ചുകൊണ്ടിരിക്കയാണ്. ദിനംതോറും നാം മരണത്തിലൂടെ ജീവിക്കയാണ്.

യുദ്ധത്തിലെ കൂട്ടക്കൊലകൾ, ക്ഷാമത്തെ തുടർന്നുള്ള കൂട്ടമരണങ്ങൾ, അപകട മരണങ്ങൾ, പകർച്ചവ്യാധി-മരണങ്ങൾ ഇത്തരം മരണം വ്യക്തിയുടെയുള്ളിൽ അല്പവും മരണഭയമുണ്ടാക്കുന്നില്ല. പക്ഷേ സ്വകാര്യ മരണം, വ്യക്തിപരമായ മരണം, അവന്റെ 'സ്വന്തം മരണം' അത് തീർത്തും മറ്റൊരു കാര്യമാണ്.'

ടോൾസ്റ്റോയി 'ഇവാൻ ഇലിയിച്ചിന്റെ മരണം' എന്ന നോവലിൽ രോഗത്തിന്റേയും മരണത്തിന്റേയും ഭിന്ന തലങ്ങളിലുള്ള പൊരുളുകൾ തിരയുന്നു. 1870കളിൽ ടോൾസ്റ്റോയി അനുഭവിച്ച വിശ്വാസപ്രതിസന്ധിയുടെ കാലത്തെ 'ഇവാൻ ഇലിയിച്ചിന്റെ മരണം' പ്രതിനിധീകരിക്കുന്നു. അക്കാലത്ത് താൻ മരിക്കുമെന്ന ചിന്ത ഒരുന്മാദനിലയിൽ വരെയെത്തി. മരണത്തിന്റെ നേരായ യുക്തിപരത പോലും ഏറ്റവും കൊടിയ യുക്തിരാഹിത്യമായി അദ്ദേഹത്തിനു തോന്നി. കൊച്ചുമകൻ മരിച്ച വീട്ടിൽ നിന്ന് മരണം ഒരു പകരുന്ന രോഗം പോലെ തന്നെയും പിടികൂടുമോ എന്നു ഭയന്ന് ടോൾസ്റ്റോയ് പാർപ്പിടം പോലും മാറി. അപ്പോൾ അദ്ദേഹം 'ഇവാൻ ഇലിയിച്ചിന്റെ മരണം' എഴുതിക്കൊണ്ടിരിക്കയായിരുന്നു; അദ്ദേഹത്തിന്

അമ്പത്തിയേഴ് വയസ്സായിരുന്നു. തുടർന്നുള്ള മൂന്നു വർഷങ്ങൾക്കിടയിൽ അദ്ദേഹത്തിന്റെ വേറെ രണ്ടു മക്കളും വളരെ അടുത്ത രണ്ടു ബന്ധുക്കളും മരിക്കുകയുണ്ടായി. അക്കാലത്തദ്ദേഹം സഹോദരനോടു പറഞ്ഞു: 'ഓരോ കൊച്ചു രോഗങ്ങളും, അടുത്തവരുടെ മരണങ്ങളും സ്വന്തം മരണത്തെ ഓർമ്മിപ്പിച്ചുകൊണ്ടിരിക്കുന്നു'. ജീവിതത്തെയെന്ന പോലെ മരണത്തെയും ദീർഘകാലമായി നിരീക്ഷിച്ചുകൊണ്ടിരുന്ന ടോൾസ്റ്റോയി 'ഇവാൻ ഇലിയിച്ചിന്റെ മരണ'ത്തിൽ പത്തൊമ്പതാം നൂറ്റാണ്ടിലെ സാഹിത്യത്തിലെ മരണസങ്കല്പനത്തെ പേജുതോറും മുറിച്ചുകളയുകയായിരുന്നു. മൃതിയെപ്പറ്റിയുള്ള അദ്ദേഹത്തിന്റെ ക്രൈസ്തവമായ സങ്കല്പം സമകാലീനരായ മാക്സിം ഗോർക്കിയെപ്പോലുള്ള എഴുത്തുകാർക്കു വിമർശിക്കാവുന്നത്ര പുതുതും ശക്തവുമായിരുന്നു. കുട്ടിക്കാലം തൊട്ട് അദ്ദേഹത്തിന്റെ ഡയറികൾ, കത്തുകൾ, പുസ്തകങ്ങൾ എന്നിവയിൽ ഒരു മുഖ്യ 'തീമാ'യിരുന്ന മരണത്തെ ടോൾസ്റ്റോയിക്കു മാത്രം പറ്റുന്ന തരത്തിലെഴുതപ്പെട്ട ഒരപൂർവ്വ രചനയത്രെ 'ഇവാൻ ഇലിയിച്ചിന്റെ മരണം'. മനസ്സ് ശരീരബന്ധിതമായിരിക്കെ, മരിക്കുകയെന്നാൽ എന്തെന്ന് തന്റെ യാഥാസ്ഥിതിക ഗദ്യശൈലിയിൽ ടോൾസ്റ്റോയി പറയുന്നു. തന്റെ ഭൗമമായ ജന്മപ്രേരണകളിൽ നിന്ന്, ശരീര ബന്ധിത സ്ഥിതിയെന്താണെന്ന് അദ്ദേഹത്തിനറിയാം. എന്നാൽ ഈ ജന്മപ്രേരണകളെ അവതരിപ്പിക്കാൻ അദ്ദേഹം ഒരു ആത്മീയബലം വികസിപ്പിച്ചെടുത്തത് മരണത്തെ പുതുതായി കാണാൻ ആവശ്യപ്പെടുന്നു. മൃതിപ്പെടുന്നവന്റെ കണ്ണിലുള്ള മരണമാണ് ടോൾസ്റ്റോയി വിഷയമാക്കുന്നത് ആരോഗ്യമുള്ളവന്റെ കാഴ്ചയിൽ പെടുന്ന, കലാകാരന്റെ ധാരണാപരതയുള്ള മരണമല്ല അദ്ദേഹത്തിന്റെ തീം; ഡോക്ടർമാർ കാണുന്ന ഒരു മരണവുമല്ല അത്. എല്ലാരെപ്പോലെയും 'സെക്കൻഡ് ഹാൻഡാ'യ ഒരു ജീവിതം നയിച്ചുകൊണ്ടിരുന്ന ഇവാൻ ഇലിയിച്ചിനെ അയാളുടെ ശരീരത്തെ, 'ഫസ്റ്റ് ഹാൻഡാ'യ അനുഭൂതികൾക്ക് അവകാശിയാക്കുന്നത് അപ്രതീക്ഷിതമായി അയാളെ ഗ്രസിച്ച അർബുദ രോഗമായിരുന്നു. അതോടെ ഇയാൾ ലോകത്തിൽനിന്ന് ഏകനും ഉപേക്ഷിക്കപ്പെട്ടവനുമായിത്തീരുന്നു. തന്റെ കുടുംബം, താനിതുവരെ നിഷേധിച്ചുപോന്ന സ്വന്തം ജീവിതം എന്നിവയെപ്പറ്റിയുള്ള സത്യങ്ങൾ തിരിച്ചറിയാൻ ആദ്യമായി ഇലിയിച്ച് തുടങ്ങുകയാണ്. രോഗം, ഇന്നയാൾക്ക് തന്റെ അസ്തിത്വത്തിന്റെ പ്രതിഫലനമായി മാറുന്നു. അയാൾക്ക് ഇന്ന് രോഗമാണ് ജീവിതം. ആരോഗ്യമുള്ളപ്പോൾ ഒരിക്കലുമയാൾ ചെയ്യാത്ത ജീവിതത്തെ നേരിടുകയെന്നത്, പ്രവൃത്തിയിലാക്കാൻ രോഗം അയാളോടാവശ്യപ്പെടുന്നു. പണം കൊണ്ടും മരുന്നുകൊണ്ടും ആശുപത്രികൊണ്ടും ഇല്ലാതാക്കാനോ നീട്ടാനോ

കഴിയുന്നതല്ല രോഗവും മരണവുമെന്ന് ഇലിയിച്ചിന്റെ മരണം മനുഷ്യ രാശിയെ ഓർമ്മിപ്പിക്കുന്നു. ടോൾസ്റ്റോയ് എസ്റ്റേറ്റിനടുത്ത റെയിൽവേ സ്റ്റേഷനിൽ വെച്ച്, തുലകോടതിയിൽ നിന്ന് ശിക്ഷിക്കപ്പെട്ട് സൈബീരിയ യിലെ ജയിലിലേക്ക് കൊണ്ടുപോകുന്ന തടവുകാരെ ടോൾസ്റ്റോയി പല പ്പോഴായി കണ്ടിട്ടുണ്ട്. ഇവർക്കെല്ലാം നിസ്സംഗമായി ശിക്ഷ വിധിക്കാറുള്ള തുല കോടതിയിലെ ജഡ്ജിയായിരുന്ന ഇവാൻ ഇലിയിച്ച് ഒരു സുപ്രഭാ തത്തിൽ മരണശിക്ഷയ്ക്കു വിധിക്കപ്പെട്ടതിന്റെ കഥ കഥാകാരൻ കേൾക്കുന്നു. ഇലിയിച്ചിന്റെ 'കുറ്റം' ക്യാൻസർ രോഗമായിരുന്നു!

മരണം ആസന്നമായ ഒരാൾക്ക് ഈ ഭൂമിയും ഇവിടത്തെ ജീവിതവും വിലമതിക്കാൻ കഴിയാത്തതായിത്തീരുന്നു. സൂര്യൻ മുമ്പത്തെപ്പോലെ ഉദിക്കും, കാറ്റ് മുമ്പത്തെപ്പോലെ വീശും, ജനങ്ങൾ കാലാവസ്ഥയെപ്പറ്റി പഴയരീതിയിൽ തന്നെ സംസാരിക്കും, പോസ്റ്റ്മാൻ ഇപ്പോഴത്തെ പോലെ തന്നെ വാതിൽക്കൽ വന്നു മുട്ടുകയും കത്തുകൾ മുറിയിലേക്കിടുകയും ചെയ്യും. പക്ഷേ, താനവിടെ ഉണ്ടാവില്ല. 'ഇവാൻ ഇലിയിച്ചിന്റെ മരണ'ത്തിൽ ടോൾസ്റ്റോയി ഇതേ യാഥാർത്ഥ്യബോധമാണ് പങ്കിടുന്നത്.

വീട് സ്നേഹം ഒഴിഞ്ഞിരിക്കുന്ന ഒരിടമായതുകൊണ്ട് ഇലിയിച്ച് ഓഫീസിലും ഉദ്യോഗത്തിലും മുഴുകി. മൂന്നു കുഞ്ഞുങ്ങൾ പലപ്പോഴായി മരിച്ചു പോയ ഇലിയിച്ചിന് ഒരു മകളും മകനുമുണ്ട്. ഓഫീസിൽ നിന്നു ക്ഷീണിച്ചു മുഷിഞ്ഞു വീട്ടിലെത്തുമ്പോൾ ഭാര്യയും മകളും എങ്ങോട്ടെങ്കിലും പോയിരിക്കും. അല്ലെങ്കിൽ അതിഥികളെ സൽക്കരിക്കയാവും. മകൻ ജിംനേഷിയത്തിലായിരിക്കും. സാധാരണ ദമ്പതികളെപ്പോലെ ഇലിയിച്ചും ഭാര്യയും തമ്മിൽ വഴക്ക് പതിവായിരുന്നു. ജീവിതത്തിന്റെ നേരായ ആനന്ദം ഇലിയിച്ചിന് കിട്ടുകയുണ്ടായില്ല. 'അദ്ദേഹത്തിന് ഉദ്യോഗത്തിലൂടെ ലഭിച്ച ആനന്ദം അഹംഭാവത്തിന്റെ ആനന്ദമായിരുന്നു, സാമൂഹ്യ ജീവിതത്തിലൂടെ കിട്ടിയത് ദുരഭിമാനത്തിന്റെ ആനന്ദമായിരുന്നു.' പാവം, അയാളത് അറിഞ്ഞില്ല.

ഇപ്രകാരം ജീവിക്കവെ ഇലിയിച്ച് രോഗബാധിതനാകുന്നു; ഇപ്പോൾ ഇവാൻ ഇലിയിച്ചിന് ജീവിതമെന്നാൽ തന്റെ രോഗത്തെയും അതു കയറിയിരിക്കുന്ന ശരീരത്തെയും നോക്കിയിരിക്കുക മാത്രമായി മാറുന്നു. രോഗിയായതോടെ രോഗങ്ങളും ആരോഗ്യവും അദ്ദേഹത്തിന് ഏറ്റവും താത്പര്യമുള്ള വിഷയങ്ങളായി മാറുകയാണ്. വൈദ്യഗ്രന്ഥങ്ങൾ വായിക്കുകയും നിരവധി ഡോക്ടർമാരെ പോയി കാണുകയും ചെയ്യുന്നതോടെ സ്വന്തം നില കൂടുതൽ വഷളായിക്കൊണ്ടിരുന്നു. രോഗത്തിൽനിന്നും

മരണത്തിൽനിന്നും തന്നെയിനി രക്ഷിക്കാൻ മരുന്നിനും ഡോക്ടർക്കും മാത്രമെ കഴിയൂ: "വാതിൽക്കലേക്കു നടക്കുന്ന ഡോക്ടറുടെ പിന്നാലെ ഇവാൻ ഇലിയിച്ച് അയച്ച പ്രതീക്ഷാനിർഭരമായ നോട്ടം ആരുടെയും കരളലിയിക്കുന്നതായിരുന്നു. ഡോക്ടർക്കു ഫീസു കൊടുക്കാൻ മുറിക്കു പുറത്തുവന്ന ഭാര്യ അതുകണ്ടു പൊട്ടിക്കരഞ്ഞുപോയി."

തന്റെ ഉള്ളു കാർന്നു തിന്നുകയും തന്നെ എങ്ങോട്ടോ പിടിച്ചുവലിക്കുകയും ചെയ്തുകൊണ്ടിരിക്കുന്ന രോഗം ഇവാൻ ഇലിയിച്ചിന്റെ ജീവിതത്തെ രാത്രിയാക്കിയത് വളരെ പെട്ടെന്നായിരുന്നു. ഒരു നാൾ വാതിലടച്ച് തന്റെ രൂപം അയാൾ കണ്ണാടിയിൽ നോക്കുന്നു. ഭാര്യയൊത്തുള്ള പഴയ ഒരു ഫോട്ടോവിലെ രൂപവുമായി ഈ രൂപത്തെ താരതമ്യം ചെയ്തപ്പോൾ അദ്ദേഹം തളർന്നുപോയി. അപ്പോൾ 'രാത്രിയേക്കാൾ കറുപ്പാർന്ന ചിന്തകൾ അദ്ദേഹത്തിന്റെ മനസ്സിലേക്കിരമ്പി വന്നു.'

രോഗയാതനയുടെ ഏകാന്തതകളിൽ തന്നെ കുഞ്ഞുങ്ങളെപ്പോലെ താലോലിക്കാനും സാന്ത്വനിപ്പിക്കാനും കെട്ടിപ്പിടിച്ച് ഉമ്മവെച്ച് കരയാനും ആരെങ്കിലും വേണമെന്ന് മരണാസന്നനായ ഏതു രോഗിയും ചിന്തിക്കും... വേലക്കാരനായ ജെറാസിമിന്റെ സാന്നിധ്യത്തിൽനിന്നു മാത്രമാണ് ഇലിയിച്ചിന് ഇത്തരം ഒരു സാന്ത്വനം കിട്ടുന്നത്. വേദനകൊണ്ട് ഉറക്കം വരാത്ത രാത്രികളിൽ തന്റെ കാലുകൾ ചുമലിൽ കയറ്റിവെച്ച് ഉറക്കൊഴിഞ്ഞിരിക്കുന്ന ജെറാസിമിന്റെ ആരോഗ്യവും പ്രസരിപ്പും ആനന്ദവും ഇലിയിച്ചിന്റെ മുന്നിലുള്ള മരണത്തെ നിമിഷനേരത്തേക്കെങ്കിലും തടഞ്ഞു നിർത്തുന്നു.

ജെറാസിമിന്റെ തോളത്തു കാലുകൾ കയറ്റിവെച്ച് കിടക്കുകയാണ് ഇലിയിച്ച്. മെഴുകുതിരി പഴയപടി കത്തുന്നു. വേദനയും പഴയപോലെ തുടരുന്നു. കുറെ വൈകിയപ്പോൾ ജെറാസിമിനോടു പോയുറങ്ങാൻ അദ്ദേഹം പറഞ്ഞു. അവൻ പോയതോടെ ഇലിയിച്ച് ഏകനാകുന്നു. ആത്മാനുകമ്പയാൽ അയാൾ തളരുകയും പൊട്ടിക്കരയുകയും ചെയ്യുന്നു. തന്റെ നിസ്സഹായതയോർത്ത്, തന്റെ ഭയാനകമായ ഏകാന്തതയോർത്ത്, മനുഷ്യരുടെയും ദൈവത്തിന്റെയും ഹൃദയശൂന്യതയോർത്ത്, ദൈവമെന്നൊരാളില്ലല്ലോ എന്നോർത്ത് അദ്ദേഹം വിലപിച്ചു.

മനസ്സല്പം തണുത്തപ്പോൾ തന്റെയുള്ളിൽ നിന്ന് ജീവൻ പതുക്കെ മന്ത്രിച്ചുകൊണ്ടിരുന്നു: 'എനിക്ക് മുമ്പ് ജീവിച്ചതുപോലെ സുഖമായും സന്തോഷമായും ജീവിക്കണം.'

'നീ സുഖമായും സന്തോഷമായുമാണോ മുമ്പ് ജീവിച്ചത്?' ആ ശബ്ദം ചോദിച്ചു.

'ഒരുപക്ഷേ ഞാൻ ജീവിക്കേണ്ടതു പോലെയല്ല ജീവിച്ചതെന്നു വരുമോ?' പെട്ടെന്ന് അങ്ങനെയൊരു ചിന്ത അദ്ദേഹത്തിന്റെ ഉള്ളിലൂടെ കടന്നുപോയി. ഇപ്പോൾ ശാരീരിക പീഢയേക്കാൾ മാനസികപീഢ അയാളെ ഉലച്ചുകൊണ്ടിരുന്നു. ഉറങ്ങുന്ന ജെറാസിമിന്റെ കരുണാർദ്ര മായ മുഖത്ത് അന്നു രാത്രി നോക്കിയപ്പോഴാണ് ഈ ധാർമ്മിക ദണ്ഡന ആദ്യമായനുഭവപ്പെട്ടത് പ്രായപൂർത്തിയായതിനുശേഷമുള്ള ജീവിതം താൻ വേണ്ടതുപോലെ ജീവിച്ചില്ല.

രണ്ടാഴ്ചയോളം അദ്ദേഹം മിക്ക നേരവും ചുവരിനോടു മുഖം തിരിച്ച് ഒരേ കിടപ്പു കിടന്നു. പരിഹാരമില്ലാത്ത യാതന കടിച്ചിറക്കി ഏകനായി അയാളാരാഞ്ഞു: 'എന്താണിത്? സത്യത്തിൽ മരണം തന്നെയോ? ഇത് ജീവിതത്തിന്റെയും മരണത്തിന്റെയും പ്രശ്നമാണ്. അതെ, ഒരു കാലത്ത് ജീവനുണ്ടായിരുന്നു. ഇപ്പോഴത് പൊയ്ക്കൊണ്ടിരിക്കുകയാണ്... മുമ്പ് വെളിച്ചമുണ്ടായിരുന്നു. ഇപ്പോൾ ഇരുട്ടാണ്. ഞാനിവിടെയായിരുന്നു. ഇപ്പോൾ ഞാൻ അവിടേക്കു പോകുകയാണ്. എവിടേക്ക്?' സ്വന്തം ഹൃദ യമിടിപ്പല്ലാതെ ഒന്നും അയാൾ കേട്ടില്ല.

താൻ മരിക്കുകയാണെന്ന് ഇലിയിച്ചിനു കാണാമായിരുന്നു. ഇപ്പോള യാൾക്ക് ഭീതിയില്ല. കാരണം മരണമില്ല; മരണത്തിനു പകരം വെളിച്ച മാണുള്ളത്. അദ്ദേഹം മരിച്ചു.

∎

വ്യാധിയും സമാധിയും

സംസ്കൃതത്തിൽ വ്യാധി, സമാധി എന്നീ രണ്ടു വാക്കുകളുണ്ട്. വ്യാധിയെന്നാൽ 'ആത്മാവിന്റെ രോഗം' എന്നും സമാധിയെന്നാൽ 'ആത്മാവിന്റെ ആരോഗ്യം' എന്നും അർത്ഥം. ഒരു വ്യക്തിയുടെ ആന്തരിക സത്തയെ, ആത്മാവിനെയാണ് രോഗം ആദ്യം ഗ്രസിക്കുന്നത്. തുടർന്നത് ദേഹത്തിലും പ്രകടമാവുകയാണ്. വൈദ്യചിന്തകനായ ഹാനിമാൻ ഹോമിയോ വൈദ്യദർശനത്തിൽ, 'ആർഗനോണി'ൽ ഇതു സൂക്ഷ്മമമായി ചർച്ച ചെയ്യുന്നുണ്ട്. തിബത്തൻ ബുദ്ധ വൈദ്യത്തിലും രണ്ടായിരത്തഞ്ഞൂറു വർഷങ്ങൾക്കു മുമ്പ് ഇതിനു തുല്യമായ പരാമർശങ്ങളുണ്ട്. വ്യാധി മാറുന്നതിനപ്പുറം സമാധിയിലേക്കുണരുന്ന മനുഷ്യനിൽ സഹസ്രാര പത്മദളങ്ങൾ മുഴുവൻ വിടരുന്നു. അയാൾ തന്റെ അവബോധത്തിൽ സ്ഥലകാലങ്ങൾക്കപ്പുറത്തുള്ള മഹാശൂന്യതയുടെ സുഗന്ധമനുഭവിക്കുകയാണ്. അസ്തിത്വത്തിന്റെ പരമസ്വാസ്ഥ്യമനുഭവിക്കുകയാണ്.

രണ്ട് രോഗങ്ങൾക്കിടയ്ക്ക്, രണ്ട് വേദനാനുഭവങ്ങൾക്കിടയ്ക്ക് നിലനിൽക്കുന്ന രോഗത്തിന്റെ അഭാവത്തെയത്രെ, നാം ശരാശരി മനുഷ്യർ ആരോഗ്യമെന്നു നിനക്കുന്നത്.

ഫ്രഞ്ചു തത്ത്വചിന്തകയായ സിമോൺവെൽ തന്റെ ആത്മകഥയിലെഴുതി: "മുപ്പതു വയസ്സുവരെ ഞാനെപ്പോഴും രോഗിണിയായിരുന്നു. എന്നാൽ നാല്പതു വയസ്സായപ്പോൾ മാത്രമാണ് മുപ്പതു വയസ്സുവരെ ഞാനൊരു ഭൗതികവാദിയായിരുന്നുവെന്നു തിരിച്ചറിയുന്നത്... കൂടുതൽ ആത്മീയമായതോടെ ഞാനാരോഗ്യവതിയായി. പിന്നീട് മാത്രമാണ് എന്റെ രോഗത്തിന് എന്റെ ഭൗതികവാദവുമായി ബന്ധമുണ്ടായിരുന്നുവെന്ന് ഞാനറിഞ്ഞത്."

ഇത്തരമൊരു ഭൗതികവാദ സമീപനമത്രെ ലോകമെമ്പാടും അലോപ്പതി വൈദ്യം മനുഷ്യന്റെ ആരോഗ്യത്തിനു നേരെ വളർത്തിയെടുത്തത്. ഇത് മനുഷ്യനെ തികച്ചും ശൂന്യനും ശാരീരികമായി സർഗാത്മകതയറ്റവനും

ആരോഗ്യത്തിന്റെ ആനന്ദത്തെ, അതിന്റെ ഉച്ചാവസ്ഥയെ, 'സമാധി'യെ അറിയാൻ അയോഗ്യനുമാക്കിയിരിക്കുന്നു.

നാം 'വൈദ്യവത്കരിക്കപ്പെട്ട' പുതിയ മനുഷ്യരാശിക്ക് അമ്മയുടെ ഉദരത്തിൽ വെച്ചുതന്നെ ഔഷധത്തിന്റെ വിഷം ഗ്രസിച്ച, പെറ്റുവീണ നിമിഷംതൊട്ട് വൈദ്യവ്യവസ്ഥയുടെ അധികാരഘടനയ്ക്ക് കീഴ്പ്പെട്ട് രോഗമുക്തമായ ജീവിതത്തിനു വേണ്ടി എല്ലാതരം പ്രതിരോധകുത്തിവെപ്പുകൾക്കും ഇരകളായി, ദേഹത്തിന്റെ സ്വാഭാവികമായ പ്രാണശക്തി, ജീവിതോർജം, പ്രതിരോധമൂല്യം വിനഷ്ടമായി, ഏതു മഹാരോഗങ്ങൾക്കും വന്നുപാർക്കാനുള്ള ഒരതിഥി മന്ദിരമായി നമ്മുടെ ദേഹത്തെ മാറ്റിയിരിക്കുകയാണ്. ശരീരത്തിൽ മാത്രം താത്പര്യമുള്ളവരാണ് ജനങ്ങൾ. ഭൗതികശരീരം എല്ലാമാണവർക്ക്.

'മോഡേൺ സയൻസെ'ന്നു പറയുന്നതിന് മുന്നൂറോ നാനൂറോ വർഷങ്ങളുടെ പഴക്കമാണുള്ളത്. പതിനേഴാം നൂറ്റാണ്ടിനു ശേഷം ഗലീലിയോ, ന്യൂട്ടൺ എന്നിവരുടെ വരവോടെ ആധുനിക ശാസ്ത്രവും അതിന്റെ സമ്പ്രദായങ്ങളും നമ്മുടെ ജീവിതത്തെ മുഴുവനായി വിപ്ലവാത്മകമാക്കാൻ തുടങ്ങി. ഇതിന്റെ ആത്യന്തിക സംഭാവനകളോ? പരിസ്ഥിതി മലിനീകരണം, റേഡിയേഷൻ, ജനസംഖ്യാസ്ഫോടനം, തെർമോ ന്യൂക്ലിയർ യുദ്ധം. വിവേകമറ്റ, ആത്മീയതയില്ലാത്ത ശാസ്ത്രം ഭൂമിയിലെ അധിവാസ വ്യവസ്ഥയ്ക്ക് നൽകിയതിലും ഗുരുതരമായ പ്രത്യാഘാതമത്രെ ആധുനിക വൈദ്യശാസ്ത്രം, അലോപ്പതി വൈദ്യം മനുഷ്യരാശിയിൽ ഉളവാക്കിയത്. അലോപ്പതി വൈദ്യം മനുഷ്യനെ കേവലം ഒരു പദാർത്ഥം മാത്രമായി കാണുകയായിരുന്നു. കേവലം കെമിസ്ട്രിയും ഫിസിക്സും കൊണ്ടു നിർദ്ദേശിക്കപ്പെടുന്ന, ചർമംകൊണ്ടു പൊതിയപ്പെട്ട ഒരസ്ഥികൂടം.

രോഗത്തെയും ആരോഗ്യത്തെയും പറ്റിയുള്ള തെറ്റായ സങ്കല്പങ്ങളാണ് ലോകമെങ്ങും ഇന്നു നിലനിൽക്കുന്നത്. തെറ്റായ ഒരധികാരഘടനയ്ക്കും ശരിയായ ഒരു ഭരണം നടപ്പാക്കാനാവില്ല. അതുകൊണ്ടു തന്നെ അത്തരം ഭരണകൂടങ്ങൾക്കു കീഴിൽ ശരിയായ ഒരു വിദ്യാഭ്യാസ നയമോ, ശരിയായ ആരോഗ്യനയമോ അസാധ്യമത്രെ.

മനുഷ്യശരീരം വളരെ സങ്കീർണതയുള്ള ഒരു മഹായന്ത്രം! ഇതിനകത്തു നടക്കുന്ന മെക്കാനിസത്തെപ്പറ്റി നാമെന്തറിയുന്നു? മനുഷ്യശരീരത്തിന് സമാന്തരമായി ഒരു ഫാക്ടറിയുണ്ടാക്കുകയാണെങ്കിൽ അതിനു നാലു സ്ക്വയർ മൈലുകൾ ഭൂമി വേണം. നൂറു സ്ക്വയർ മൈലുകൾ വരെയെത്തുന്ന ശബ്ദശല്യം അതുണ്ടാക്കും! ഒരാളുടെ ദേഹത്തിൽ

ഇരുളിലെ ജീവതാരകം

കോടിക്കണക്കിൽ സെല്ലുകളുണ്ട്. ഓരോ സെല്ലിനും ജീവനും. ഏതാണ്ട് അറുനൂറ് കോടി സെല്ലുകളുള്ള ഒരു വലിയ നഗരമാണ് ഒരാളുടെ ശരീര മെന്ന് ഒന്നു സങ്കല്പിച്ചു നോക്കൂ. ഈ നഗരം മുഴുവൻ വളരെ നിശ്ശബ്ദം; കാര്യക്ഷമതയോടെ സ്വയം പ്രവർത്തിച്ചുകൊണ്ടിരിക്കുകയാണ്!

ഇത്തരമൊരു മഹാസംവിധാനം തുച്ഛബുദ്ധിയും തുച്ഛാനുഭവങ്ങളും കൈമുതലായുള്ള മനുഷ്യൻ തന്റെ പരിമിതമായ അവബോധത്താൽ, ചെറിയൊരു സമയപരിധിയിൽ മാത്രം പരീക്ഷിച്ചറിഞ്ഞ ഒരു ജ്ഞാനത്തെ പ്രയോഗിച്ചു നോക്കുന്നതിലെ എല്ലാ പരിമിതികളും ആധുനിക വൈദ്യ ത്തിലുണ്ട്.

ജനകീയാരോഗ്യ മേഖലയിൽ മഹത്തായ ഒരു പരീക്ഷണം സാംസ്കാ രിക വിപ്ലവകാലത്ത് ചൈനയിൽ പരീക്ഷിച്ചു നോക്കുകയുണ്ടായി. അവിടെയന്ന് രോഗം ഭേദമാക്കുന്നതിനായിരുന്നില്ല ഡോക്ടർക്കു പ്രതി ഫലം കൊടുത്തിരുന്നത്. ഓരോ ഡോക്ടർക്കും അയാളുടേതായ രോഗി കളുണ്ടാവും. അദ്ദേഹത്തിന്റെ രോഗി ആരോഗ്യത്തോടെയിരുന്നാൽ അയാൾക്കു പ്രതിഫലം കിട്ടും. അവർ രോഗികളാകുമ്പോൾ പ്രതിഫലം കൊടുക്കൽ നിർത്തിവെക്കും. അപ്പോൾ ഡോക്ടർ സ്വന്തം ചെലവിൽ രോഗികളെ ചികിത്സിക്കണം!

നമ്മുടെ നാട്ടിലും ഇത്തരമൊരു വൈദ്യ നൈതികത നടപ്പാക്കാനിട യായാൽ ഉണ്ടാകുവാനിടയുള്ള അവസ്ഥയൊന്നു സങ്കല്പിച്ചു നോക്കൂ. (നമ്മുടെ 'പഞ്ചനക്ഷത്ര ഹോസ്പിറ്റലുകൾ' ഉൾപ്പെടെയുള്ള 'രോഗ മന്ദിര ങ്ങൾ' മുഴുവൻ ഇല്ലാതാവുകയും ഏറ്റവും അനിവാര്യമായ തരത്തിലുള്ള വൈദ്യപരിചരണത്തിനും വിശ്രമത്തിനും മാത്രമായുള്ള സ്വാസ്ഥ്യകേന്ദ്ര ങ്ങൾ ഉയർന്നുവരികയും ചെയ്യുക, ആശുപത്രികളുണ്ടായിരുന്ന സ്ഥാന ത്തൊക്കെയും നല്ല 'പ്രകൃതി റസ്റ്റോറണ്ടുകൾ', സമാന്തര വൈദ്യരീതി കളെ പ്രോത്സാഹിപ്പിക്കുന്ന സ്വാസ്ഥ്യത്തിന്റെ മന്ദിരങ്ങൾ ഉണ്ടാവുക!...)

ഇന്നു നമ്മുടെ ആശുപത്രികളിൽ കുത്തിനിറച്ചിട്ടിരിക്കുന്ന രോഗിക ളിൽ തൊണ്ണൂറു ശതമാനവും ശുദ്ധജലവും ശുദ്ധവായുവും സൂര്യപ്ര കാശവും പ്രകൃതിയുമായുള്ള അടുത്ത സഹവാസവും പ്രകൃത്യനുസൃ തമായ ആഹാരവും പേരിനുമാത്രം ലളിതമായ മരുന്നുപ്രയോഗവും കൊണ്ട് വീടുകളിൽവെച്ചു തന്നെ ചികിൽസിക്കപ്പെടാവുന്നവരത്രെ.

അലോപ്പതിപ്രകാരമുള്ള 'ആരോഗ്യത്തെപ്പറ്റിയുള്ള സാക്ഷരത'യിൽ നാം, കേരളീയർ ഒന്നാംസ്ഥാനത്തു നിൽക്കുന്നു. അലോപ്പതി വൈദ്യ ത്തിന്റെ ഭാഗമായുണ്ടായ ആരോഗ്യത്തിന്റെ, വൈദ്യപാലന വ്യവസ്ഥ യുടെ അധികാരഘടന, വളരെ വികലമായ ഒരാരോഗ്യ സംസ്കാരമാണ്

ജനങ്ങളിൽ വളർത്തിയിരിക്കുന്നത്. ഇവയെ മുഴുവനായി 'അൺ ലേൺ' (unlearn) ചെയ്തുകൊണ്ട് പുതിയൊരു മനസ്സോടെ ലോകത്ത് നില നിൽക്കുന്ന എല്ലാതരം ഔഷധമുക്തമായ ശുശ്രൂഷാക്രമങ്ങളെയും അറി യാനും പ്രയോഗിക്കാനും ശ്രമിക്കുകയും വേണം. 'ശിവാംബു കല്പവിധി' പോലുള്ള പ്രാചീന സംസ്കൃത ഗ്രന്ഥങ്ങൾ മുതൽ ആംസ്ട്രോണിനെ പ്പോലുള്ളവരുടെ 'Water of Life' വരെയുള്ള പുസ്തകങ്ങൾക്ക് പ്രചാര മുണ്ടായിട്ടും ഇവയൊക്കെ നന്നായറിയുന്ന നമ്മുടെ ആയുർവേദാചാര്യ ന്മാർ പോലും 'യൂറോപ്പതി'(മൂത്ര ചികിത്സ)യെപ്പറ്റി ഒന്നും പറയുന്നില്ല. വളരെ കുറച്ചു സമയംകൊണ്ട് ഇതിനെപ്പറ്റിയുള്ള ആധികാരിക ഗ്രന്ഥ ങ്ങൾ വായിക്കാനിടയാവുകയും എളിയനിലയിൽ ഇതു പ്രയോഗിച്ചു നോക്കാനിടയാവുകയും ചെയ്തപ്പോഴുണ്ടായ അനുഭവം വിസ്മയകര മായിരുന്നു. കാൽനൂറ്റാണ്ടിലേറെയായി സ്വന്തം ആരോഗ്യപാലനത്തിന് വൈദ്യന്മാരെ, മരുന്നുകളെ ആശ്രയിക്കാതെ ജീവിച്ചുവരുന്ന ഈ ലേഖ കൻ പലതരം സമാന്തര ചികിൽസാരീതികളെയും മനസ്സിലാക്കാനും പ്രയോഗിച്ചു നോക്കാനും ശ്രമിച്ചിട്ടുള്ളതിൽ ഏറ്റവും ഫലപ്രദമായി തോന്നുന്നത് 'ജീവജല' (urine) ചികിത്സയത്രെ.

ജീവജലത്തെ ഒരൗഷധമായറിയുമ്പോൾ, ഒരാൾ രോഗശമനശക്തി യുടെ ഉറവിടത്തിലാണ്.

നമ്മുടെ ആരോഗ്യത്തെ നിർണയിക്കുന്ന രണ്ടു പ്രധാനഘടകങ്ങ ളുണ്ട്. 1. ഒരാൾ ആഹരിക്കുന്നതിൽ ആനന്ദിക്കുകയും ആസ്വദിക്കുകയും ചെയ്യണം. 2. ഗാഢവും സ്വച്ഛവുമായ ഉറക്കം ഉണ്ടായിരിക്കണം.

വെളുപ്പിന് ഒരാൾ ഉണർന്നതു മുതൽ ഉറങ്ങുംവരെ എണ്ണമറ്റ വൈകാ രിക സംഘർഷങ്ങളിലൂടെ കടന്നുപോകുന്നു. ഏറെത്തവണ കോപിക്കുന്നു. വികാരം കൊള്ളുന്നു. അസൂയാലുവാകുന്നു. ഭയപ്പെടുന്നു. ഇതിന്റെ ഫല മായി അയാളുടെ നാഡീവ്യവസ്ഥയിൽ വളരെയധികം തകർച്ച സംഭവി ക്കുന്നു. രാത്രി ഒരാൾ ഉറങ്ങുകയും ദേഹത്തിനു വിശ്രമം കിട്ടുകയും ചെയ്യുമ്പോൾ മാത്രം അയാളുടെ ശരീരത്തിന്റെ ആന്തരിക വ്യവസ്ഥ രോഗശമനകരമായ തലത്തിൽ പ്രവർത്തിക്കാനാരംഭിക്കുന്നു. ആഴമേറിയ ഉറക്കത്തിൽ ദേഹം അതിന്റെ പരിക്കുകളെ 'റിപ്പയർ' ചെയ്യാനാരംഭിക്കുക യാണ്. ഇതിനുള്ള ഒരുക്കത്തിൽ ശരീരം എണ്ണമറ്റ അമൂല്യ രാസവസ്തു ക്കളും മിനറലുകളും വിറ്റാമിനുകളും ഹോർമോണുകളും എൻസൈമു കളും ഉൽപാദിപ്പിക്കുന്നു. ഇവ ശരീരത്തിന്റെ കഴിവിനും ശേഷിക്കും അനു സരിച്ച് ശരീരം സ്വീകരിക്കുകയും ബാക്കി വരുന്ന ദ്രാവകം പ്രഭാതത്തിലെ പ്രഥമ മൂത്രത്തിലൂടെ പുറംതള്ളപ്പെടുകയും ചെയ്യുകയാണ്.

1999ൽ ജർമനിയിൽ നടന്ന യൂറിൻ തെറാപ്പി ലോകസമ്മേളനത്തിൽ പങ്കെടുത്ത സിസ്റ്റർ കാറ്റലീനയുമായി പരിചയപ്പെട്ടതും അവർ പറഞ്ഞതും സ്മരണീയം. ക്ഷയരോഗത്തിന് ഒരു ദശകത്തോളം അലോപ്പതി ചെയ്തതും അതിനിടയ്ക്ക് തൊണ്ടെ കാൻസർ വന്ന് അത് ഓപ്പറേറ്റ് ചെയ്തതും തുടർന്ന് സംസാരശേഷി നഷ്ടമായതും ഒടുവിൽ യൂറിൻ തെറാപ്പി വഴി പൂർണാരോഗ്യവതിയായതും അവർ നേരിട്ടുള്ള കൂടിക്കാഴ്ച യിൽ വിവരിച്ചു. ഹോമിയോ ഡോക്ടർ കൂടിയായ അവർ മറ്റു ചികിത്സ കളെല്ലാം പരാജയമടയുന്ന പല മാരകരോഗങ്ങൾ ബാധിച്ചവരെയും യൂറിൻ തെറാപ്പിയിലൂടെ സ്വസ്ഥജീവിതത്തിലേക്ക് എത്തിച്ചിട്ടുണ്ട്.

യൂറിൻ തെറാപ്പിയെക്കുറിച്ചുള്ള ഒരു സമഗ്ര ഗ്രന്ഥത്തിന്റെ രചനയു മായി ബന്ധപ്പെട്ട് കേരളത്തിലും പുറത്തുമുള്ള ഈ ചികിൽസാരീതി യുടെ അനുഭവങ്ങൾ അറിയാൻ കഴിഞ്ഞത് വിസ്മയകരമാണ്. തമിഴ്നാ ട്ടിലെ ധർമപുരിയിലെ ഉമേഷിന്റെ ഭാര്യ മീനാക്ഷിക്ക് ഇരുപത്തിനാലു മണിക്കൂറിനകം ഓപ്പറേഷൻ ചെയ്യണമെന്ന് ഡോക്ടർമാർ നിർദ്ദേശിച്ച 'അപ്പന്റിസൈറ്റി'ന് മൂത്ര ചികിത്സകൊണ്ടു ശമനമുണ്ടായതിനെത്തുടർന്ന് അവർ തങ്ങളുടെ കുട്ടികൾക്ക് എല്ലാ രോഗങ്ങൾക്കും ഈ ചികിത്സയാ ണിപ്പോൾ ചെയ്യുന്നത്. കുഞ്ഞുണ്ണി മാസ്റ്റർക്ക് വർഷങ്ങളുടെ പഴക്കമുള്ള എക്സിമ മാറിയതും കേരളത്തിലെ പ്രസിദ്ധനായ ഒരായുർവേദാചാര്യന് ഹൃദയാഘാതത്തിന് ഇതര ചികിത്സകൾ ഫലിക്കാതായപ്പോൾ യൂറിൻ തെറാപ്പി വഴി രോഗമുക്തി നേടിയതും ഈ ചികിത്സയുമായി ബന്ധമു ള്ളവർക്കിടയിൽ അറിവുള്ളതാണ്. സ്വന്തം ശരീരത്തിനുള്ളിൽ തന്നെ സ്വന്തം വൈദ്യനെ, ഔഷധത്തെ കണ്ടെത്തുന്ന അതുല്യമായ ഒരാരോ ഗ്യപാലനരീതിയത്രെ 'ജീവജല' ചികിത്സ. ഈ 'ഔഷധ'ത്തിന്റെ പേറ്റന്റ് എടുക്കാൻ ഒരാഗോള വിപണിക്കും ശക്തിക്കും കഴിയില്ല.

■

ദേഹം ശാന്തമാകുമ്പോൾ

ദേഹം ശാന്തമാകുമ്പോൾ മനസ്സ് സ്വസ്ഥമാകുന്നു ആത്മാവ് സുന്ദരവും. അബൂഹുറൈറ നിവേദനം ചെയ്യുന്നു 'ദൈവം നിങ്ങളുടെ ശരീരമോ, രൂപഭംഗിയോ നോക്കുന്നില്ല. പ്രത്യുത നിങ്ങളുടെ ഹൃദയത്തിലേക്കാണ് നോക്കുന്നത് (അതിലൂടെ നിങ്ങളുടെ വിചാരങ്ങളെ, പ്രവർത്തനങ്ങളെ മനസ്സിലാക്കുന്നു)

- ഹദീസ്

ശാന്തമായ ബുദ്ധി, ശാന്തമായ ഭാവം, ശാന്തമായ കർമം - സഫലതയുടെ സഹജമായ ആധാരം ഇതത്രെ. മനുഷ്യൻ മാംസത്താലും ആത്മാവിനാലും നിർമിക്കപ്പെട്ടു. ദേഹവും മനവും ശാന്തതയോടെ സ്വരൈക്യത്തോടെ പുലരണം.

നമ്മുടെ ദേഹം നമ്മുടേതാണ് എന്ന വളരെയടുത്ത ഒരു വികാരം ചിലപ്പോൾ നമുക്കുണ്ടാകാം. 'ഇത് നമ്മോട് വളരെയടുത്തതാണ്, നമുക്ക് വളരെ പ്രിയപ്പെട്ടതാണ്' എന്ന വിചാരം ചിലപ്പോൾ ഒരാൾക്കുണ്ടാകാം. എന്നാൽ ചിലപ്പോൾ സ്വന്തം ശരീരം നമുക്ക് വളരെ അപരിചിതമായ ഒന്നായി അനുഭവപ്പെടുന്നു. അപ്രതീക്ഷിതമായ ചില വേദനകൾ, പിരിമുറുക്കങ്ങൾ, തളർച്ചകൾ, വിങ്ങലുകൾ ഒക്കെയുണ്ടാകുമ്പോൾ നാം പെട്ടെന്നമ്പരക്കുന്നു. പെട്ടെന്നൊരു സുപ്രഭാതത്തിൽ തന്റെ ദേഹത്തിനകത്ത് ഒരു ക്യാൻസർ മുഴ വളർന്നുകൊണ്ടിരിക്കുന്നുവെന്ന് വൈദ്യപരിശോധനയിലറിയുമ്പോൾ അയാൾ പേടിയോടെയായിരിക്കും തന്റെ ദേഹത്തെ കാണുന്നത്. വിഷമത്തോടെയാണ് തന്റെ ശരീരത്തെ നോക്കുന്നത്. ചിലപ്പോൾ അയാൾ തന്റെ ദേഹത്തെ വെറുക്കുകയും ഇത് ഇല്ലാതിരുന്നെങ്കിൽ എന്നു പോലും ചിന്തിക്കുകയും ചെയ്തേക്കാം.

നമ്മുടെ ശരീരം വേദനിക്കുന്നതാകാം, ഏറെക്കാലമായി ഉപേക്ഷിക്കപ്പെട്ട നിലയിലുള്ളതാകാം, തെറ്റായ ഭക്ഷണം, ക്രമം തെറ്റിയ ദിനചര്യകൾ, താളം തെറ്റിയ വികാരങ്ങളുടെ വേലിയേറ്റങ്ങൾ, നിരന്തരമായ ഔഷധപ്രയോഗങ്ങൾ ഒക്കെയനുഭവിക്കുന്ന സംവേദനക്ഷമത നഷ്ടമായ ഒരു

ശരീരമായിരിക്കാം. ഇവിടെയാണ് മനോനിറവോടെ, ശാന്തതയോടെ സ്വദേഹത്തിന്റെ യാഥാർത്ഥ്യത്തിലേക്കുള്ള പോക്ക് അനിവാര്യമാകുന്നത്. ഇത് സ്വദേഹത്തോടുള്ള സ്നേഹപ്രയോഗത്തിന്റെ തുടക്കമാകുന്നു. ഇവിടെയൊരാൾ ദേഹത്തെപ്പറ്റി അവബോധമുള്ളവനായി മാറുകയാണ്. ദേഹത്തെ പരിചരിക്കാൻ തുടങ്ങുകയാണ്.

മനസ്സിന്റെ നിശ്ശബ്ദതയിൽ നിന്നാണ്, നിശ്ചലതയിൽനിന്നാണ് ശാന്തത, ആനന്ദം, സ്വാതന്ത്ര്യം ഉണ്ടാകുന്നത്. ശാന്തമായിരിക്കെ മസ്തിഷ്കം ശുഭകരമാകുന്നു. തിരക്കില്ലാത്തതാകുന്നു. മാത്സര്യം കുറഞ്ഞതാകുന്നു. നിശ്ചലമായിരിക്കെ മനസ്സ് അന്തർമുഖമാകുന്നു. ഇത് മസ്തിഷ്കത്തെ ശാന്തവും ശീതളവുമാക്കുന്നു.

അശാന്തമായ ഒരു മനസ്സിന് ശാന്തമായ ശരീരത്തിൽ പുലരാനാകില്ല. അഥവാ, ശരീരം ശാന്തമാകണമെങ്കിൽ അതിലിരിക്കുന്ന മനസ്സും ശാന്ത മാകണം. മനസ്സിന്റെ ശാന്തതയെന്നത്, സമാധാനമെന്നത് ദേഹത്തിന്റെ ശാന്തതയാണ്, സമാധാനമാണ്. സ്വാസ്ഥ്യമാർന്ന ദേഹം, വിശ്രാന്തിയി ലിരിക്കുന്ന നാഡികളും പേശികളും തുറന്നുവെച്ച കൈകൾ, ശീതളമായ ചർമം - ദേഹത്തെയാകെ ശാന്തവും സുഖകരവുമായ ഒരവസ്ഥയിലെ ത്തിക്കുന്നു.

'ദേഹം മനസ്സിന്റെ സംഘർഷങ്ങളെ ഉടൻ രേഖപ്പെടുത്തുന്നു' മന സ്സിന്റെ ഓരോ സംഘർഷങ്ങളും ദേഹത്തിന്റെ ഗൂഢമായ ഗ്രന്ഥപ്പുരയിൽ (archives) അതിന്റേതായ അടയാളങ്ങൾ വീഴ്ത്തുന്നു. അശാന്തമായ, സംഘർഷമുള്ള ഒരു മനസ്സ് അശാന്തമായ, സംഘർഷം നിറഞ്ഞ ഒരു ദേഹത്തെയാണ് തേടുന്നത്. സംഘർഷമുള്ള ഒരു മനസ്സിന് ശീതളത്വ മുള്ള ഒരു ദേഹത്തിൽ പുലരാനാകില്ല. ദേഹം സംഘർഷത്തിൽ നിന്നു മുക്തമാവുകയാണെങ്കിൽ സംഘർഷത്തിന് അയാളിൽനിന്ന് വിടപറ യേണ്ടി വരും. ദേഹത്തിന്റെ അനുവാദമില്ലാതെ സംഘർഷത്തിന്റെ, അശാ ന്തതയുടെ ശീലങ്ങളായ കോപം, ഉത്കണ്ഠ, വെപ്രാളം, ഭയം ഒന്നും തന്നെ ഒരാളുടെ പെരുമാറ്റത്തിൽ നിന്നു അകന്നു പോകില്ല. സ്നേഹത്തോടെ ജീവിക്കാൻ തന്റെ ദേഹത്തെ പുനർവിദ്യാഭ്യാസം നടത്തേണ്ടതുണ്ട്.

ദേഹത്തിന്റെ അംഗവിന്യാസം (posture) മാറുമ്പോൾ ഒരു വ്യക്തി യുടെ അബോധമനസ്സിന്റെ സൂക്ഷ്മതലങ്ങളിൽ മാറ്റമുണ്ടാകുന്നു. ഒരു പൂച്ച ദുഃഖത്തിൽ, കോപത്തിൽ, ഭയത്തിൽ, വിശപ്പിൽ, ലൈംഗികതയിൽ ഭിന്നമായ അംഗവിന്യാസത്തിലാകുന്നു. ശാരീരിക വിതാനത്തിലാകുന്നു. ഇതുപോലെ മനുഷ്യനും വിഷാദത്തിലാകുമ്പോഴും, കടുത്ത ദുഃഖത്തി ലാകുമ്പോഴും ഭിന്ന വികാരങ്ങൾക്കടിപ്പെടുമ്പോഴും വ്യത്യസ്ത അംഗ

വിന്യാസത്തിലാകുന്നു. ശരീരം യഥാർത്ഥത്തിൽ ഒരു ബയോകമ്പ്യൂട്ട റത്രെ. മനസ്സ് അതിന്റെ സോഫ്റ്റ്‌വെയറും. ഇതിന്റെ പ്രിന്റൗട്ട് ആണ് മനുഷ്യജീവിതം. ഒരാൾ ജീവിതത്തെ ഇഷ്ടപ്പെടുന്നില്ലെങ്കിൽ, അതിന്റെ ഏതെങ്കിലുമൊരു തലത്തെ വെറുക്കുന്നുവെങ്കിൽ അയാൾ തന്റെ സോഫ്റ്റ്‌വെയറിലെ പ്രോഗ്രാം മാറ്റിയെഴുതിയാൽ മതി. ഒരാളുടെ മന സ്സിൽ, ചിന്തകളിൽ മൂല്യങ്ങൾ നിറയുമ്പോൾ അയാളുടെ ജീവിതത്തിലും അതു പരക്കുന്നു. വിചാരങ്ങൾ, നിഷേധാത്മകമാകുമ്പോൾ, അശുഭകര മാകുമ്പോൾ, 'സിനിക്കലാ'കുമ്പോൾ അയാളുടെ ജീവിതത്തിലും അതൊക്കെ സംഭവിക്കുന്നു. ഏത് തരത്തിലുള്ള പ്രശ്നം അലട്ടുമ്പോഴും ഭൗതികമായ കനത്ത ഭാരങ്ങൾ ഉള്ളപ്പോഴും കൃത്യമായ നേരങ്ങളിലെ നിസ്കാരവും ധ്യാനവും ഒരാളുടെ ജീവിതത്തെ, മനസ്സിനെ, ആത്മാവിനെ കൂടുതൽ കാര്യക്ഷമമാക്കുന്നു. സമയരഥത്തന്റെ കറക്കത്തിനനുസരിച്ച് ഭിന്നമായ മനസ്സുകളാണ്, മൂഡുകളാണ്, ഭാവങ്ങളാണ് നാമറിയാതെ നമ്മിൽ പിറക്കുന്നത്. അതിരാവിലെ, ഉറക്കത്തിനു ശേഷമുള്ള അതിശാ ന്തമായ ഒരു മനോതരംഗത്തിന്റെ സൂക്ഷ്മമായ നിയന്ത്രണത്തിലായി രിക്കും നമ്മുടെ മനസ്സ്. ആ അവസ്ഥയിൽ മനസ്സ് ധ്യാനാത്മകമാകുമ്പോൾ, ദേഹം നിസ്കാരത്തിന്റെ അംഗവിന്യാസത്തിലാകുമ്പോൾ ദേഹത്തിലും മനസ്സിലും അളവറ്റ ഊർജ്ജപ്രസരണമുണ്ടാകുന്നു. ദിവസത്തിന്റെ ഓരോ നിശ്ചിത സമയസന്ധികളിലും - സൂര്യന്റെ ഗതിക്രമമനുസരിച്ച്, കാറ്റി ന്റെയും വെളിച്ചത്തിന്റെയും അന്തരീക്ഷത്തിന്റെയും ഭിന്നസാന്ദ്രതകൾക്ക നുസരിച്ച് അതിന്റെയൊക്കെ അതിസൂക്ഷ്മ തരംഗങ്ങൾ ദേഹത്തെയും മനസ്സിനെയും സ്വാധീനിക്കുന്നുണ്ട്. രാവിലെ ശുദ്ധമായിരുന്ന മനസ്സ് ഉച്ച യോടെ കലങ്ങിമറയാൻ തുടങ്ങുന്നു. വൈകുന്നേരത്തോടെ അത് കൂടുതൽ പ്രക്ഷുബ്ധവും അശാന്തവുമാകുന്നു; അശുദ്ധമാകുന്നു. എന്നാൽ ഇത്തരം മുഹൂർത്തങ്ങളിൽ ഒരാൾ അന്തശ്രദ്ധയോടെ നിസ്കാര ത്തിലും ദൈവമനനത്തിലും കുറച്ചുനേരം മുഴുകിയിരിക്കുമ്പോൾ അയാ ളുടെ ദേഹവും മനസ്സും ഊർജ്ജം പ്രസരിപ്പിക്കുന്ന ഒരു നല്ല ഉപകരണ മായി മാറുന്നു. ഇസ്ലാമിൽ സമയത്തിന്റെ ഭിന്നവേളകളിൽ, അഞ്ചു നേര ങ്ങളിൽ നടത്തുന്ന നിസ്കാരക്രമങ്ങളോരോന്നും, പ്രാർത്ഥനാമുറകളോ രോന്നും ഒരു വ്യക്തിയുടെ ദേഹത്തിന്റെ ഷഡ്ചക്രങ്ങളെ-ആറ് ആന്ത രീക ഊർജ്ജ ഗ്രന്ഥികളെ ശുദ്ധീകരിക്കുകയും അപ്പോഴൊക്കെയും ഷഡ്ചക്രങ്ങളിലോരോന്നിലും പുതിയ ഊർജ്ജം പ്രവഹിക്കുകയും ചെയ്യുന്നു. അതുപോലെ ബാങ്ക് വിളിയിൽ മുഴങ്ങുന്ന ഓങ്കാരം ഒരാളുടെ ഹൃദയചക്രത്തെ, സഹസ്രാരപത്മദളത്തെ സജീവമാക്കി മാറ്റുകയാണ്. അതയാളിലെ ഊർജ്ജപ്രവാഹത്തെ, വിവേകബുദ്ധിയെ ഉണർത്തുന്നു.

ഇതൊരാളുടെ ദേഹത്തിലും മനസ്സിലും ആത്മാവിലും പരസ്പര പൂരകങ്ങളായ ഊർജ്ജമായി വളരുമ്പോൾ അയാളുടെ ബോധം ദിവ്യബോധമായി വികസിക്കുന്നു. ഇത്തരം ചര്യകളിലൂടെ കടന്നുപോകാത്ത ഒരാളുടെ ബോധം പഞ്ചേന്ദ്രിയങ്ങളുടെ മാത്രം വിളി കേൾക്കുന്ന മൃഗബോധത്തിലായിരിക്കും. കുറ്റവാസന, ആർത്തി, സ്വാർത്ഥത, അമിതലൈംഗികത, ക്രോധം തുടങ്ങിയവ ഇവരിൽ അതിന്റെ നൂറു ശതമാനത്തിലായിരിക്കും.

ഓക്സിജനും ഹൈഡ്രജനും പ്രത്യേക അനുപാതത്തിൽ ചേരുമ്പോൾ ജലമുണ്ടാകുന്നു. അദ്ഭുതകരമാണത്. ഇതുണ്ടാകുന്നുവെന്നേ നമുക്കറിയൂ. കാരണമറിയില്ല. അതുപോലെ കാരണമിനിയുമറിയാത്ത പല പ്രതിഭാസങ്ങളും പ്രപഞ്ചത്തിലും ജീവിതത്തിലുമുണ്ട്. മതാത്മകത അപ്രകാരമുള്ളതാണ്. അതിൽ രണ്ടു സവിശേഷമൂല്യങ്ങൾ മനസ്സിൽ നിറയുമ്പോൾ മൂന്നാമതൊന്നുണ്ടാകുകയാണ്. യൗഗികമായ ഇരിപ്പ് (നിസ്കാരങ്ങൾ) അഞ്ചു നേരവും ചെയ്യുന്ന ഒരു ശരീരം, ആത്മീയഭാവത്താൽ ശാന്തവും സ്വച്ഛവുമാകുന്ന മനസ്സ് - ഇത് രണ്ടും ഒന്നിക്കുമ്പോൾ ആത്മാവിൽ ഭിന്നമായ ഒരാന്തരിക ഊർജ്ജം ഉടലെടുക്കുകയാണ്. ബുദ്ധനിലൂടെ, യേശുവിലൂടെ, നബിയിലൂടെ, ഗുരുനാനാക്കിലൂടെ, ലാവോത്സുവിലൂടെ; എണ്ണമറ്റ സെൻ-താവോ-സൂഫി-യതികളിലൂടെ പ്രസരിച്ച ആന്തരിക ഊർജ്ജം മനുഷ്യനായിരുന്നുകൊണ്ട് ഒരാൾക്ക് എത്രത്തോളം അതിരറ്റവനാകാം, ദൈവികതയോട് അടുക്കാമെന്ന് വിളംബരം ചെയ്യുന്നു. ലോകത്തിലെ മുഖ്യധാരാ മതങ്ങളുടെയൊക്കെ ഏതാണ്ടൊടുവിലുണ്ടായ ഇസ്ലാം മതാത്മകതയിൽ, അതിനാവശ്യമായ അനുഷ്ഠാനങ്ങളിൽ, ചര്യകളിൽ കുറെക്കൂടി സൂക്ഷ്മവും സരളവും പ്രായോഗികവുമാണ്.

'നാം കാണുന്ന ഓരോ വസ്തുവും നാം കാണാനാഗ്രഹിക്കുന്ന ചിലതിനെ ഒളിച്ചുവെക്കുന്നുണ്ട്.' റിനെ മാഗ്രിറ്റി മൊഴിയുന്നു. മതാത്മകാന്തരീക്ഷത്തിൽ തീർത്തും അഹിംസാത്മകമായി, സ്നേഹമയനായി വളർന്നു വരുന്ന ഓരോ മനുഷ്യനും, അവൻ പാർക്കുന്ന മന്ദിരങ്ങളും പ്രാർത്ഥനാലയങ്ങളുമൊക്കെ നാം കാണാനാഗ്രഹിക്കുന്ന ശാന്തസുന്ദരമായൊരു പുതിയ മാനവകുലത്തിന്റെ പിറവിയെ ഒളിച്ചുവെക്കുകയാണ്. ഇത് ശരിയെങ്കിൽ മതാത്മകതയുള്ള മനുഷ്യർക്ക് അവരുടെ സംഘങ്ങൾക്ക് ഓരോ ദിവസം കഴിയുമ്പോഴും കുറേക്കൂടി പുതിയ, പരിവർത്തിതമായ, സമാധാനത്തോടു കൂടിയ ഒരു മനുഷ്യവംശത്തെ ഭൂമുഖത്ത് കാഴ്ചവെക്കാൻ സാധിക്കുമായിരുന്നു. എന്നാൽ മതങ്ങൾ കാരണം ഭൂമുഖത്തുണ്ടായത്രയും രക്തച്ചൊരിച്ചിൽ മറ്റൊന്നുകൊണ്ടും ഉണ്ടായിട്ടില്ല. ഇതെന്തു

കൊണ്ടെന്ന് ചരിത്രത്തിന്റെ താളുകളിൽ പറ്റിപ്പുരണ്ട, രക്തം പുരണ്ട അക്ഷരങ്ങൾ ചോദ്യമായുയരുന്നു.

മതങ്ങൾ അഥവാ ആത്മീയമായ വഴികൾ ഉണ്ടായാലും ഇല്ലെങ്കിലും മനുഷ്യൻ ഇങ്ങനെത്തന്നെ തുടരുകയേ ഉള്ളൂ എന്ന് വരുമോ? മനുഷ്യ കുലത്തിൽ ഓരോ ദിവസം കഴിയുംതോറും സംഘർഷം പെരുകുകയാണ്. ഹിംസ കൂടി വരികയാണ്. അശാന്തി വർധിക്കുകയാണ്. ഇതില്ലാതാക്കാൻ സംഘടിത മതങ്ങൾക്കു പ്രത്യക്ഷത്തിൽ സാധിക്കുന്നില്ല എന്ന് വിധി ക്കുന്ന ഒരു ഭൗതികലോകവും അതിന്റെ സാംസ്കാരിക ഉപകരണങ്ങ ളുമാണ് ഇന്ന് മനുഷ്യന്റെ ബോധത്തെ, ചിന്തയെ ഭരിച്ചുകൊണ്ടിരി ക്കുന്നത്. യഥാർത്ഥത്തിൽ മനുഷ്യന്റെ നിലനില്പിനെപ്പറ്റിയുള്ള, അവർ വസിച്ചുകൊണ്ടിരിക്കുന്ന ലോകത്തെ സംബന്ധിച്ചുള്ള വേറിട്ട കാഴ്ചകൾ വെച്ചാണ് ഓരോ ജ്ഞാനസിദ്ധാന്തങ്ങളിലുംപെട്ടവർ തങ്ങളുടെ കാഴ്ച പ്പാടുകൾ അവതരിപ്പിക്കുന്നത്.

തലകൊണ്ടു ജീവിച്ച്, ഇന്ദ്രിയക്ഷമത മുഴുവനായി മൃതമായിപ്പോയ മനുഷ്യരാശി ദർശനശേഷിയും ബോധജാഗ്രതയും ശ്രദ്ധയും ഏകാഗ്രത യുമൊന്നും വികസിക്കാതെ, സൂക്ഷ്മമാകാതെയത്രെ ലോകത്തെ, ജീവി തത്തെ കാണുന്നത്. ഇത്തരമൊരു കാഴ്ചയിൽ മനുഷ്യന്റെ നിലനില്പും അതിജീവനവുമൊക്കെ തീർത്തും വ്യർത്ഥമായേ ഒരാൾക്കു തോന്നുക യുള്ളൂ. സിസിഫസിന്റെ പുരാണത്തിൽ പറയുന്നതു പോലുള്ള വ്യർത്ഥ വേദാന്തത്തെ ഒരു ഭാഗത്ത് മാറ്റിവെച്ച്, നമ്മുടെ കൺമുന്നിൽ പിച്ചവെച്ചു നടക്കുന്ന കുരുന്ന് മക്കളെ ഓർത്തുകൊണ്ട് അവർക്ക് പുലരാൻ, വളരാൻ ആവശ്യമായ ഒരു പുതിയ ആകാശവും ഭൂമിയും സൃഷ്ടിക്കാൻ മതങ്ങ ളിലെ ആന്തരിക ഊർജ്ജത്തിന് ഇനിയും സാധിക്കില്ലേ എന്നു നമുക്ക് പരസ്പരം ചോദിക്കാം, ഉത്തരം തേടാം.

■

ശരീരം ഒരു വീണയാകുന്നു

ശരീരം ഒരു വീണയാകുന്നു. അതിന്റെ തന്ത്രികൾ അമിതമായി മുറുക്കി ക്കെട്ടിയാൽ അതു പൊട്ടിത്തകരും; അത് അഴിച്ചിട്ടാൽ നാദം വരുകയു മില്ല. ശരിയായ തരത്തിൽ തന്ത്രികൾ വിന്യസിക്കപ്പെടുമ്പോൾ അതിൽനിന്ന് സംഗീതം പുറപ്പെടുന്നു. ശരീരത്തിന്റെ ഈ സംഗീതം, സ്വാസ്ഥ്യം, ആരോഗ്യം പകർന്നുകൊടുക്കാനുള്ള നിരവധി മാർഗങ്ങളി ലൊന്നത്രെ 'യോഗ'.

പ്രാചീനഭാരതത്തിൽ 'സോമ'യെന്നു പേരായ ഒരു ദിവ്യസസ്യമുണ്ടാ യിരുന്നു. വൈദികകാലങ്ങളിൽ ഇതിന്റെ നീര് ഈശ്വരപൂജയ്ക്കായി ഉപ യോഗിച്ചിരുന്നു. ഈ സസ്യത്തിന് ജീവൻ നൽകാനുള്ള കഴിവുണ്ടായി രുന്നു. ഇതുപയോഗിക്കുന്നവർ അസാധാരണമായ ആന്തരിക ജാഗ്രതയും സംവേദനക്ഷമതയും ഉള്ളവരായിരുന്നു. മനസ്സിനെ അത്യന്തം മൂർച്ചയും ഉണർച്ചയും ഉള്ളതാക്കാനാവുന്നതുകൊണ്ട് ഇതിനു വലിയ ജനപ്രീതി നേടാൻ കഴിഞ്ഞു. കാലപ്രവാഹത്തിനിടയ്ക്ക്, അധികം വൈകാതെ മനുഷ്യവംശത്തിന് ഏറ്റവും ഉപകാരിയായിരുന്ന ഈ ഔഷധി, വംശ നാശത്തെ നേരിടുകയാണുണ്ടായത്. സോമയുടെ അഭാവത്തിൽ അതിന്റെ മുഴുവൻ പ്രയോജനങ്ങളും സാക്ഷാത്കരിക്കാനുള്ള അന്വേഷണത്തിന്റെ ഒടുവിൽ യഥാർത്ഥ സോമ പുറത്തല്ല അകത്തത്രെ എന്ന് ഉണർച്ചയേറിയ മനീഷികൾ അറിയുകയാണ്. ഇതിന്റെ ഫലമത്രെ ഹഠയോഗ സമ്പ്ര ദായം. ഇതുവഴി സോമയ്ക്കു സാധിക്കുന്നതിലപ്പുറം ആനന്ദവും സ്വാസ്ഥ്യവും ആരോഗ്യവും നൽകുന്ന ഒരു വഴിയായി ഇതു നിലവിൽ വന്നു.

നാലായിരം വർഷങ്ങൾക്കു മുമ്പാണുണ്ടായതെങ്കിലും ഇക്കഴിഞ്ഞ ഒരു നൂറു വർഷങ്ങൾക്കിടയ്ക്കാണ് യോഗ വ്യാപകമായ തരത്തിൽ ലോകശ്രദ്ധയിലെത്തുന്നത്. യോഗ ഒരു വ്യക്തിയെ സമഗ്രമായി സ്പർശി ക്കുന്നു. മാറ്റുന്നു. ശാരീരിക, മാനസിക, ആത്മീയ തലങ്ങളെയാകെ

അതു സ്വാധീനിക്കുന്നു. 'അവനവനിൽത്തന്നെയുള്ള സ്വന്തം വൈദ്യനെ കണ്ടെത്താൻ' ഇതു സഹായിക്കുന്നു. നൂറ്റാണ്ടുകളോളം ഇന്ത്യയിൽ തിരഞ്ഞെടുക്കപ്പെട്ട വളരെക്കുറച്ചുപേർ മാത്രമാണിത് ഉപയോഗപ്പെടുത്തിയിരുന്നത്. ഇതനുഷ്ഠിച്ചിരുന്നവർ ജനങ്ങളോടൊപ്പം ജീവിക്കുന്നതിനു പകരം വനങ്ങളിലും ഗുഹകളിലുമാണ് പുലർന്നിരുന്നത്.

'ബോധോദയം നേടിയവർക്കിടയിലെ, ബുദ്ധന്മാർക്കിടയിലെ ഐൻസ്റ്റീൻ' ആയ പതഞ്ജലിയെപ്പോലെ മനുഷ്യനെ സമഗ്രമായി കണ്ട യോഗികൾ ലോകത്തിൽ കുറവാണ്. ശരീരത്തിന്റെ ആന്തരിക ജാഗരണത്തെ 'ശരീര വൈദ്യുതി'യെന്ന് വാൾട്ട് വിറ്റ്മാനെപ്പോലൊരു കവി പറയുമ്പോൾ, യോഗാനുഭൂതിയിലെത്തിയ ഒരു ദേഹത്തിന്റെ 'പ്രപഞ്ച ശരീര'ത്തോടാകെ സ്വരൈക്യത്തിലാകാനുള്ള സാധ്യതയെ, യോഗ സാധന നടത്തുന്ന ഏതൊരാൾക്കും ഉണ്ടാകുന്ന അനുഭൂതിയെ വിവരിക്കാൻ ശ്രമിക്കുകയായിരുന്നു.

ഒരാൾ തന്റെ ശരീരത്തെ ശുശ്രൂഷിച്ചുകൊണ്ട്, സൂക്ഷ്മമമായി ശ്രദ്ധിച്ചുകൊണ്ട് എപ്രകാരം ദേഹത്തിനുനേരെ സ്നേഹവാനാവണമെന്ന് യോഗ പഠിപ്പിക്കുന്നു. 'ദേഹമാണ് ശത്രു' എന്ന് സർവമതങ്ങളും പഠിപ്പിച്ചു. അപ്രകാരം "ദേഹവിരോധം രക്തത്തിൽ വരെയെത്തി. ആയിരക്കണക്കിനു വർഷങ്ങളായി ഈ ദേഹനിഷേധത്തിന്റെ ചിന്ത മനുഷ്യന്റെ ഉള്ളിൽ വ്യവസ്ഥ ചെയ്യപ്പെട്ടിരിക്കുന്നു. മതങ്ങൾ ദേഹത്തിനുനേരെ കാണിച്ച സ്വയംപീഡനം, ഹിംസ യാന്ത്രികമായൊരു വ്യവസ്ഥയായി മാറിയത് അവർക്കിടയിൽ യോഗയുടേതായ വെളിച്ചം എത്തിയിരുന്നില്ല എന്നു പറയുകയാണ്. ബെനഡിക്ട് പുണ്യവാളൻ പരുക്കൻ പാറക്കല്ലുകൾക്കു മീതെ നഗ്നമായുരുണ്ടുരുണ്ട് ദേഹമാകെ മുറിപ്പെടുത്തിയത്. സെയിന്റ് ഫ്രാൻസിസ് സേവ്യർ, സെനി നദി മഞ്ഞിൻകട്ടയായി മാറുകയും അതിനുമീതെ കാളവണ്ടി പോവുകയും ചെയ്യുന്ന തരത്തിലുള്ള കൊടുംതണുപ്പിൽ, തുറന്ന സ്ഥലത്ത് തന്റെ ദേഹം വരിഞ്ഞു മുറുക്കി കെട്ടിയിട്ട് കിടന്നത്, തിബായ്സിലെ പ്രാചീന ഭിക്ഷുക്കൾ ഭക്ഷണത്തിനു മുന്നിലേക്ക് കരഞ്ഞുകൊണ്ടുവരുകയും അതിന്റെ രുചി പോക്കാനായി അതിൽ ചാരം വാരിയിട്ട് ഭക്ഷിച്ചത്, സെയിന്റ് സൈമൺ തന്റെ ജീവിതം ഒരു സ്തൂപത്തിന്റെ മീതെ കഴിച്ചുകൂട്ടാൻ ശ്രമിച്ചത് ആത്മാവിനെ വിവരിക്കാനായി 'പാവം ശരീര'ത്തെ പീഡിപ്പിക്കുന്നതിന്റെ ചില ഉദാഹരണങ്ങൾ മാത്രം. ഇന്നും ദേഹപീഡനത്തിന്റെ, ദേഹബലിയുടെ കിരാതരൂപങ്ങൾ പല മതങ്ങളിലും പ്രബലമായി നിലനിൽക്കുകയാണ്.

'ദേഹത്തെ സ്നേഹിക്കുക' എന്നൊക്കെ പറയുന്നത് പ്രാകൃതമായോ മോശമായോ ആളുകൾ വിചാരിക്കുന്നു. പക്ഷേ, ഒരാൾ അയാളുടെ ദേഹത്തെ സ്നേഹിക്കാനാരംഭിച്ചാൽ, ശ്രദ്ധിക്കാനാരംഭിച്ചാൽ അതിരില്ലാത്ത സുഖവും സന്തോഷവും അയാൾക്കുണ്ടാകുന്നു. ഇത് അയാളുടെ ബോധത്തിന്റെ പുതിയൊരു തലംതന്നെ തുറന്നിടാൻ ഇടയാക്കുന്നു. ദേഹവുമായുള്ള സൗഹൃദത്തിന് ഒരാളുടെ ജീവിതത്തെത്തന്നെ മാറ്റാനാവുന്നു. ഇത് യോഗ ശീലിച്ചവർക്കു മാത്രമറിയുന്ന ഒരു സഹജാവസ്ഥയാകുന്നു. ഒരാളുടെ ദേഹം പിറവിമുതൽ മരണം വരെ അയാളുടെ മുഴുവൻ കർമങ്ങൾക്കും കൂടെയുള്ള ഒരുപകരണമാകുന്നു.

മനസ്സിന്റെ സമാധാനം എന്നത് യഥാർത്ഥത്തിൽ ദേഹത്തിന്റെ സമാധാനമാകുന്നു. ദേഹം സ്വാസ്ഥ്യത്തോടെ വിശ്രാന്തിയിൽ പുലരുമ്പോൾ മനസ്സും സ്വാസ്ഥ്യമടയുന്നു. വിശ്രാന്തിയിലെത്തുന്നു. സംഘർഷമറ്റ ദേഹം, വിശ്രാന്താവസ്ഥയിലുള്ള പേശികളും നാഡികളും, തുറന്നുവെച്ച കൈകൾ, ശീതളമായ ചർമം, മന്ദമായ ശ്വാസഗതി ദേഹത്തെയാകെ സവിശേഷമായ ഒരു ശാന്തിയിലെത്തിക്കുന്നു. മറ്റൊരു തരത്തിൽ പറഞ്ഞാൽ സംഘർഷമുള്ള ഒരു മനസ്സിന് സ്വാസ്ഥ്യമുള്ള ഒരു ശരീരത്തിൽ പുലരാനാവില്ല.

മനസ്സിലാളിപ്പടരുന്ന ഭയം, സംഘർഷം, വെറുപ്പ്, ഉത്കണ്ഠ, ഒരാളുടെ ശ്വാസത്തെ പ്രയാസപ്പെടുത്തുന്നു. പേശികൾ വലിഞ്ഞുമുറുകുന്നു. നോട്ടം ഇറുക്കമുള്ളതാകുന്നു. പല്ലുകൾ ഞെരിക്കുന്നു. ദേഹം മനസ്സിന്റെ സംഘർഷങ്ങളെ ഉടനുടൻ കൃത്യമായി രേഖപ്പെടുത്തുകയാണ്. സംഘർഷമുള്ള ഒരു മനസ്സ് സംഘർഷമുള്ള ഒരു ദേഹത്തെ തേടുന്നു. സംഘർഷം ഒരാളെ സമഗ്രമായി ഗ്രസിക്കുകയാണ്.

എന്നാൽ ദേഹം സംഘർഷത്തിൽനിന്ന് മുക്തമാവുകയാണെങ്കിൽ സംഘർഷത്തിന് അവിടെ തുടരാനാവില്ല. മറിച്ച് അതിന് ദേഹത്തോട് വിടപറയേണ്ടി വരും! സംഘർഷമുള്ള ഒരു മനസ്സിന് വിശ്രാന്തിയിലുള്ള, ശീതളത്വമുള്ള, യോഗ അനുഷ്ഠിക്കുന്ന ഒരു ശരീരത്തിൽ പുലരാനാവില്ല! ഒരാൾ കഠിനമായൊരു ദുഃഖത്തിലാണെങ്കിൽ അയാളുടെ ദേഹത്തിന് വിശപ്പില്ലാതാകുന്നു. മനസ്സിന്റെ ഭാവങ്ങൾ ദേഹത്തെ ബാധിക്കുകയാണ്. എന്നാൽ സ്നേഹമുള്ള ഒരാൾ അയാളെ തിന്നാൻ പ്രേരിപ്പിക്കുകയാണെങ്കിൽ അയാളുടെ മനസ്സിലെ സംഘർഷത്തിന് അയവുണ്ടാവുകയും മനസ്സ് ശാന്തമാവുകയും അത് ഭക്ഷണം കഴിക്കാൻ ദേഹത്തെ പ്രേരിപ്പിക്കുകയും ചെയ്യുന്നു."

'യോഗ' ചെയ്യുന്ന ഒരു ശരീരത്തിന് ശരീരംവഴി തന്റെ ഉള്ളിനെ ഗ്രസിച്ച ആതുരതയെ ശമിപ്പിക്കാനാവുന്നു. ഒരാളുടെ ആന്തരിക തലത്തിലുണ്ടാകുന്ന ഓരോ സംഘർഷങ്ങളും ദേഹത്തിന്റെ ഗൂഢമായ ഘടനയിൽ അതിന്റേതായ ഒരടയാളം ഉണ്ടാക്കുന്നു. ദേഹത്തിന്റെ സമ്മതമില്ലാതെ സംഘർഷത്തിന്റെ പഴയ രീതികൾ, ശീലങ്ങൾ, ഉത്കണ്ഠ, വെപ്രാളം ഒന്നും ഒരാളുടെ പെരുമാറ്റത്തിൽനിന്ന് വിട്ടുപോവില്ല. യഥാർത്ഥത്തിൽ യോഗ വഴി ഒരാൾ തന്റെ ദേഹത്തെ പുനർവിദ്യാഭ്യാസം നടത്തുമ്പോൾ മാത്രമാണ് ദേഹം എത്ര സൂക്ഷ്മമായ, ശ്രദ്ധയോടെ കൈകാര്യം ചെയ്യേണ്ട ഒരുപകരണമാണെന്ന് ഒരാൾ അറിയുക. അല്പം മനോസംഘർഷമുള്ള ഒരാൾ ചിട്ടയായ യോഗപരിശീലനത്തിന്റെ ഒടുവിൽ ശവാസനത്തിൽ കിടക്കുമ്പോൾ, ദേഹത്തിന്റെ സൂക്ഷ്മസത്തവരെ സ്വാസ്ഥ്യത്തിലും സമാധാനത്തിലും സുഖത്തിലും ശീതളത്വത്തിലും എത്തുമ്പോൾ, അതയാളുടെ ബോധത്തെ, ആന്തരികതയെ വിസ്മയകരമാം വിധം മാറ്റിമറിക്കുന്നതിലെ പുതുമ യോഗ ശീലിക്കുന്ന ഏതൊരാളിലും കാണാനാവും.

ഇക്കഴിഞ്ഞ നൂറ്റാണ്ടിലെ ലോകംകണ്ട ഏറ്റവും വലിയ തത്ത്വചിന്തകൻ, ജെ. കൃഷ്ണമൂർത്തി ജീവിതത്തിലുടനീളം യോഗയുടെ വഴി പിന്തുടരുകയുണ്ടായി. അദ്ദേഹം പറയുന്നു: "ഞാൻ യോഗ ചെയ്യുന്നത് ശാരീരിക കാരണങ്ങളാൽ മാത്രമാണ്. ശരീരം വേണ്ടതുപോലെ പ്രവർത്തനക്ഷമമാക്കി നിലനിർത്താൻ ഇതുപകരിക്കുന്നു. യോഗികൾ ആത്മീയശക്തിയുണർത്തുവാനാണിത് ചെയ്തിരുന്നത്. അത്തരം താത്പര്യങ്ങൾ എനിക്കില്ല." കൃഷ്ണമൂർത്തി യോഗവിദ്യ ശീലിച്ചത് ഏതോ ഒരു പുസ്തകത്തെ ആശ്രയിച്ചായിരുന്നു. പുസ്തകത്തിന്റെയോ ഗ്രന്ഥകാരന്റെയോ പേരോർക്കുന്നില്ല. നട്ടെല്ലിനെ കേന്ദ്രമാക്കിയുള്ള ഒരുകൂട്ടം ആസനങ്ങൾക്കുശേഷം അദ്ദേഹം അല്പനേരം ശവാസനത്തിൽ വിശ്രമിക്കുന്നു. സർവാംഗാസനമാണ് അദ്ദേഹത്തിന് ഏറ്റവും ഇഷ്ടമുണ്ടായിരുന്നത്. "തൈറോയിഡ് ഗ്രന്ഥികളിൽ കാര്യമായ ഉത്തേജനം പകരുന്ന ഈ ആസനം ശരീരത്തെ പുനർനവീകരിക്കുന്നു"വെന്ന് അദ്ദേഹം പറയുന്നു. ശരിയായ ഇരിപ്പും നടപ്പും നില്പും ആരോഗ്യത്തിന്റെ അടയാളമാകുന്നു. തലയും നട്ടെല്ലും നിവർത്തിയുള്ള നില തലച്ചോറിന്റെ ശരിയായ ആരോഗ്യത്തെ സൂചിപ്പിക്കുന്നു.

യോഗ ശീലിക്കുമ്പോൾ ദേഹം കൂടുതൽ സൂക്ഷ്മമാകുന്നു. പ്രാണായാമം ശീലിക്കുമ്പോൾ ഒരാളിൽ അവബോധം കൂടുതൽ ആഴമുള്ളതായി മാറുന്നു. യോഗയോടൊപ്പം അവബോധ വികാസത്തിനുള്ള വിദ്യകൾ

കൂടി ശീലിക്കുകയാണെങ്കിൽ അവബോധത്തിന്റെ അഗാധതലങ്ങൾ അറിയാനാവുന്നു. അല്ലെങ്കിൽ, യോഗ മാത്രമാണെങ്കിൽ സ്ഥൂലമായ ശരീരത്തെ മാത്രമാണറിയുക. സ്ഥൂലമായതിനെ, ദേഹത്തെ മാത്രം മാറ്റുകയും സൂക്ഷ്മമായതിനെ, മനസ്സിനെ മാറ്റാതിരിക്കുകയും ചെയ്യുമ്പോൾ വ്യക്തിയിൽ ഒരു സംഘർഷം ജനിക്കുന്നു. യോഗ സഹായകംതന്നെ, പക്ഷേ, ഇതൊരു ഭാഗം മാത്രം. മറുഭാഗത്ത് ശുദ്ധാവബോധത്തിലൂടെ ആന്തരിക വിവേകം വളർന്നുവരുമ്പോഴത്രെ യോഗയുടെ പരമമായ പൂക്കൾ വിരിയുന്നത്. യോഗ ശീലിക്കുകയും ദേഹം താളാത്മകമാക്കുകയും ചെയ്യുന്നതിനോടൊപ്പംതന്നെ ഒരാൾ തന്റെ ആന്തരികതലങ്ങളുമായി സ്വരൈക്യത്തിലാവുകയും ധ്യാനാത്മകമാവുകയും വേണം.

ഇത് രണ്ടും സാധ്യമാക്കാൻ സഹായിക്കുന്ന യോഗേശ്വരന്റെ 'യോഗ പാഠാവലി' ശ്രദ്ധേയമായ ഒരു യോഗപാഠപുസ്തകത്തിന്റെ മികച്ച ഒരു മാതൃകയായിരിക്കുന്നു. പെൻഗ്വിൻ ഇന്ത്യ 'ടെക്സ്റ്റ് ബുക്ക് ഓഫ് യോഗ' എന്ന പേരിൽ പ്രസിദ്ധീകരിച്ച ഈ ആധികാരിക ഗ്രന്ഥം പതിനാല് ഇന്ത്യൻ സർവകലാശാലകൾ ഡിഗ്രി തലത്തിൽ പാഠപുസ്തകമായി അംഗീകരിക്കുകയും റഷ്യൻ ഉൾപ്പെടെയുള്ള നിരവധി വിദേശഭാഷകളിൽ ഇതിന്റെ പരിഭാഷ വരികയും ചെയ്തിട്ടുണ്ട്. അത്തരത്തിലുള്ള ഒരു പുസ്തകത്തിന്റെ മലയാള പരിഭാഷ വഴി പ്രസിദ്ധ ജേണലിസ്റ്റും മാധ്യമരംഗത്ത് ഒരു ഗുരുവുമായ പി.ജെ. മാത്യുവും ഇത് പ്രസിദ്ധീകരിക്കുക വഴി 'ചാറ്റ് ബുക്സും' കേരളീയ യോഗപൈതൃകത്തിന് അവിസ്മരണീയമായ ഒരു സംഭാവനയാണ് നൽകിയിരിക്കുന്നത്. പതിവ് യോഗപുസ്തകങ്ങളിൽനിന്നു വ്യത്യസ്തമായി വർണ്ണപ്പകിട്ടുള്ള യോഗ-ചിത്രങ്ങൾക്കു പകരം കൃത്യതയോടെ വരയ്ക്കപ്പെട്ട രേഖാചിത്രങ്ങളാണ് ഇതിൽ ഉപയോഗിച്ചിരിക്കുന്നത്.

സാധാരണ യോഗപുസ്തകങ്ങളിൽ യോഗാസനങ്ങൾ മാത്രം ഒരുപോലെ വർണിച്ചുപോകുന്ന ഒരു രീതിയാണുള്ളത്. 'യോഗപാഠാവലി'യാകട്ടെ ആസനങ്ങൾ കൂടാതെ മുദ്രകൾ, ബന്ധങ്ങൾ, ക്രിയകൾ, പ്രാണായാമം എന്നീ പ്രധാന യോഗമുറകളെപ്പറ്റിയും സൂക്ഷ്മവും വിശദവുമായ കുറിപ്പുകളടങ്ങിയിരിക്കുന്നു. ഇതിൽ വിവരിക്കുന്ന എല്ലാ വ്യായാമമുറകളും ആധികാരികമായ സംസ്കൃത ഗ്രന്ഥങ്ങളിൽനിന്നു തിരഞ്ഞെടുക്കപ്പെട്ടതും പരമ്പരാഗതമായ ചിട്ടകൾക്കനുസരിച്ചുള്ളവയുമാണ്.

ഈ ഉത്തമ യോഗപുസ്തകത്തെ വിലയിരുത്തുമ്പോൾ എന്തെങ്കിലും പോരായ്മകൾ ഇതിലുള്ളതായി തോന്നുന്നില്ലെങ്കിലും യോഗയുടെ സൂക്ഷ്മ പഠിതാക്കൾക്കായും അവരുടെ വൈജ്ഞാനിക പുരോഗതിക്കായും ഒരു

കാര്യമിവിടെ സൂചിപ്പിക്കാതെ പോകുന്നത് ശരിയാവില്ലെന്നു തോന്നുന്ന തുകൊണ്ടുമാത്രം പറയുകയാണ്. 'ഹഠയോഗ പ്രദീപിക'യിലും 'യോഗാ രത്നാകര'ത്തിലും 'ഭാവപ്രകാശ'ത്തിലും 'ജ്ഞാനാർണവ തന്ത്ര'ത്തിലും ഒക്കെ യോഗശാസ്ത്രവും ആരോഗ്യവുമായി ബന്ധപ്പെട്ട്, 'അമരൊളി'യെപ്പറ്റി (മൂത്ര ചികിത്സയെപ്പറ്റി) പറയുന്ന ഭാഗവുംകൂടി ഈ പുസ്തകത്തിൽ വന്നിരുന്നെങ്കിൽ ഇത് സമഗ്രവും സമ്പൂർണവുമായി മാറുമായിരുന്നു. കേരളത്തിലിറങ്ങിയ, കണ്ടിടത്തോളം യോഗപുസ്തകങ്ങളിലൊന്നും 'അമരൊളി'യെപ്പറ്റി പരാമർശങ്ങൾ വേണ്ടത്ര വന്നിട്ടില്ലെന്നാണ് തോന്നുന്നത്.

'ബിഹാർ സ്കൂൾ ഓഫ് യോഗ'യിലെ സ്വാമി സത്യാനന്ദ സരസ്വതിയുടെ മാർഗനിർദ്ദേശങ്ങൾ മുൻനിർത്തി ഡോ. സ്വാമി ശങ്കരാനന്ദ സരസ്വതി എം.ബി.ബി.എസ്., എം.എസ്. രചിച്ച 'അമരൊളി' (Amaroli) 1978 ഈ ദിശയിലുണ്ടായ ശ്രദ്ധേയമായ ഒരു പുസ്തകമത്രെ. കേരളത്തിലെ യോഗ പഠിപ്പിക്കുന്നവരെങ്കിലും ഈ പുസ്തകം ഒന്നു വായിച്ചു നോക്കേണ്ടതാണ്.

ഞങ്ങളുടെ ശരീരം, ഞങ്ങളെപ്പറ്റി

ഞങ്ങളോടു ചോദിച്ചേക്കാം: 'എന്തുകൊണ്ട് സ്ത്രീകളെപ്പറ്റി മാത്രമുള്ള ഒരു പുസ്തകം?' ഞങ്ങളുടെ ഉത്തരം ഇതാണ്. "ഞങ്ങൾ സ്ത്രീകളാണ്; 'സ്ത്രീകളായതുകൊണ്ട് പുരുഷന്മാരെപ്പറ്റിയുള്ള വിദഗ്ദ്ധകളായി ഞങ്ങളെ കരുതുവാൻ പറ്റില്ല.' യുഗങ്ങളായി പുരുഷന്മാരുടെ പുരുഷാശയ പ്രധാനമായ ലോകത്ത് കണ്ട രണ്ടാംതരം വ്യക്തിയായി പരിഗണിക്കപ്പെട്ടു പോന്ന ഞങ്ങളെപ്പറ്റി, സ്ത്രീകളെപ്പറ്റി കഴിഞ്ഞ ദശകത്തിൽ ലോകത്തുണ്ടായ സർഗ്ഗാത്മകതയുള്ള ഒരുദ്യമമാണ് 'ഞങ്ങളുടെ ശരീരങ്ങൾ ഞങ്ങളെപ്പറ്റി' ബോസ്റ്റൺ വിമൻസ് ഹെൽത്ത് ബുക് കളക്റ്റിവിന്റെ അംഗങ്ങൾ ചേർന്നെഴുതിയ ഈ പുസ്തകം. ആശുപത്രികൾ, ക്ലിനിക്കുകൾ, ഡോക്ടർമാർ, മെഡിക്കൽ വിദ്യാലയങ്ങൾ, നേഴ്സിംഗ് സ്കൂളുകൾ, പൊതുജനാരോഗ്യ ഡിപ്പാർട്ടുമെന്റുകൾ, ആരോഗ്യരംഗത്തെ ഉദ്യോഗസ്ഥന്മാർ എന്നിവർ സ്ത്രീകളെപ്പറ്റി നൽകുന്ന വിവരങ്ങളെ ഈ കൃതി മൂല്യവിചാരണ ചെയ്യുന്നു.

നൂറ്റാണ്ടുകളായി സ്ത്രീയുടെ ശരീരത്തെപ്പറ്റി, മനസ്സിനെപ്പറ്റി പുരുഷലോകത്തിനുള്ള അജ്ഞത സ്ത്രീയെ നീതി കിട്ടാത്തവളാക്കി നിർത്തി. വളരെ അടുത്ത കാലംവരെ ഗർഭധാരണം അനിവാര്യവും സ്ത്രീയുടെ ശരീരം സ്ത്രീയുടെ ഒരു വിധിയുമായി കണക്കാക്കപ്പെട്ടു. കാരണം സ്ത്രീയുടെ ശരീരം രൂപകല്പന ചെയ്യപ്പെട്ടത് ഗർഭധാരണത്തിനും ജന്മം നൽകലിനും പറ്റിയ തരത്തിലാണ്. ഇരുപതാം നൂറ്റാണ്ടിന്റെ തുടക്കത്തിൽ മാർഗരറ്റ് ഡേഞ്ചറുടെ ധീരമായ പ്രവർത്തനങ്ങളുടെ ഫലമായി സ്ത്രീകൾക്ക് ജനനനിയന്ത്രണം സാധ്യമാണെന്നു വന്നു. പുരുഷന്റെ ഏകപക്ഷീയവും ഏകാധിപത്യപരവുമായ നിലപാടിനു മുന്നിൽ നിസ്സഹായമായി കിടന്ന് ആർക്കും വേണ്ടാത്ത കുറെ ഭാഗ്യദോഷികളെ പെറ്റുകൂട്ടുന്ന ആ പണിയിൽനിന്ന്, അഥവാ ഗർഭിണിയാവുന്നതിൽനിന്ന് സ്ത്രീക്ക് മോചനമുണ്ടായി.

സ്ത്രീകളെപ്പറ്റി, സ്ത്രീകളുടെ ശരീരത്തെപ്പറ്റി ഉള്ള അറിവ് സ്ത്രീകൾക്കൊരു പുതിയ ശക്തിയാവുകയാണ്. സ്ത്രീക്ക് തന്റെ ശരീരത്തെപ്പറ്റിയുള്ള വിദ്യാഭ്യാസം പ്രധാനമാണ്. സ്ത്രീയുടെ ശരീരമാണ് അവളുടെ ഭൗതികമായ ആധാരം. അതിൽ ഇരുന്നാണ് അവൾ പുരുഷന്മാർ ഭരിക്കുന്ന ഒരു ലോകത്തിലൂടെ കടന്നുപോകുന്നത്. സ്ത്രീയുടെ ശരീരത്തെപ്പറ്റിയുള്ള സ്വന്തം അജ്ഞത സ്ത്രീയെ സ്ത്രീയിൽ നിന്നു തന്നെയും അന്യവൽക്കരിക്കുന്നു. സ്ത്രീ. ശാരീരികമായി ക്ഷീണിതയാണ്. കാരണം അവൾ ഒരിക്കലും കരുത്തുള്ളവളാകാൻ ശ്രമിച്ചിട്ടില്ല. അവൾ അവളുടെ മുഖവടിവും രൂപവും മാറ്റുന്നതിലും മുടി ചീകുന്ന ശൈലിയിലും ഗന്ധം മാറ്റുന്നതിലും വ്യാപൃതയാകുമ്പോൾ മാസികകളിലെയും സിനിമയിലെയും ടി.വി.യിലെയും മാതൃകകളെ അനുകരിക്കുമ്പോൾ അവൾ പുരുഷന് അനുഭവിക്കാനുള്ള ഒരു ശരീരമായി തുടരുകയാണ്. ഇതവളെ ആത്മീയമായി ദരിദ്രയാക്കുകയാണ്. അവളുടെ ശക്തി മുഴുവൻ ചോർന്നു പോവുകയാണ്. ആർത്തവരക്തം ഓരോ മാസവും അവളുടെ ശരീരത്തിന്റെ ഇരുണ്ട ഒരു ഭാഗത്ത് പ്രത്യക്ഷമാകുമ്പോൾ അവൾ ലജ്ജിതയും സംശയമുള്ളവളും ആകുലയുമാകുകയാണ്. ശരീരത്തിന്റെ ആന്തരിക പ്രവർത്തനങ്ങൾ ഒരു രഹസ്യമായി തുടരുകയാണ്. ലൈംഗികതയെന്താണെന്നു മനസ്സിലാക്കാതിരിക്കുകയോ ലൈംഗികത അനുഭവിക്കാതിരിക്കുകയോ ചെയ്യുമ്പോഴും ലൈംഗിക പ്രേരണകൾ ലക്ഷ്യരഹിതമായ കാല്പനിക കഥകളിൽ തളച്ചിടുമ്പോഴും അവൾ തന്റെ ഊർജ്ജത്തെ ദുരുപയോഗപ്പെടുത്തുകയാണ്, തന്നെ അറിയാതിരിക്കുകയാണ്. സ്ത്രീ കൗമാരത്തിന്റെ ദിനങ്ങളിൽ ഒരുപാട് സമയവും ഊർജ്ജവും ആന്തരിക സംഘർഷങ്ങൾക്കായി ചെലവിടുന്നു. നിസ്വാർത്ഥകളാകാൻ, മാധുര്യവും സഹനവും ആശ്രിതത്വവും ഉള്ളവരാകാൻ സ്ത്രീ പരിശീലിപ്പിക്കപ്പെടുന്നു. സ്വാതന്ത്ര്യം, കർമ്മവ്യഗ്രത, കോപം, അഹന്ത ഇതൊന്നും സ്ത്രീത്വത്തിനു ചേർന്നതല്ലെന്നു പഠിപ്പിക്കപ്പെടുന്നു: അതൊക്കെ പുരുഷനുമാത്രം. സ്ത്രീത്വത്തിന്റെ നാല് സാംസ്കാരിക സങ്കല്പങ്ങൾ ഇന്നു നിലനിൽക്കുന്നു. അപകർഷതയുള്ള സ്ത്രീ, സഹിക്കുന്ന സ്ത്രീ, 'മനോഹരമായ വസ്തു'വായ സ്ത്രീ, ഭാര്യയും അമ്മയുമായ സ്ത്രീ.

വിദ്യാലയത്തിൽ സ്ത്രീകൾ ഉയർന്ന ലക്ഷ്യത്തോടെ പഠിക്കുന്നു. എന്നാൽ അവളുടെ യഥാർത്ഥമായ തൊഴിൽ ഭാര്യയും അമ്മയും ആയി തുടർന്നു പോകുക എന്നുള്ളതാണ്. ആൺകുട്ടികൾ സമൂഹത്തിലെ പ്രധാന പ്രവർത്തനങ്ങൾക്കായി പരിശീലിക്കപ്പെടുകയും പെൺകുട്ടികൾ

പ്രാധാന്യമില്ലാത്തവരായി മാറുകയും ചെയ്യുന്നു. ആണുങ്ങൾ സ്ത്രീകളെ പ്പറ്റി പറഞ്ഞത് എപ്പോഴും സ്ത്രീകൾ വിലമതിക്കുകയും ആണുങ്ങൾ അവരിലൂടെ പ്രവർത്തിക്കുകയും ചെയ്തു. 'എന്റെ ഭർത്താവിന്ന് എപ്പോഴും ഒഴിവ്. അയാൾ ഇരുന്ന് വായിക്കുന്നു. ഞാൻ തുന്നുന്നു. ഞങ്ങളുടെ വീട്ടിൽ ഞങ്ങളുടെ സ്ഥലം വിഭജിക്കപ്പെട്ടതായി ഞാൻ കണ്ടു. എന്റെ ഭർത്താവിനു സ്ഥലമുണ്ട്. അതു ഞങ്ങളുടെ സ്വന്തമായി കരുതപ്പെട്ടു. എനിക്കാണെങ്കിൽ സ്വന്തമായി സ്ഥലമേയില്ല.'

ഇതേ അവഗണനതന്നെയത്രെ സ്ത്രീ സ്നേഹത്തിന്റെയും ലൈംഗിക ജീവിതത്തിന്റെയും തലത്തിൽ അനുഭവിക്കുന്നത്. 'ഞങ്ങൾ ക്കൊരിക്കലും ലൈംഗിക ജീവിതത്തിൽ വേണ്ടത്ര സമയമോ സന്തോ ഷമോ പ്രതീക്ഷിക്കാനാവില്ല, ഞങ്ങൾ ഡോക്ടർമാരോടു ചോദിച്ച ചോദ്യ ങ്ങൾ ഒരിക്കലും ആദരിക്കപ്പെട്ടില്ല. ജനനനിയന്ത്രണത്തിൽ പങ്കു പറ്റാൻ പുരുഷന്മാരെ ഞങ്ങൾ പ്രതീക്ഷിച്ചില്ല. ഞങ്ങൾ ഞങ്ങളുടെ ശരീരത്തെ സംരക്ഷിച്ചില്ല.'

സ്ത്രീകൾ പുരുഷന്മാരുടെ മീതെ സ്വന്തം ശക്തി പ്രയോഗിക്കുവാൻ പരിശീലിക്കേണ്ടിയിരിക്കുന്നു. സ്ത്രീകൾ 'വസ്തുക്ക'ളാവുന്നതിൽ നിന്ന് സ്ത്രീകളെ സ്വയം മുക്തരാക്കേണ്ടിയിരിക്കുന്നു. സ്ത്രീകൾ കളിമണ്ണു കൊണ്ടുണ്ടാക്കപ്പെട്ടവരാണെന്നും പുരുഷന്മാർ ഞങ്ങൾക്ക് ആകൃതിയും പ്രാണനും നൽകുകയുണ്ടായി എന്നത് തിരുത്തേണ്ടിയിരിക്കുന്നു. വലിയ പാലങ്ങളും കെട്ടിടങ്ങളും യന്ത്രങ്ങളും പണിയുന്നത് പുരുഷന്മാരാ ണെന്നും ഒട്ടും ഉൽപ്പാദനപരമല്ലാത്തതും നിസ്സാരവുമായ കുറെ പണി കൾ - കരയുന്ന കുഞ്ഞിനെ ആശ്വസിപ്പിക്കുക, ആഹാരം ഉണ്ടാക്കൽ, അലക്കൽ, അടിച്ചുവാരൽ - ചെയ്യുന്ന സ്ത്രീകൾ ഒന്നും ചെയ്യുന്നില്ല എന്നും വിശ്വസിക്കപ്പെടുന്നു. ജീവിതം നിലനിർത്താൻ വേണ്ടതെല്ലാം സ്ത്രീകൾ ചെയ്തിട്ടും സ്ത്രീക്ക് ലഭിച്ചുകൊണ്ടിരിക്കുന്നത് ഇതാണ്. ഇതിനെപ്പറ്റി ഈ ഗ്രന്ഥത്തിലെ എഴുത്തുകാരികൾ പറയുന്നു:

സ്ത്രീത്വത്തിന്റെ മാന്യതയെക്കുറിച്ചോർക്കുക, അപേക്ഷിക്കേണ്ട, യാചന നടത്തേണ്ട, തലകുനിക്കേണ്ട, ശക്തിയുള്ളവരാകുക, കൈ കോർത്തു പിടിക്കുക, ഞങ്ങളുടെ ഒപ്പം നിൽക്കുക, ഞങ്ങളുടെ ഒപ്പം പൊരുതുക.... സ്ത്രീത്വത്തിന്റെ മാനസികവും ശാരീരികവുമായ എല്ലാ വികാരങ്ങളേയും സ്ത്രീകളുടെ പക്ഷത്തു നിന്നുകൊണ്ടു കാണുന്ന ഈ ഗ്രന്ഥത്തിൽ സ്ത്രീശരീരത്തിന്റെ വിസ്മയകരവും സുന്ദരവുമായ പല ഫോട്ടോകളും ഉൾപ്പെടുത്തിയിരിക്കുന്നു. സ്ത്രീയുടെ ജീവിതത്തിലെ ഏറ്റവും പ്രധാനമായ അനുഭവത്തെ പ്രസവത്തെ - ഫോട്ടോയിൽ

പകർത്തിയ പുറം സ്ത്രീയുടെ സൗന്ദര്യത്തിനും ലജ്ജയ്ക്കും ലാളിത്യ ത്തിനും ഒക്കെയപ്പുറത്ത് അവൾ എത്ര ഭിന്നവും കഠിനവും വേദനാകര വുമായ ഒരനുഭവതലത്തെ പങ്കിട്ടുകൊണ്ട് ജീവിതത്തെ മുന്നോട്ടു കൊണ്ടു പോകുന്നുവെന്ന് ആണുങ്ങളെ ഓർമ്മിപ്പിക്കുകയാണ്.

സ്ത്രീത്വത്തിന്റെ സ്വത്വം, സ്ത്രീ ലൈംഗികതയുടെ ശരീര ശാസ്ത്ര പരവും പ്രത്യുൽപ്പാദനപരവുമായ സവിശേഷത, സ്ത്രീക്ക് സ്ത്രീയോടും പുരുഷനോടുമുള്ള ലൈംഗികബന്ധം, സ്ത്രീയുടെ ആരോഗ്യ ശരീര പരി ചരണം, വ്യായാമം, ആരോഗ്യശീലങ്ങൾ, ശരീര പരിശോധനകൾ, സ്ത്രീയുടെ ആരോഗ്യപ്രശ്നങ്ങൾ, ബലാത്സംഗം, ലൈംഗിക രോഗങ്ങൾ, ജനന നിയന്ത്രണം, ഭ്രൂണഹത്യ, ഗർഭധാരണം, മാതൃത്വം പ്രസവത്തി നുള്ള ഒരുക്കങ്ങൾ, ശിശുപരിചരണം, ശിശു പിറന്നശേഷം, ആർത്തവം നിലയ്ക്കൽ എന്നിവ ഇതിൽ പ്രത്യേകം അധ്യായങ്ങളിലായി ചർച്ച ചെയ്യുന്നു. ഒടുവിലത്തെ അധ്യായം സ്ത്രീയുടെ ആരോഗ്യപാലന വ്യവ സ്ഥയുമായി ബന്ധപ്പെട്ടതാണ്.

സ്ത്രീയുടെ വികാരങ്ങളെപ്പറ്റി, ശരീരത്തെപ്പറ്റി, പ്രശ്നങ്ങളെപ്പറ്റി യുള്ള ഏറ്റവും വലിയ വിദഗ്ദ്ധർ സ്ത്രീകൾ മാത്രമാണെന്നീ പുസത്കം സ്ത്രീകളെയും പുരുഷന്മാരെയും ഓർമ്മിപ്പിക്കുന്നു.

(Our Bodies our Selves: by The Bostan Women's Health Book Collective. A Touch Stone Book. Published by: SINON & SCHUSTER. Newyork 1979)

■

ഉപവാസ ചികിത്സ

1995ൽ ഇരുനൂറ്റിപതിനൊന്ന് ദിവസങ്ങൾ വെള്ളം മാത്രം കുടിച്ചുകൊണ്ട് ഉപവസിച്ച ഹീരാരത്തൻ മനേക് 2000 ജനുവരി ഒന്നു മുതൽ നാനൂറ്റി പതിനൊന്നു ദിവസങ്ങൾ നീണ്ടുനിൽക്കുന്ന ഒരുപവാസം ഗുജറാത്ത് വിദ്യാപീഠത്തിൽ ആരംഭിച്ചിരിക്കയാണ്. ഒരു രാഷ്ട്രീയായുധമായി ഉപ വാസത്തെ ഉപയോഗിച്ച് ഗാന്ധിജി സ്ഥാപിച്ച ഗുജറാത്ത് വിദ്യാപീഠ ത്തിൽവെച്ച്, രണ്ടായിരമാണ്ടിൽ ഈ ഗുജറാത്തുകാരൻ ആരംഭിച്ച ഉപ വാസത്തിന് ഏറെ പ്രസക്തിയുണ്ട്. ഭൗതികചിന്തയുടെയും ഭൗതികമായ ഒരു ലോകവീക്ഷണത്തിന്റെയും അങ്ങേയറ്റത്തെത്തിയ മനുഷ്യന് ആരോ ഗ്യത്തിനും സ്വസ്ഥജീവിതത്തിനും അതിജീവനത്തിനും ആഴത്തിലുള്ള ആത്മീയമായ ഒരു ബദൽ അന്വേഷണമല്ലാതെ വഴിയൊന്നുമില്ല.

ഉപവാസത്തിനു പോകുംമുമ്പ് അദ്ദേഹത്തെ കാണാനും രണ്ടു ദിവസ ങ്ങളിലായി ഏറെ നേരം അദ്ദേഹവുമായി സംസാരിക്കുവാനും അവസര മുണ്ടായി. ഇരുപത്തഞ്ചാം വയസ്സിലാണ് ഒരാഴ്ച നീണ്ടുനിൽക്കുന്ന ആദ്യത്തെ ഉപവാസം ഇദ്ദേഹം നടത്തിയത്. തുടർന്നും പലപ്പോഴായി ഹ്രസ്വോപവാസങ്ങൾ ചെയ്തു പോന്നു. 95 ജൂൺ പതിനെട്ടിന് തുടങ്ങിയ ഇരുനൂറ്റിപതിനൊന്നു ദിവസം നീണ്ടുനിന്ന ഉപവാസം ലോകത്തെ അമ്പ രപ്പിക്കുകയുണ്ടായി.

ഹീരാചന്ദ്ജിയുമായി സംസാരിച്ചിരിക്കെ പ്രകൃതിചികിത്സാനുഭാവ മുള്ളവർക്കൊക്കെയും പ്രിയങ്കരനായിരുന്ന തിരുനെൽവേലിയിലെ നൽവാ ഴ്‌വ് രാമകൃഷ്ണൻ നീണ്ടൊരുപവാസത്തിനിടയ്ക്ക് നാല്പത്തിയേഴാം ദിവസം മരണമടഞ്ഞത് ഓർത്തു. നൽവാഴ്‌വ് ആശ്രമത്തിൽ പഴങ്ങളും നാളികേരവും മാത്രം ഭക്ഷണമായി നല്കിക്കൊണ്ട് സൂര്യസ്നാനവും ഉപവാസവും നടത്തി ക്യാൻസർ ഉൾപ്പെടെയുള്ള പല മാറാരോഗങ്ങളും ശമിപ്പിച്ച രാമകൃഷ്ണന്റെ പ്രകൃതിചികിത്സാദർശനത്തിൽ ഒഴിഞ്ഞ ഒരി ടമുണ്ടായിരുന്നു - ആത്മീയത. അദ്ദേഹത്തിന്റെ മകനും ഏഷ്യയിലെ ഏക ഫ്രൂട്ടേറിയനുമായ (ജനിച്ചതു മുതലിന്നുവരെ പാകംചെയ്ത ഒരു

ഭക്ഷണവും കഴിക്കാതെയാണ് 24 വയസ്സുള്ള നൽവാഴ്വ് ജീവിക്കുന്നത്) നൽവാഴ്വുമായി രാമകൃഷ്ണന്റെ മരണശേഷം നടത്തിയ ഒരു കൂടി ക്കാഴ്ചയിൽ രാമകൃഷ്ണന്റെ കാഴ്ചപ്പാട് ഏറെക്കുറെ ഭൗതികമായിരു ന്നുവെന്നും അദ്ദേഹത്തിന് യോഗയോടുപോലും താത്പര്യം കുറവായി രുന്നുവെന്നും ധ്യാനത്തിന്റെ പ്രാധാന്യം അദ്ദേഹം അറിഞ്ഞിരുന്നില്ലെന്നും മനസ്സിലാക്കാൻ കഴിഞ്ഞിരുന്നു.

1998ൽ അഹമ്മദാബാദിൽ നടന്ന വിവിധ ചികിത്സാരീതികളെക്കുറി ച്ചുള്ള അന്തർദേശീയ സെമിനാറിൽ പ്രബന്ധമവതരിപ്പിച്ച ഹീരാജി 'ഉപവാസമാണ് മരുന്നുകളുടെ മാതാവ്' എന്ന ആശയമാണ് മുന്നോട്ടു വച്ചത്. ഉപവാസത്തിന്റെ പ്രാധാന്യം മനസ്സിലാക്കാത്ത അലോപ്പതിവൈദ്യ ശാസ്ത്രത്തിന്റെ വക്താക്കളെയാകെ ബോധ്യപ്പെടുത്തുംവിധം ഒരു സംഘം ഡോക്ടർമാരുടെ സൂക്ഷ്മമായ മേൽനോട്ടത്തിലാണ് ജനുവരി ഒന്നു മുതൽ ഉപവാസം നടന്നത്.

ഒറീസയിൽ ജൈനമതത്തിൽപ്പെട്ട ഒരു സാധ്വി വെറും വെള്ളം മാത്ര മുപയോഗിച്ചുകൊണ്ട് ആറു വർഷം ജീവിച്ചിരുന്നു. രാജസ്ഥാനിൽ ആറോ ഏഴോ കൊല്ലം ഒരു സന്ന്യാസിനി വെള്ളം മാത്രം കുടിച്ചുകൊണ്ട് ഉപവ സിക്കുകയുണ്ടായി. 1995ലെ ഹീരാജിയുടെ ഉപവാസം (ഇരുനൂറ്റിപതി നൊന്ന് ദിവസം) വർത്തമാനകാലത്തെ ഒരു ലോകറിക്കാർഡായിരുന്നു. പിന്നീട് പലരും അതു ഭേദിച്ചു. ജൈനയതി സവിജ് മുമ്പ് 1998 മേയിൽ അവസാനിപ്പിച്ച മുന്നൂറ്റിയറുപത്തഞ്ച് ദിവസം നീണ്ടുനിന്ന ഉപവാസമാണ് നിലവിലുള്ള റിക്കാർഡ്.

ഉപവാസത്തിന്റെ ഒരു ലോകറിക്കാർഡ് ഉണ്ടാക്കുകയല്ല തന്റെ ലക്ഷ്യ മെന്നും ഉപവാസം തനിക്ക് തന്റെ മതത്തിന്റെ തപശ്ചര്യയുടെ ഭാഗമാ ണെന്നും ജൈനമതസ്ഥനായ ഹീരാജി പറഞ്ഞു. ഇരുനൂറ്റിപതിനൊന്ന് ദിവസങ്ങൾ നീണ്ടുനിന്ന ഉപവാസം നിർത്തിയതിനു ശേഷം ഒന്നരമാസം ദ്രാവകരൂപത്തിലുള്ള ആഹാരമാണ് അദ്ദേഹം കഴിച്ചത്. പ്രത്യേകിച്ച് ചില പഴച്ചാറുകൾ. 96 ആഗസ്ത് ഇരുപത്തിരണ്ട് മുതൽ താഴെപ്പറയുന്ന ചില ജ്യൂസുകളിൽ ചിലതു മാത്രം കഴിച്ചുകൊണ്ടു ജീവിക്കാൻ അദ്ദേഹം പ്രതിജ്ഞയെടുത്തു. ഇളനീർ, കരിമ്പ് ജ്യൂസ്, മാമ്പഴജ്യൂസ്, ചെറുനാ രങ്ങ ജ്യൂസ്, തൈര്, പാൽ (മോര്), ചായ, വെള്ളം. ഓരോ ആറുമാസം കഴിയുമ്പോഴും ഇവയിൽ ഓരോ പാനീയം വീതം ഉപേക്ഷിക്കുകയും തുടർന്ന് 1999 ഡിസംബർ അവസാനം വരെ മൂന്നുപാനീയങ്ങൾ മാത്രം കഴിക്കുകയും ചെയ്തു. (വെള്ളം, ചായ, മോര്). 2000 ജനുവരി ഒന്നു മുതൽ വെള്ളം മാത്രം കുടിച്ചുകൊണ്ട് ഹീരാജി ഉപവസിച്ചുകൊണ്ടിരി യ്ക്കെ ഈ ലേഖനം എഴുതുന്നതിനിടയ്ക്ക് അദ്ദേഹത്തിന്റെ പത്നി

വിമലദീദിയുമായി ഫോണിൽ ബന്ധപ്പെട്ടു. ഉപവാസം നൂറ്റിയെൺപത്തി മൂന്ന് ദിവസങ്ങൾ പിന്നിട്ടുവെന്നും തൂക്കം പതിനാലു കിലോ കുറഞ്ഞുവെങ്കിലും അദ്ദേഹത്തിന്റെ ഉന്മേഷത്തിനു ഒരു കുറവുമില്ലെന്നും അവർ പറഞ്ഞു. ഗുജറാത്തിൽ പല യോഗങ്ങളിലും അദ്ദേഹം പങ്കെടുക്കുകയും പ്രഭാഷണങ്ങൾ നടത്തുകയും ചെയ്യുന്നുണ്ട് എന്നും.

ഹീരാജിയുടെ ഉപവാസത്തിനു മറ്റൊരു സവിശേഷത കൂടിയുണ്ട്. മനുഷ്യന്റെ മസ്തിഷ്കത്തിന് സൗരോർജത്തെ ഉപയോഗിച്ചുകൊണ്ട് ഭക്ഷണം കൂടാതെ ജീവിക്കാനാവുമെന്നാണ് അദ്ദേഹം അവകാശപ്പെടുന്നത്. "സൂര്യന്റെ ബാറ്ററി മനുഷ്യന്റെ തലച്ചോറിലുണ്ട്. അതും ചാർജ് ചെയ്യപ്പെടാതെ മൃതമായി കിടക്കുകയാണ്. ഇതു പ്രവർത്തിപ്പിക്കുവാൻ സൂര്യനുമായുള്ള ക്രമമായ ഒരു സമ്പർക്കം, നേത്രംവഴി ഉണ്ടാക്കുകയാണെങ്കിൽ വലിയൊരദ്ഭുതം മനുഷ്യന്റെ ശരീരത്തിലും മസ്തിഷ്കത്തിലും ഉണ്ടാകു"മെന്ന് അദ്ദേഹം പറഞ്ഞു.

സൗരോർജ്ജം എടുക്കുകയെന്നത് വളരെ ലളിതം. 'അതിരാവിലെ സ്നേഹപൂർവം നഗ്നനേത്രംകൊണ്ട് ഉദയസൂര്യനെ നോക്കണം. അപ്പോൾ സൗരോർജ്ജം കണ്ണുവഴി തലച്ചോറിൽ പ്രവേശിക്കുന്നു.'

പരമ്പരാഗത ആഹരമില്ലാതെയും മനുഷ്യനു ഭൂമിയിൽ പുലരാനായേക്കുമെന്നതാവും അടുത്ത സഹസ്രാബ്ദത്തിൽ മനുഷ്യരാശി കാണാനിരിക്കുന്നൊരദ്ഭുതം.

രണ്ട്

ഒരു പറവയ്ക്ക് രണ്ടു ചിറകുകൾ പോലെയാണ് ഒരു രോഗിക്കു ഭക്ഷണവും ഉപവാസവും. അപ്പോൾ ഒരു ചോദ്യമുയരുന്നു. എപ്പോഴാണ് ഉപവാസം തുടങ്ങേണ്ടത്? അവസാനത്തെ ഭക്ഷണം കഴിച്ചുകൊണ്ടാവരുത് അത്. മറിച്ച് ഒരു ഭക്ഷണം കഴിക്കേണ്ടത് ഉപേക്ഷിച്ചുകൊണ്ടാവണം; കഴിഞ്ഞ ഭക്ഷണത്തിനു ശേഷം അത് ദഹിച്ച് വിസർജ്യം നടന്നതിനു ശേഷം അടുത്ത ആഹാരത്തിനുള്ള വിശപ്പ് തോന്നുമ്പോഴാണ് ഉപവാസം തുടങ്ങേണ്ടത്. ഈ വിശപ്പ് ഭക്ഷണംകൊണ്ടല്ല കുറച്ച് ജലം കുടിച്ചുകൊണ്ട് സംതൃപ്തമാക്കപ്പെടണം. ഒരു ദിവസം രണ്ടോ മൂന്നോ തവണയായി ഇതുപോലെ വിശപ്പ് പൊന്തിവരികയും അപ്പോഴൊക്കെയും ജലം മാത്രം കഴിച്ചുകൊണ്ട് ഇരിക്കുകയും വേണം.

ഓരോ ദിവസവും ഉദയം മുതൽ ആറു മണിക്കൂർ വരെ, അല്ലെങ്കിൽ അതിലുമധികം ഭക്ഷണമില്ലാതെ ഇരിക്കുകയും സ്വാഭാവികമായ വിശപ്പ് തോന്നുംവരെ ഒന്നും കഴിക്കാതിരിക്കുകയും ചെയ്യണം. തുടർന്ന് സാത്വികമായ ഒരു ലഘുഭക്ഷണം കഴിക്കുക. അന്ന് വിശപ്പ് വീണ്ടും വരുമ്പോൾ

കുറെക്കൂടി ലഘുവായ സാത്വികാഹാരം കഴിക്കുക അല്ലെങ്കിൽ വൈകുന്നേരം വരെ ഒന്നും കഴിക്കാതിരിക്കുക. വൈകുന്നേരം ഭക്ഷിക്കുന്നത് ആറു മണിക്കൂർ വരെ നിലനിൽക്കുകയും പിന്നീട് വിശപ്പ് ആരംഭിക്കുകയും ചെയ്യുന്നു. രാത്രി ഭക്ഷിക്കാതിരിക്കുകയാണെങ്കിൽ അടുത്ത പ്രഭാതം വരെ ഉദരം ഒഴിഞ്ഞുകിടക്കുകയും ഉപവാസത്തിന്റെ സമയം ഉറക്കത്തിലായതുകൊണ്ട് വിശപ്പിന്റെ പ്രയാസം അറിയാതിരിക്കുകയും ചെയ്യുന്നു.

ഗുരുതരമായ രോഗങ്ങൾക്കിരയായവർക്ക് പറ്റുന്ന ഉപവാസ രീതി ഇപ്രകാരമാണ്. ഈ രീതിയിൽ വളരെ സാത്വികമായ പാനീയങ്ങൾ ഒരു ദിവസം നാലുതവണയിൽ അധികമാവാതെ നൽകാവുന്നതാണ്. ഇത്തരത്തിൽ ഒരു നീണ്ട കാലം വരെ ഇരിക്കാവുന്നതാണ്. നാല്പത്തഞ്ചു ദിവസങ്ങൾ വരെ ഈ തരത്തിലുള്ള ലഘുവായ ഉപവാസം ഗുരുതരമായ പല രോഗങ്ങൾക്കും ശമനസാധ്യത ഉണ്ടാക്കുന്നു.

ഇത്തരം ഘട്ടങ്ങളിൽ താഴെ കൊടുത്ത പാനീയങ്ങൾ സ്വീകാര്യമായി നിർദ്ദേശിക്കപ്പെട്ടിട്ടുണ്ട്.

1. അല്പം ഇലച്ചാറുകൾ ചേർത്ത കരിക്കിൻവെള്ളം 2. അല്പം ഇലച്ചാറ് ചേർത്തിട്ടുള്ള തണ്ണീർമത്തൻ ജ്യൂസ് 3. കട്ടികുറഞ്ഞ പഴച്ചാറ് (അധികം പുളിപ്പുള്ളവ അരുത്) 4. പച്ചക്കറികളുടെ നേർമയായ സൂപ്പ് 5. ഇലച്ചാറ് ചേർത്ത മോരിൻവെള്ളം. ഉപവാസത്തിൽ രോഗി വിശക്കുമ്പോൾ വേണ്ടത്ര ജലം കുടിച്ചിരിക്കണം. ചെറിയ അളവിൽ മൊത്തിക്കുടിക്കുകയാണ് വേണ്ടത്. (ആചമനരീതിയിൽ). വലിയൊരളവ് വെള്ളം കുടിക്കുന്നതും കൂടെക്കൂടെ കുടിക്കുന്നതും ഒഴിവാക്കേണ്ടതാണ്. ഉദരശുദ്ധിക്ക് അഹിംസാത്മകമായ എനിമ ചെയ്യുന്നതും ആരോഗ്യകരമാണ്.

ദിവസവും വൈകുന്നേരം വരെ ഉപവസിക്കുകയും വിശപ്പിനുവേണ്ടി കാക്കുകയും കുറച്ച് സാത്വികമായ ആഹാരം – പഴങ്ങളോ പച്ചക്കറികളോ– പറ്റുമെങ്കിൽ പാകം ചെയ്യാത്ത വിധത്തിൽ കൊടുക്കുകയും ചെയ്യുന്നത് ഉത്തമമായ രീതിയാണ്. രോഗി ഓരോ തവണയും വളരെക്കുറച്ച് മാത്രം ആഹരിക്കണം. ശരീരത്തിന്റെ ലഘുത്വത്തിന് ഉടവ് തട്ടാത്ത വിധത്തിൽ.

അലോപ്പതി സമ്പ്രദായത്തിൽ ഈ നിയമങ്ങളൊക്കെയും ലംഘിക്കപ്പെടുകയും രോഗി മാംസം, പാൽ, ഇതര ഘനഭക്ഷ്യങ്ങൾ, ദഹിപ്പിക്കുവാൻ കഴിയാത്തവ, വിസർജിക്കാൻ പ്രയാസമുള്ളവ, പലവട്ടം കഴിക്കുകയുമാണ്. അമിത ആഹാരത്തിന്റെ ഫലമായി ഇത്തരം രോഗികൾ ശരീരത്തിലെ ജീവശക്തി മുഴുവൻ തളർന്ന് അകാലത്തിൽ മരിക്കുന്നു.

ഉപവാസത്തിന്റെ സിദ്ധാന്തവും പ്രയോഗവും നന്നായി മനസ്സിലാക്കിയതിനുശേഷം മാത്രമേ ഒരാൾ ഉപവസിക്കാൻ പാടുള്ളൂ. മറിച്ച് ഒരു

ചികിത്സകന്റെ ഉപദേശം മാത്രം കണക്കിലെടുത്ത് ഉപവസിക്കുന്നത് ശരിയല്ല. ഉപവാസനിയമങ്ങൾ അറിഞ്ഞുകൊണ്ട് ഒരാൾ ഉപവസിക്കുമ്പോൾ അതിന്റെ നിയമത്തിനനുസരിച്ചുതന്നെ അയാൾ ഉപവാസം നിർത്തുകയും ചെയ്യുന്നു. ഉപവാസം അവസാനിപ്പിക്കുന്നതും തുടർന്നുള്ള ദിവസങ്ങളിലെ ആഹാരക്രമവും ഉപവാസത്തിന്റെ മെച്ചപ്പെട്ട ഫലസിദ്ധിക്ക് അനിവാര്യമാണ്. മറിച്ചാണെങ്കിൽ ഉപവാസം വ്യർത്ഥമായിത്തീരുന്നു. മുമ്പ് പരിചയമില്ലാത്ത ഒരു ടാങ്കിനകത്തേക്ക് ഒരാൾ ഇറങ്ങുമ്പോൾ സുരക്ഷിതത്വത്തിനായി അത്യന്തം ശ്രദ്ധയോടെ ഇറങ്ങിച്ചെല്ലുന്നതുപോലെ ഉപവാസത്തിൽനിന്ന് വിരമിക്കുന്നത് അവധാനതയോടെ ആവണം. ഒരു പർവതാരോഹകൻ അവധാനതയോടെ ഇറങ്ങിവരുന്നതുപോലെത്തന്നെയുള്ള ഒരു ശ്രദ്ധയാണ് ഉപവാസത്തിൽ നിന്ന് വിരമിക്കുമ്പോൾ വേണ്ടത്.

വളരെ ദിവസങ്ങൾ നീണ്ടുനിൽക്കുന്ന ഉപവാസത്തിനുശേഷം ഒരാളുടെ ദഹനശക്തി വളരെ ദുർബലവും താഴ്ന്നതുമായി മാറുന്നു. അവയവങ്ങൾ അവയുടെ ജോലിതന്നെ മറന്നതുപോലെ. അവയെ വളരെ പതുക്കെ ഈ പ്രക്രിയയിലേക്കു പരിശീലിപ്പിച്ചുകൊണ്ട് വരേണ്ടിയിരിക്കുന്നു.

ദഹനാവയവങ്ങൾ 'മസ്കുലാർ ടിഷ്യു'കൾ കൊണ്ട് നിർമിക്കപ്പെട്ടവയാണ്. അവ നീണ്ട ഉപവാസത്തിനുശേഷം ശരീരത്തിലെ മറ്റു മസിലുകൾക്ക് വ്യായാമം കൊണ്ട് അഭ്യസിപ്പിക്കുന്നതുപോലെ ഒരു പരിശീലനം ആവശ്യമാണ്.

ക്ഷാമകാലത്ത് വളരെനാൾ പട്ടിണി കിടന്ന ചിലർ അപ്രതീക്ഷിതമായി ലഭിച്ച കനത്ത ഭക്ഷണം കഴിച്ചതിനെ തുടർന്ന് മരിച്ചതിനെപ്പറ്റിയുള്ള ചില അനുഭവകഥനങ്ങൾ ഉണ്ട്. അത്തരം സമയങ്ങളിലെ ആഹാരം ദഹനേന്ദ്രിയവ്യവസ്ഥയ്ക്കെതിരെയുള്ള ഒരക്രമമായി മാറുകയും അതിനെ ശരിയായി നേരിടാനാവാതെ ദഹനേന്ദ്രിയ വ്യവസ്ഥ പരാജയപ്പെടുകയും ചെയ്യുകയാണ്.

ഉപവാസത്തിൽനിന്ന് വിരമിക്കുന്നത് കരിക്കിൻവെള്ളമോ കട്ടികുറഞ്ഞ പഴച്ചാറോ കട്ടികുറഞ്ഞ പച്ചക്കറി സൂപ്പോ നേർത്ത മോരുവെള്ളമോ കഴിച്ചുകൊണ്ടായിരിക്കണം. ഇവ കഴിക്കുന്നത് നന്നായി ചവച്ചരച്ചുകൊണ്ടുമായിരിക്കണം. ദഹനശക്തി കൂടിവരുന്നില്ലെങ്കിൽ അതേ ആഹാരമല്ലാതെ കൂടുതൽ കനത്ത ആഹാരം കഴിക്കരുത്. ദഹനശക്തി വർധിക്കുന്നതിനനുസരിച്ച് കട്ടിയുള്ള ആഹാരം ചെറിയ അളവിൽ കഴിക്കാം. വേവിച്ച പച്ചക്കറികളോ ഒരേതരം പഴങ്ങളോ ഈയവസരങ്ങളിൽ കഴിക്കാവുന്നതാണ്. ഇപ്രകാരം ഉപവാസം അവസാനിപ്പിക്കണം.

ഈ ഘട്ടത്തിൽ ഭക്ഷണം നന്നായി ചവച്ചരച്ചതും ഉമിനീർ നന്നായി കലർന്നതുമായാൽ അമിതാഹാരം ഉണ്ടാവില്ല. ■

ജീവജല ചികിത്സ

"അസുഖം വന്നാൽ നിങ്ങളൊരു ഡോക്ടറെ കാട്ടണം. അയാൾക്കു ഫീസ് കൊടുക്കണം. കാരണം, അയാൾക്കു ജീവിക്കണം. ഡോക്ടർ നിർദ്ദേശിച്ച പ്രകാരം നിങ്ങളൊരു ലാബറട്ടറിയിൽ പോകണം. അവിടെ നിങ്ങൾക്കാവശ്യമായ പരിശോധനകളൊക്കെ നടത്തണം, കാരണം അവർക്കും ജീവിക്കണം. അവിടെനിന്നും തരുന്ന പരിശോധനാഫലവുമായി നിങ്ങൾ വീണ്ടും ഡോക്ടറെ ചെന്നു കാണണം. അയാൾക്ക് തുടർന്നും ജീവിക്കണം. ഡോക്ടർ എഴുതിത്തരുന്ന മരുന്നുചീട്ടുമായി നിങ്ങളൊരു മെഡിക്കൽ ഷോപ്പിൽ പോകണം. ആ മരുന്നുകളൊക്കെ വാങ്ങണം. കാരണം, അവർക്കും ജീവിക്കണം. ഈ മരുന്നുകളൊക്കെ വാങ്ങി നിങ്ങൾ വീട്ടിലെത്തി അവ മുഴുവൻ പുറത്തേക്ക് വലിച്ചെറിഞ്ഞ് നിങ്ങളുടെ "ജീവജലം", മൂത്രം കുടിക്കണം. എന്തെന്നാൽ നിങ്ങളും ജീവിക്കണം.

യുദ്ധങ്ങളും, പകർച്ചവ്യാധികളും, ക്ഷാമങ്ങളും നടത്തുന്നതിനേക്കാൾ വലിയ നരഹത്യ ഔഷധങ്ങൾ നിശ്ശബ്ദം നിർവ്വഹിച്ചുകൊണ്ടിരിക്കുന്നു - ഡോ. മസോൺഗുഡ്

ഭിഷഗ്വരവൃത്തി, ഔഷധവൃത്തി പൂർണ്ണമായി അവസാനിക്കുകയാണെങ്കിൽ മനുഷ്യകുലം അതിശക്തനേട്ടങ്ങൾക്ക് സാക്ഷ്യം വഹിക്കുമായിരുന്നു - ഡോ. ഓാസുവെൽ

വേദന അപ്പുറത്തേക്കു നോക്കുവാനുള്ള ഒരവസരമാണ്. അതെ, ഒരാളുടെ വേദന, അയാളുടെ യാതന - അതെത്ര കഠിനമാണെന്ന് അയാൾ മാത്രമാണ് അറിയുന്നത്. ആ യാതന ശമിപ്പിക്കാൻ ഒരു തത്ത്വശാസ്ത്രവും ഉപദേശവും ഉതകുകയില്ല. വേദനയെവിടെയാണോ ഉള്ളത് അത് അവിടത്തന്നെ നിലകൊള്ളുന്നു. ഈ വേദനയുടെ നിമിഷത്തിൽ ഒരാളുടെ മുന്നിൽ രണ്ടു വഴികൾ തുറന്നു കിടക്കുന്നു. ഒന്ന് അതിനെ താൽക്കാലികമായി പുറത്താക്കുക. രണ്ട് - വേദനയെ മുഴുവനായി

നിരീക്ഷിക്കുക. ഈ യാതനയെ ശ്രദ്ധിക്കുക. ഇതിൽ ഒരാൾ തന്റെ നിദ്രിതമായ ഊർജ്ജകേന്ദ്രങ്ങളെ ഉണർത്തിക്കൊണ്ട് ഇതിനാവശ്യമായ അളവറ്റ ശക്തി അയാൾതന്നെ സൃഷ്ടിക്കേണ്ടതുണ്ട്.

വിപരീതമായ എന്തെങ്കിലും നമുക്ക് സംഭവിക്കുകയാണെങ്കിൽ അതു രാവും പകലും നമ്മുടെ ഉള്ളിലുണ്ടായിരിക്കും. പക്ഷേ, നല്ലതെന്തെങ്കിലും ഉണ്ടായാൽ നാം എപ്പോഴും അത് തിരിച്ചറിയുന്നതിനോ അതിന്റെ നേരെ കൃതജ്ഞത കാട്ടുന്നതിനോ അത്രയൊന്നും താത്പര്യമുള്ളവരല്ല.

വേദന പോലും വേഷപ്രച്ഛന്നമായ ഒരനുഗ്രഹമത്രേ. ഒരു കുഷ്ഠരോഗിയുടെ വിരൽ അറ്റുപോയാൽ പോലും അയാൾ വേദന അറിയുന്നില്ല എന്നത് അയാളിലുണ്ടാക്കുന്ന കെടുതികൾ സങ്കല്പിച്ചു നോക്കൂ.

സ്വന്തം ദേഹത്തിൽ വിവേകത്തെ ഉണർത്തുക. അതൊരാളിലുണ്ടാക്കുന്ന മാറ്റം അതിരറ്റതാണ്. ഇതിലേക്കു വരാനൊരാൾ, ഒരു സംഗീതകാരൻ വീണയെ നോക്കുന്നതു പോലെ, സ്പർശിക്കുന്നതുപോലെ ദേഹത്തെ പരിചരിക്കണം. "പതുക്കെ ഭക്ഷിക്കുക, നിങ്ങളുടെ ദേഹത്തെ കേൾക്കുക. തീറ്റ എപ്പോൾ നിർത്തണമെന്ന് നിങ്ങളുടെ നാവ് പറയുന്നതല്ല മറിച്ച് നിങ്ങളുടെ വയറ് പറയുന്നത് കേൾക്കാൻ അനുവദിക്കുക" - ജാക്ക് കോൺഫീൽഡ്

ആധുനികകാലത്ത് നമ്മുടെ രോഗങ്ങളുടെ പ്രധാന ഹേതു നാം ദൈനംദിന ജീവിതത്തിൽ അനുഭവിച്ചുകൊണ്ടിരിക്കുന്ന സംഘർഷവും പിരിമുറുക്കവുമത്രേ. എല്ലാതരത്തിലുള്ള പിരിമുറുക്കങ്ങളും നമ്മുടെ ചിന്തകളും ആഗ്രഹങ്ങളും തമ്മിലുള്ള സംഘർഷത്തിൽനിന്ന് ഉണ്ടാവുന്നതാണ്. ആഴമേറിയ നിശ്ശബ്ദതയിൽ നിന്നും മാത്രമാണ് ചിന്തകൾ സജീവമാകാതെ വർത്തിക്കുന്നത്. തനുവും മനവും ഒന്നായിരിക്കുമ്പോഴത്രേ, അത്തരം നിമിഷങ്ങൾ ഉണ്ടാവുന്നത്. ഇത്തരം നിശ്ശബ്ദതകളുടെ വേളകളിൽ മനസ്സ് ഉന്നതമായ ഒരു അവബോധത്തിലേക്ക് താനെ എത്തുകയാണ്. അവിടെ അളവറ്റ ഊർജ്ജവും ആർദ്രതയും ഉളവാകുകയാണ്. ഒരാൾ തന്റെ ആന്തരിക പ്രകൃതിയുമായി കൂടുതൽ അടുക്കുകയാണ്.

ഇപ്പോൾ ചിന്തയുടെ നേരെ ഒരു തരം താരതമ്യവും കൂടാതെ, വിധിനിർണ്ണയവുമില്ലാതെ, ഒരു പ്രതീക്ഷയും കൂടാതെ വെറുതെ നിരീക്ഷിക്കുക എന്നത് സാധ്യമാകും. ആന്തരികസത്തയെ വെറുതെ അങ്ങനെ നോക്കിയിരിക്കുക, ഒരാൾ സൂര്യാസ്തമയത്തെ നോക്കിയിരിക്കുന്നതുപോലെ, അല്ലെങ്കിലൊരു കാണി സ്റ്റേജിലെ കാഴ്ചകൾ സാക്ഷിയായി കണ്ടിരിക്കുന്നതുപോലെ. ജിദ്ദു കൃഷ്ണമൂർത്തി അറുപത്തഞ്ചു വർഷത്തോളം

വീണ്ടും വീണ്ടും പറഞ്ഞുകൊണ്ടിരുന്നത് 'കാണി' കാഴ്ചയാവുന്നു (The observer is the observed) എന്നാണ്. ചിന്തയെ ഒരാൾ നിരീക്ഷിക്കുന്ന ആ നിമിഷത്തിൽ ചിന്ത അലിഞ്ഞില്ലാതാവുന്നതായി അയാൾ അറിയുന്നു. അപ്പോൾ അവിടെ ശൂന്യതയുടെ, ഒന്നുമില്ലായ്മയുടെ വികാരമാണ് ഉണ്ടാവുക. ഇതത്രേ നിശ്ശബ്ദതയുടെ മുഹൂർത്തം, സത്യത്തിന്റെ, സർഗ്ഗാത്മകതയുടെ മുഹൂർത്തം. എവിടെ ദ്വന്ദ്വാവസ്ഥയില്ലാതിരിക്കുന്നുവോ അവിടെ ദേഹവും മനസ്സും ഏകമായിരിക്കും. ഈ പൂർണ്ണമായ നിശ്ശബ്ദതയിൽ അവിടെ യാതൊന്നുമില്ല. മറിച്ച് അകാരണമായൊരാർദ്രത മാത്രം. യഥാർത്ഥത്തിൽ ഇതത്രേ ധ്യാനം. നാം പൂർണ്ണമായും ഉണർന്നിരിക്കേ ഈ നിശ്ചലതയിലേക്ക് മനസ്സിന്റെ നിശ്ശബ്ദതയിലേക്ക് പോകാനുള്ള സാധ്യത ഉണ്ടാകുമ്പോഴാണ് ഒരാൾ തന്റെ ദേഹത്തെ മുഴുവനായി കേൾക്കുന്നത്. സാധാരണ ഒരാൾ ശ്രദ്ധിക്കാതെ വരുന്ന അതിസൂക്ഷ്മമായ ഒരു വേദന ദേഹത്തിലെവിടെയെങ്കിലും പതുക്കെ മിടിക്കുവാൻ തുടങ്ങുന്നത് അപ്പോളയാൾ അറിയുന്നു. വരാനിരിക്കുന്ന ഒരു മഹാരോഗത്തിന്റെ, അവ്യക്താവസ്ഥയിലുള്ള രോഗത്തിന്റെ ആന്തരികസ്വരൂപത്തെ അയാൾക്ക് കണ്ടെത്താനാവും. ജെ. കൃഷ്ണമൂർത്തി തന്റെ ഉള്ളിലൊരു മഹാരോഗം പ്രത്യക്ഷാവസ്ഥയിൽ വരുന്നതിനും ഏറെ മാസങ്ങൾക്കു മുമ്പ് അതിന്റെ കാലൊച്ച കേൾക്കുകയുണ്ടായി.

ഒരാൾ തന്നെത്തന്നെ കണ്ടെത്തുകയാണ് വേണ്ടത്. ഈ അനുഭവം നേടാൻ ഒരാൾ തന്റെ ജീവശക്തിയെ, ശ്വാസത്തെ മനസ്സിലാക്കുകയാണ് ആദ്യമായി വേണ്ടത്. നമ്മെ ജീവനോടെ പുണരാനനുവദിക്കുന്ന ഏറ്റവും ഊർജ്ജദായകമായ ഘടകം ഇതാകുന്നു. പക്ഷേ, മിക്കസമയത്തും നാമിത് മറന്നുപോകുന്നു. നമ്മുടെ ശ്വാസം ഉന്നതമായ സത്തയുടെ ആന്തരികലോകത്തിലേക്കുള്ള താക്കോലത്രേ. ശ്വസനത്തെ അറിഞ്ഞുകൊണ്ട്, ദീർഘമായി ശ്വാസോച്ഛ്വാസം ചെയ്തുകൊണ്ട് ജീവിക്കാൻ തുടങ്ങുമ്പോൾ ശരീരവും മനസ്സും കൂടുതൽ ഉണർച്ചയുള്ളതാകുന്നു. ഓരോ ശ്വാസത്തെയും നിരീക്ഷിക്കുകയും ശ്രദ്ധിക്കുകയും വേണം. ശ്വസിക്കുമ്പോൾ വായു എപ്രകാരമാണ് വരുന്നത്. ഉച്ഛ്വസിക്കുമ്പോൾ എപ്രകാരമാണ് പോകുന്നത് എന്ന് സൂക്ഷ്മമായി ശ്രദ്ധിക്കുക. ഈ പ്രക്രിയയിലൂടെ ഓക്സിജൻ ദേഹത്തിന്റെ മുഴുവൻ ആന്തരികാവയവങ്ങളിലുമെത്തിക്കുന്നതിനും രോഗശമന പ്രക്രിയ ആരംഭിക്കുന്നതിനും എളുപ്പം സഹായിക്കുന്നു. ശ്വാസത്തിന്റെയും ഉച്ഛ്വാസത്തിന്റെയും ഈ രണ്ടുതലങ്ങളെ കൂടാതെ വേറെ ഘടകങ്ങൾ കൂടി നിരീക്ഷിക്കേണ്ടതുണ്ട്. ഒന്ന് - ശ്വസിച്ചു കഴിഞ്ഞാലുടൻ അവിടെ ഉച്ഛ്വസിക്കുവാനുള്ളൊരാഴമുണ്ട്. അതു

പോലെ ഉച്ഛ്വാസത്തിനുശേഷവും ഒരൂഴമുണ്ട്. ശ്വാസത്തിൽ നിന്നും ഉച്ഛ്വാസത്തിലേക്കും ഉച്ഛ്വാസത്തിൽ നിന്ന് ശ്വാസത്തിലേക്കുമുള്ള ഈ പരിവർത്തനത്തിനു വമ്പിച്ച പ്രാധാന്യമാണുള്ളത്. ഈ വേളയിൽ ഹൃദയം വിശ്രമത്തിലാവുന്നു. ഈ പരിവർത്തനവേള പ്രയാസമോ സംഘർഷമോ കൂടാതെ അല്പം കൂടി നീണ്ടുപോകാനാകുമോ എന്നു നോക്കുക. ഓർക്കുക, ശ്വസനം മന്ദഗതിയാകുമ്പോൾ ജീവിതം, ആയുസ്സ്, ദൈർഘ്യമുള്ളതാകുന്നു.

വെളുപ്പിന് ഒരാളുണരുന്ന സമയം മുതൽ ഉറങ്ങുന്നതുവരെ അയാൾ എണ്ണമറ്റ വൈകാരിക സംഘർഷങ്ങളിലൂടെ കടന്നുപോകുന്നു. ഏറെ തവണ അയാൾ കോപിക്കുന്നു. വികാരം കൊള്ളുന്നു. ഭയപ്പെടുന്നു. അസൂയാലുവാകുന്നു. ഇതിന്റെയൊക്കെ ഫലമായി അയാളുടെ നാഡീ വ്യവസ്ഥയിൽ വളരെയേറെ തകർച്ച സംഭവിക്കുന്നു. എന്നാൽ രാത്രിയി ലയാൾ ഉറങ്ങുകയും ദേഹത്തിനു വിശ്രമം കിട്ടുകയും ചെയ്യുമ്പോൾ മാത്രം അയാളുടെ ശരീരം ഉണർന്നിരിക്കുമ്പോൾ സാധിക്കാത്ത ഒരു പ്രവർത്തനം ശരിയായ തരത്തിലുള്ള 'റിപ്പയർ' ചെയ്യാനാരംഭിക്കുന്നു. ഇതു നോക്കുമ്പോൾ ശരീരം എണ്ണമറ്റ അമൂല്യമായ രാസവസ്തുക്കളും ധാതുപദാർത്ഥങ്ങളും വിറ്റാമിനുകളും ഹോർമോണുകളും എൻസൈമു കളും ശരീരത്തിന്റെ കഴിവിനും ശേഷിക്കുമനുസരിച്ച് സ്വീകരിക്കുകയും ബാക്കി വരുന്ന ദ്രാവകം പ്രഭാതത്തിലെ ആദ്യത്തെ മൂത്രത്തിലൂടെ പുറം തള്ളുകയും ചെയ്യുന്നു. ഈ മൂത്രം രോഗശമനത്തിന് പരമമായ ശേഷി യുള്ളതാകുന്നു. ഒരാളുടെ ശരീരത്തെ ഗ്രസിച്ച ആതുരാവസ്ഥയെ പരി ഹരിക്കാൻ ശരീരം മാന്ത്രികമായി നടത്തുന്ന റിപ്പയർപണിക്ക് ഉപയോ ഗിച്ചതിന്റെ ബാക്കി ഭാഗമാണ് ഈ ജീവജലം. ഇതിൽ അയാളുടെ വ്യക്തി പരമായ ഏതോ ചില പ്രത്യേക രോഗത്തെ ശമിപ്പിക്കാനാവശ്യമായ പ്രത്യൗഷധം അടങ്ങിയിരിക്കുന്നു. അയാൾക്ക് ക്യാൻസറാണെങ്കിൽ ക്യാൻസർ ഇല്ലാത്ത ഒരാളുടെ മൂത്രം കഴിച്ചതുകൊണ്ട് അയാളുടെ രോഗം മാറില്ല. അയാൾ സ്വന്തം മൂത്രം കുടിച്ചാൽ മതി. ഈ മൂത്രം കുടിച്ചു കൊണ്ട് ഇത് "റീസൈക്കിൾ" ചെയ്യുമ്പോൾ ശരീരം ഇത് സ്വീകരിക്കാ നായി ഒരദ്ധ്വാനവും വേണ്ടി വരുന്നില്ല. എല്ലാത്തിനും ഉപരി പ്രകൃതിയു ണ്ടാക്കുന്ന എല്ലാ അമൂല്യരാസവസ്തുക്കളും അതിന്റെ ശുദ്ധമായ രൂപ ത്തിൽ അയാൾക്കു ലഭിക്കുന്നു. അതുകൊണ്ടത്രേ ഇതിനെ ജീവജലം, ജീവാമൃതം എന്നൊക്കെ അയ്യായിരം വർഷങ്ങൾക്ക് മുമ്പെഴുതപ്പെട്ട 'ശിവാംബുകല്പവിധി - ഡാമർതന്ത്ര' എന്ന കൃതിയിൽ പറഞ്ഞിരിക്കു ന്നത്. പ്രകൃതിയുടെ ഈ ഉപഹാരം സമഗ്രവും സുനിശ്ചിതവുമായ ഒരു

പൈസ പോലും ചെലവില്ലാത്ത ലോകത്തെ പരമദരിദ്രരായ ആളുകൾ ക്കൊക്കെയും പ്രയോഗിക്കാവുന്ന ഒന്നത്രേ. ഇത് അത്യദ്ഭുതകരമായി ശുദ്ധീകരിച്ച ജലമാകുന്നു. എവിടെ നിന്നെങ്കിലുമുള്ള മലിനമായ ജലം കുടിക്കുന്നതോർത്ത് ഒരാൾ വിഷമിക്കേണ്ടതില്ല. എല്ലാറ്റിനുമുപരി ഈ സമ്പ്രദായം പുലർത്തുന്ന ഒരാളുടെ മൂത്രം ശുദ്ധമായിരിക്കും. അരിച്ച് കുപ്പിയിൽ നിറച്ചുവെച്ച ഏതു ജലത്തേക്കാളും ശുദ്ധവും മികച്ചതും ആരോഗ്യപരവുമായ ജലമാണിത്.

"മൂത്രം രക്തത്തേക്കാൾ സംശുദ്ധമാണ്. ഇതിൽ വിറ്റാമിനുകൾ, ഹോർമോണുകൾ, മിനറലുകൾ, എൻസൈമുകൾ എന്നിവ അടങ്ങിയി രിക്കുന്നു. ഇവ കൂടുതൽ ഫലപ്രദമായും വേഗത്തിലും റീസൈക്കിൾ ചെയ്യാൻ സാധിക്കുന്നു. തന്റെ സ്വത്വത്തെ സ്പർശിക്കുവാനായി അതു മായി സംസാരിക്കുക. അതിനെ തിരിച്ചറിയുക. സ്നേഹിക്കുക, പൂജി ക്കുക. കാരണം ഇതാണ് യഥാർത്ഥത്തിലുള്ള നിങ്ങൾ" - ജർമ്മൻ ഇ. ഐച്ച് മൊഴിയുന്നു.

മൂത്രത്തിന് ശരീരവുമായി ചയാപചയ പ്രവർത്തനവുമായി നേരിട്ട് ബന്ധമുള്ളതുകൊണ്ട് മൂത്രം ഒരാളുടെ മനോനിലയുമായി പൂർണ്ണമായും ബന്ധപ്പെട്ട് നിൽക്കുന്നു. രോഗഭയം വെടിഞ്ഞ്, സംഘർഷങ്ങൾ വെടിഞ്ഞ് ധ്യാനാത്മകമായി ഇരിക്കുമ്പോൾ ഒരു ശരീരത്തിലുളവാകുന്ന ജീവജലം തീർത്തും ഒരപൂർവ്വൗഷധമാണ്. അതുകൊണ്ടത്രേ ഈ ചികിത്സയുടെ നേട്ടങ്ങളെപ്പറ്റി ആധുനിക ശാസ്ത്രത്തിന്റെ ഉയർന്ന സാങ്കേതികവിദ്യ ഉപയോഗിച്ചുകൊണ്ട് ശാസ്ത്രീയമായി തെളിയിക്കാൻ പറ്റാത്തത്.

എന്തുകൊണ്ട് ചിലർക്ക് ഈ അദ്ഭുതജലത്തിന്റെ അനുഗ്രഹങ്ങൾ ലഭിക്കുകയും ചിലർക്കിത് ലഭിക്കാതിരിക്കുകയും ചെയ്യുന്നു? സ്വന്തം ശരീരത്തിലുള്ള വൈദ്യനെ ഒരാൾ എന്നാണോ കണ്ടെത്തുന്നത്, അന്നു മുതൽ അയാൾക്ക് ഈ ദിവ്യജലത്തെ തിരിച്ചറിയാനാവുന്നു. ഓരോ രോഗിയും തന്റെ ഉള്ളിൽ സ്വന്തം ഡോക്ടറെ വഹിക്കുന്നു. നാം നമു ക്കുള്ളിലെ ഡോക്ടർക്ക് അവസരം നൽകുമ്പോഴൊക്കെ നാം നമ്മുടെ ഏറ്റവും മികച്ച സ്ഥിതിയിലാകുന്നു. ആൽബർട്ട് ഷ്വൈറ്റ്സർ ഈ ഒരു ഉൾക്കാഴ്ചയിലേക്ക് പോയിരുന്നുവെങ്കിലും ജീവജലത്തിന്റെ സത്യം അറി ഞ്ഞതായി തോന്നുന്നില്ല. ജീവജല ചികിത്സ യഥാർത്ഥത്തിൽ ഒരാൾ തന്റെ ഉള്ളിലെ ഔഷധത്തെ കണ്ടെത്തുന്നതിന്റെ മഹത്തായ ആരോഗ്യ കലയത്രെ.

ലോകമെങ്ങും സാധാരണ ജലദോഷം മുതൽ ക്യാൻസർവരെയുള്ള പലതരം രോഗങ്ങളും അലർജി മുതൽ എയ്ഡ്സ് വരെയുള്ള രോഗങ്ങളും

ഈ ജീവജലം പാനം ചെയ്യുമ്പോൾ ശമിക്കുന്നതായി എണ്ണമറ്റ പരീക്ഷണങ്ങൾ തെളിയിച്ചിരിക്കുന്നു.

ഒരാളുടെ നേരിട്ടുള്ള അനുഭവത്തിൽ നിന്നത്രെ അയാളുടെ വിശ്വാസവും പ്രതീക്ഷയും പൂവിടുന്നത്. ജീവജല ചികിത്സ പുസ്തകങ്ങളിൽ വായിക്കുക മാത്രം ചെയ്യുന്ന ഒരാൾക്ക് അത് വാക്കുകൾകൊണ്ട് വിവരിക്കാനാവാത്ത ഒന്നാണ്. ഇതിന് മറ്റേതെങ്കിലും തെളിവിന്റെ ആവശ്യമില്ല. കാരണം ജീവജലചികിത്സ സദാ മാനസികമായി, രാസപരമായി, ആത്മീയമായി പ്രവർത്തിക്കുന്നു. അതുകൊണ്ട് ജീവജലചികിത്സ നിങ്ങളുടെ ആരോഗ്യത്തിനുള്ള അവസാനത്തെ ഊഴമായി കാണാതെ ആദ്യത്തെ ഊഴമായി കാണുക.

ഒരു അലോപ്പതി ഡോക്ടർ ബിരുദമൊക്കെയെടുത്ത് ചികിത്സ ചെയ്യാനിറങ്ങുമ്പോൾ അറുപതോളം ഔഷധങ്ങൾ പല രോഗങ്ങൾക്കായി ഉപയോഗിക്കാൻ വേണ്ടി അയാൾ പല ഭിഷഗ്വരവിദഗ്ദ്ധന്മാരുടെ ഉപദേശപ്രകാരം എഴുതിവെച്ചത് അഞ്ച് വർഷങ്ങളോളം തന്റെ അടുത്തെത്തിയ ആയിരക്കണക്കിന് രോഗികളിലായി പരീക്ഷിച്ചുനോക്കുകയുണ്ടായി. ഇവരിൽ ഒരാൾക്കുപോലും ആ മരുന്നുകൾകൊണ്ട് രോഗം മാറുകയുണ്ടാവില്ലെന്ന് അയാൾ ഏറ്റു പറഞ്ഞു. (ജെ. ഡബ്ലിയു. ആംസ്ട്രോങ്ങിന്റെ വാട്ടർ ഓഫ് ലൈഫ് എന്ന കൃതി കാണുക).

ജീവജലചികിത്സ ചെയ്യേണ്ട ക്രമം

പാനം

1. എല്ലാ അലോപ്പതി മരുന്നുകളും ഒഴിവാക്കുക, പ്രകൃതിചികിത്സ, ആയുർവ്വേദം, ഹോമിയോ എന്നീ മരുന്നുകൾ ഉപയോഗിക്കുന്നവർക്ക് മൂത്ര ചികിത്സ ചെയ്യാം.
2. അതിരാവിലെ അഞ്ച് മണിക്കുമുമ്പായി ആദ്യത്തെ മൂത്രം ഒരു ഗ്ലാസ് കഴിക്കുക. തുടക്കത്തിൽ 10 തുള്ളി വീതം 5 ദിവസം കഴിച്ചതിനു ശേഷം തുടർന്നുള്ള 5 ദിവസം അര ഗ്ലാസ് വീതം കഴിക്കുക. ഇതുമായി പരിചയമായാൽ ഒരു ഗ്ലാസ് മുഴുവൻ കഴിക്കുക.
3. മൂത്രം ഒഴിക്കുമ്പോൾ ആദ്യവും അവസാനവുമുള്ള പത്തോളം തുള്ളികൾ ഒഴിവാക്കിയതിനു ശേഷം ഉള്ള മൂത്രം കുപ്പിഗ്ലാസ്സിൽ എടുത്ത് അപ്പോൾ തന്നെ കഴിക്കുക.
4. മത്സ്യമാംസങ്ങൾ ഒഴിവാക്കി പച്ചക്കറികളും പഴവർഗ്ഗങ്ങളും ഉൾപ്പെടുന്ന ഒരാഹാരരീതി സ്വീകരിച്ചതിനു ശേഷമേ പാനം ചെയ്യാൻ

പാടുള്ളൂ. കഠിന രോഗമുള്ളവർ രാത്രി വേവിച്ച ആഹാരം കഴിക്കരുത്. പ്രകൃതിചികിത്സയിൽ പറയുന്ന തരത്തിലുള്ള ഉപവാസം ഒന്നോ രണ്ടോ ദിവസം തുടക്കത്തിൽ നല്ലതാണ്. ഉപവാസത്തെതുടർന്ന് അഞ്ച് ദിവസത്തോളം വേവിച്ച ആഹാരം ഒഴിവാക്കി പഴവർഗ്ഗങ്ങളും വേവിക്കാത്ത പച്ചക്കറികളും ഉപയോഗിക്കണം. വേണ്ടത്ര വെള്ളം കുടിക്കണം. വെള്ളത്തിന്റെ അളവ് കുറഞ്ഞാൽ മൂത്രത്തിന് ദുസ്വാദ് ഉണ്ടാകും.

ഉഴിച്ചിൽ

1. ഉള്ളിലേക്ക് കഴിക്കുന്നതുപോലെ മൂത്രം ദേഹം മുഴുവനായി പുരട്ടി ഉഴിയേണ്ടതാണ്.
2. കാലിന്റെ അടി മുതൽ മുടി വരെ മൂത്രം തേച്ച് പിടിപ്പിക്കണം.
3. കഠിനരോഗങ്ങൾക്ക് 5 ദിവസം പഴക്കമുള്ള മൂത്രം തേച്ച് പിടിപ്പിക്കണം. 5 കുപ്പികളിലായി നമ്പറിട്ട് ഓരോ ദിവസം ഒഴിക്കുന്നത് ഓരോ കുപ്പികളിലായി നിറച്ചുവെക്കുക. ആറാമത്തെ ദിവസം ഒന്നാമത്തെ കുപ്പി ഉപയോഗിക്കുക. തുടർന്നുള്ള ദിവസം നമ്പർ ക്രമത്തിൽ ഒഴിയുന്ന കുപ്പികളിൽ നിറച്ചുവെക്കുക. ഇപ്രകാരം ചെയ്താൽ പതിവായി 5 ദിവസം പഴക്കമുള്ള മൂത്രം തേച്ചുപിടിപ്പിക്കാൻ കഴിയും.
4. പുരട്ടി ഒരു മണിക്കൂറിനുശേഷം പച്ചവെള്ളത്തിലോ ഇളംചൂടുവെള്ളത്തിലോ സോപ്പില്ലാതെ കുളിക്കുക.
5. ഇപ്രകാരം ഉപയോഗിക്കാൻ പഴയമൂത്രം ഏറെ നല്ലത്. പ്രഭാതത്തിലെ ആദ്യത്തെ മൂത്രവും ഏറെ നല്ലതാണ്. തലയിൽ ഉപയോഗിക്കുമ്പോൾ പഴയത് ഉപയോഗിക്കുക.
6. സന്ധികളിലുണ്ടാകുന്ന വീക്കത്തിനും വേദനക്കും മൂത്രം തുണിയിൽ നനച്ച് ചുറ്റിയിട്ടാൽ വേഗത്തിൽ ശമനമുണ്ടാകും.

ഉപവാസം

1. ഗുരുതരമായ രോഗങ്ങൾക്ക് കഴിവിനനുസരിച്ച് ഉപവസിക്കണം.
2. ഉപവാസത്തിൽ നിന്ന് വിരമിക്കുമ്പോൾ പഴച്ചാർ അല്ലെങ്കിൽ വെജിറ്റബിൾ സൂപ്പ് കട്ടിയാഹാരത്തിന് മുമ്പായി കഴിക്കുക.

ഭക്ഷ്യം

1. സസ്യാഹാരിയാവുക, പഴങ്ങൾ, പച്ചക്കറികൾ, സലാഡുകൾ ഇവ കൂടുതലായി കഴിക്കുക.

2. വീട്ടിൽ പാകം ചെയ്ത ലഘുവായ സസ്യാഹാരത്തിൽ ഉറച്ചു നിൽക്കുക.
3. അച്ചാറുകൾ, ചുകന്ന മുളക് പൊരിച്ചത്, ബിസ്ക്കറ്റ് റൊട്ടി പാടില്ല.

പിൻകുറിപ്പ്

ലേഖകൻ പത്തു വർഷമായി മൂത്ര ചികിത്സാ സമ്പ്രദായം പുലർത്തിവരുന്നു. പലതരത്തിലുള്ള നൂറോളം രോഗികളിൽ ഇത് പ്രയോഗിച്ചതിന്റെ ഫലം വിസ്മയകരമാണ്. സ്വന്തം സഹോദരൻ പി.എൻ. രവീന്ദ്രന് ക്യാൻസർ രോഗത്തിന് കീമോതെറാപ്പിയും മറ്റ് ആധുനിക മരുന്നുകളും ഉപയോഗിക്കാതെ മൂത്രചികിത്സകൊണ്ട് പൂർണ്ണമായും ശമനമായതുൾപ്പെടെ ഉള്ള അനുഭവങ്ങൾ ഈ ചികിത്സാരീതിയുടെ സാധുതയെ വ്യക്തമായി സൂചിപ്പിക്കുന്നതുകൊണ്ട് അനുഭവങ്ങളുടെ ആധാരത്തിലാണ് ഇതെഴുതിയത്. കഠിനരോഗങ്ങൾക്ക് ഇതു ചെയ്യാനുദ്ദേശിക്കുന്നവർ ഈ ലേഖകന്റെയോ ഇതുമായി ബന്ധപ്പെട്ടവരുടെയോ നിർദ്ദേശങ്ങൾ സ്വീകരിക്കാതെ ചെയ്യരുതെന്ന് അഭ്യർത്ഥിക്കുന്നു.

Reference:

1. Shri. Damar Tantra - SHIVAMBU KALPAVIDHI: John Carma Rodrignes, Ph.D

■

കേരളീയരുടെ ആരോഗ്യവൃക്ഷം ഉണങ്ങുകയാണോ?

കേരളീയരുടെ ആരോഗ്യവൃക്ഷം ഉണങ്ങിക്കൊണ്ടിരിക്കുകയാണോ? സ്വാസ്ഥ്യമറ്റ, അല്പായുസ്സായ ഒരു ജനസഞ്ചയമായി നാം മാറുകയാണോ? ആരോഗ്യവൃക്ഷത്തിന്റെ ഇരുപൂക്കളും സ്വസ്ഥജീവിതവും ദീർഘായുസ്സും മരത്തിനുള്ളിൽത്തന്നെ ശ്വാസംമുട്ടി മൃതിപ്പെട്ടുപോകുകയാണ്. ഇതിന്റെ അടയാളങ്ങളാണ് സംസ്കാരത്തിന്റെ കണ്ണാടിയിൽ പ്രതിഫലിക്കുന്നത്.

ഇന്ന് കേരളീയ യുവത്വത്തിൽ പ്രകടമായിക്കൊണ്ടിരിക്കുന്ന നിർവികാരത, താണുപോകുന്ന നൈതികപ്രേരണകൾ നമ്മുടെ ആരോഗ്യവൃക്ഷം ഉണങ്ങിയതായി, നമ്മുടെ നാഗരികതയ്ക്ക് സർഗക്ഷയം സംഭവിച്ചതായി പറയുകയാണ്. കേരളീയസമൂഹത്തിൽ പെരുകിവരുന്ന ഹിംസാപരത, ആത്മഹത്യാപ്രവണത, സ്ത്രീകളുടെ നേരെയുള്ള അത്യാചാരം, മത-രാഷ്ട്രീയതലങ്ങളിലുള്ള അക്രമപരത നമ്മുടെ സംസ്കാരത്തിന്റെ ആതുരാവസ്ഥയെ പ്രകടിപ്പിക്കുകയാണ്. ഇത് നമ്മുടെ ഭക്ഷണശീലത്തേയും വിചാരണ ചെയ്യാൻ പറയുകയാണ്. ഒരു ജനതയ്ക്കു മീതെ നിലനിൽക്കുന്ന ഒരേകാധിപത്യഭരണകൂടത്തെ മാറ്റുന്നതിനേക്കാൾ കഠിനമാണ് ഒരു ജനതയുടെ ആഹാരശീലത്തെ മാറ്റുകയെന്ന് ഓർമ്മിപ്പിക്കുകയാണ്. ഇതിനെയാണ് ഒരു സവിശേഷസന്ദർഭത്തിലാണെങ്കിലും “നമ്മുടെ ജീവിതം ദൈവങ്ങളുടെ കരവലയത്തിലല്ല. നമ്മുടെ പാചകക്കാരുടെ കൈകളിലാണ്” എന്ന് ആധുനികചൈനീസ് ദാർശനികൻ ലിൻയുടാങ് വിലയിരുത്തുന്നത്.

നാം കേരളീയർ ഉണരാത്ത ഒരു ജനതയായി മാറുകയാണ്! അധികം ഉണ്ണുന്നവരാണ് ഇന്ന് നാം. അമിതമായുണ്ണുമ്പോൾ വേഗം ഉറക്കം വരുന്നു. നോക്കൂ, അധികം തിന്നുന്നവരെ, പിളുന്തം തടിയുള്ളവരെ, സമ്പന്നരെ, അവർ ഉറങ്ങുമ്പോൾ മാത്രമല്ല, ഉണർന്നിരിക്കുമ്പോൾ പോലും ഉറങ്ങുന്നവരത്രെ. ദരിദ്രനും വിശക്കുന്നവനും നോവുന്നവനുമാണ് എന്നും

ഉണർന്നിരിക്കുന്നത്. ലോകത്തിലെ മികച്ച ധൈഷണിക സംഭാവനകൾ, ഉൾക്കാഴ്ചകൾ ഒക്കെയും ഉണ്ടായതും അവരിൽനിന്നാണ്.

അമിതമായുണ്ണുന്നവർ ഭോഗലാലസരാവുന്നു. അവർക്കു വിവേകത്തെക്കാളധികം, വിചാരത്തെക്കാളധികം വികാരങ്ങളാണ് പ്രവർത്തിക്കുക. എല്ലാ വികാരങ്ങളും അവർക്കധികമായിരിക്കും. കോപം, അഹംഭാവം, കാമം, വെറുപ്പ്, വിഷാദം എല്ലാം ഇവരെ ശരിയായി പിടികൂടുന്നു. മദ്യവും പുകയും കൂടിയുണ്ടെങ്കിൽ അയാൾ തനിക്കും ലോകത്തിനും പരിഹാരമില്ലാത്ത ഒരു ശാപമാകുന്നു.

വയറുനിറച്ച് ഭക്ഷണം കഴിച്ചാൽ ഉടൻ തലയ്ക്കും മാന്ദ്യമുണ്ടാകുന്നു. അപ്പോൾ നല്ലൊരു പുസ്തകം വായിക്കാനോ, നല്ലൊരു വിചാരം നടത്താനോ, സഹജാതരുടെ പ്രശ്നങ്ങളെ കേൾക്കുവാനോ, ഇതരനെ പരിഗണിക്കാനോ ഒന്നും കഴിയാതാവുന്നു. ആദ്യം കഴിച്ചത് മുഴുവനായി ദഹിച്ചു തീരുംമുമ്പ് വീണ്ടും ഇടയ്ക്കിടയ്ക്ക് ഓരോന്നു കഴിക്കുന്നതുകൊണ്ട് തലയ്ക്ക് ഒരിയ്ക്കലും ഉണർവുണ്ടാവുന്നില്ല. അതുകൊണ്ട് നല്ല പുസ്തകങ്ങൾ വായിക്കാനാഗ്രഹിച്ചാലും അതു നടക്കുന്നില്ല. ലോകത്ത് ഉണ്ടായ, ഉണ്ടായിക്കൊണ്ടിരിക്കുന്ന പുതിയ പ്രവണതകളെ അറിയാനും വിലയിരുത്താനും കഴിയാതിരിക്കെ, അത്തരം വ്യക്തികളുടെ ബോധാവസ്ഥ എപ്പോഴും അവ്യക്തത, അപൂർണത, അകാലികത ഉള്ളവയായിരിക്കുന്നു. ലോകം നിരാകരിച്ച ആശയങ്ങളും മൃതമായ ചിന്തകളും ഒക്കെ പേറിനടക്കുന്ന ഒരു ബോധാവസ്ഥയിൽത്തന്നെ പുലരുവാൻ ഇതവരെ ഒരുക്കുന്നു.

ഓർക്കുന്നുണ്ടോ, അടിയന്തരാവസ്ഥയ്ക്കെതിരെ ഇന്ത്യ ഒറ്റക്കെട്ടായി വിധി പറഞ്ഞപ്പോൾ, വടക്കെ ഇന്ത്യയിലെ വിശക്കുന്ന മനുഷ്യർ അതിനെതിരെ പ്രതികരിച്ചപ്പോൾ നാം കേരളീയർ അതിനുനേരെ ഉറങ്ങുകയായിരുന്നു!

ആദ്യകാല കമ്മ്യൂണിസ്റ്റുകൾ, ഒളിവിൽ കഴിഞ്ഞിരുന്നവർ, കൂരകളിലന്തിയുറങ്ങി, അവിടെനിന്ന് അല്പാഹാരംകൊണ്ട് വിശപ്പ് മാറാതെ കഴിഞ്ഞവർ അന്ന് ഉണർന്നിരിക്കുകയായിരുന്നു. അധികാരത്തിന്റെ രുചിയറിഞ്ഞ അവർ പാർട്ടി ബ്യൂറോക്രസിയുടെ പഞ്ചനക്ഷത്ര 'വിപ്ലവസ്മാരക മന്ദിര'ങ്ങളുടെ അവകാശികളായതോടെ, സമ്പന്നരുടേതുപോലെ ആഹാരം ശീലമാക്കിയതോടെ അവരും ഉറക്കത്തിലായതിന്റെ കഥയാണ് കഴിഞ്ഞ മൂന്നു പതിറ്റാണ്ടിന്റെ കമ്മ്യൂണിസ്റ്റ് ചരിത്രം.

നമ്മുടെ നവോത്ഥാനകാല കഥാകാരന്മാരധികവും അന്ന് വിശന്നിരിക്കുകയായിരുന്നു. അതുകൊണ്ടുതന്നെ ഉണർന്നും. ബഷീർ, കാരൂർ, ദേവ്, വർക്കി, തകഴി ഇവർ വിശപ്പിന്റെ വേദനയറിഞ്ഞവരായിരുന്നു.

എഴുത്തച്ഛനും ചെറുശ്ശേരിയും പൂന്താനവും ഒക്കെ ഇല്ലായ്മ നേരിട്ടനു ഭവിച്ചവരായിരുന്നു. എൺപതുകളിലും തൊണ്ണൂറുകളിലും വിശപ്പറിയാ ത്തവരാണ് നമ്മുടെ എഴുത്തുകാരെല്ലാം.

വിശക്കുന്നവന്റെ കണ്ണുകളും അമിതമായാഹരിച്ചവന്റെ കണ്ണുകളും മിതാഹാരംകൊണ്ട് വിശപ്പടങ്ങിയവന്റെ കണ്ണുകളും ഒരേ ലോകത്തെ ഭിന്നമായാണ് കാണുന്നത്. ആദ്യത്തെയാളുടെ കണ്ണും തലയും ഭക്ഷണ ത്തിനായി, താത്ക്കാലിക അതിജീവനത്തിനായി ഉണർന്നിരിക്കുന്നു. രണ്ടാ മന്റെ കണ്ണും തലയും അലസതയിലേക്കും അശ്രദ്ധയിലേക്കും ഉറക്ക ത്തിലേക്കും തിരിയുന്നു. എന്തെന്നാൽ അതിജീവനത്തിന്റെ സഹജമായ തീനാളം ഇപ്പോളയാളിൽ താത്ക്കാലികമായി അണഞ്ഞുകിടക്കുകയാണ്. മൂന്നാമത്തെയാളാണ് ലോകത്തെ യാഥാർത്ഥ്യബോധത്തോടെ കാണു ന്നത്, ലോകത്തെ പുതുക്കിപ്പണിയുന്നത്. തെണ്ടികളും ധനികരും ഒഴിക്കി നനുകൂലമായി മാത്രം പോകുന്നവരാണ്. ഇടത്തരക്കാർ, വിശപ്പറിയു ന്നവർ, അമിതാഹാരം ലഭ്യമല്ലാത്തവർ ഒഴുക്കിനെതിരെ നീന്തുന്നവരാണ്: ലോകത്തെ മാറ്റി മറിക്കുന്നവരാണ്.

ഭക്ഷണവും സ്നേഹവും തമ്മിൽ അസാധാരണമായൊരു ബന്ധ മുണ്ട്. ഓരോ കുഞ്ഞിനും സ്നേഹവും ഭക്ഷണവും സ്നേഹവും ഒരുമി ച്ചാണ് നൽകുന്നത്. കുഞ്ഞിന് ഭക്ഷണം, മുലപ്പാൽ ആദ്യം കിട്ടുന്നു. എന്നാൽ, സാവധാനത്തിലാണ് അമ്മയിൽ നിന്നൊഴുകിവരുന്ന സ്നേ ഹത്തെ അവനറിയുന്നത്.

ഒരാളധികം തിന്നുന്നുവെങ്കിൽ അയാളുടെ മനസ്സ് സ്നേഹം ആവശ്യ പ്പെടുന്നുവെന്ന് പറയുകയാണ്. ഭക്ഷണം സ്നേഹത്തിന്റെ ഒരു 'ബദ ലായി' തീരുകയാണ്. കൂടുതൽ സ്നേഹം വേണ്ടവർ, അഥവാ സ്നേഹം തീരെ കിട്ടാത്തവർ കൂടുതൽ തിന്നുകയാണ്.

സ്നേഹം കുറഞ്ഞതുകൊണ്ട് നമ്മുടെ സദ്യകളിൽ, ആഘോഷങ്ങ ളിൽ 'തീനി'ന്റെ ധാരാളിത്തം സ്വാഭാവികമായിരിക്കുന്നു.

ഓരോ ഭക്ഷ്യവും തത്തുല്യമായ ശാരീരികമാനസിക അനുഭവങ്ങൾ ഉണർത്തുന്നു. അതുകൊണ്ട് ഒരാളുടെ ചിന്തയിലോ വികാരത്തിലോ ഒരു മാറ്റമുണ്ടാക്കാൻ അയാളുടെ ഭക്ഷ്യത്തിൽ മാറ്റം വരുത്തിയാൽ മതി. ഭക്ഷ ണത്തിലുള്ള മാറ്റം ആദ്യം പ്രകടമാകുന്നത് ശരീരത്തിലാണ്, തുടർന്ന് മനസ്സിലും.

ശരീരവും മനസ്സും രണ്ടല്ല. കാണപ്പെടുന്ന മനസ്സത്രെ ശരീരം: കാണ പ്പെടാത്ത ദേഹമത്രെ മനം. മാനസികാവസ്ഥ യഥാർത്ഥത്തിൽ ശാരീരി കമാണെന്ന് ഫ്രോയിഡിൽ വളരെ ജിജ്ഞാസയുണർത്തുകയുണ്ടായി.

ശരീരശാസ്ത്രം മാനസികോപകരണങ്ങളുടെ പ്രവർത്തനത്തെ വിവരിക്കുന്നുവെന്ന് അദ്ദേഹം കണ്ടെത്തി.

കമ്മ്യൂണിസ്റ്റ് ബിഹേവിയറിസ്റ്റും നിരീശ്വരവാദിയും മനുഷ്യൻ ശരീരം മാത്രമാണെന്ന് വിശ്വസിക്കുന്നവരാണ്. അവരുടെ വിശ്വാസം മനുഷ്യന്റെ ബോധാവസ്ഥയുടെ ഉയർന്ന യാഥാർത്ഥ്യത്തിലേക്കുള്ള വാതിലുകൾ അടച്ചിടുകയുണ്ടായി. അവർക്ക് ഭൗതികശരീരം ഒരു ബാഹ്യയാഥാർത്ഥ്യമെന്ന നിലയ്ക്ക്, ഒരു തെളിവും കൂടാതെ സ്വീകരിക്കാവുന്നതായതുകൊണ്ട്, ഇത്, ദേഹം ഒരേയൊരു യാഥാർത്ഥ്യമായി. ഇതോടെയാണ് മനുഷ്യൻ ഒരു സാധനമായത്. തിന്നുകയും കുടിക്കുകയും രമിക്കുകയും കുഞ്ഞുങ്ങളെയുണ്ടാക്കുകയും ഒടുവിൽ ചാകുകയും ചെയ്യുന്ന ഒരു സാധനമായത്.

ശാന്തി, യഥാർത്ഥമായ ആരോഗ്യം കണ്ടെത്താൻ ഒരാൾക്ക് ശാന്തമായ വികാരകലുഷമല്ലാത്ത മനസ്സുവേണം. അത്തരം ഒരു മനസ്സ് സത്വപ്രധാനമായ ഒരു ശരീരത്തിലേ ഉണ്ടാവൂ.

അന്നം ഔഷധമല്ല ഈശ്വരനാണെന്ന് പറയുന്ന ഒരു ക്രൈസ്തവ കഥയുണ്ട്. കുരിശാരോഹണത്തിന്റെ മൂന്നാംനാൾ ഉയിർത്തെഴുന്നേറ്റ യേശു തന്റെ ശിഷ്യന്മാരെയന്വേഷിച്ചു പുറപ്പെടുകയും വഴിയിൽ തന്റെ ശിഷ്യന്മാരെ കാണുകയും ചെയ്യുന്നു. അവർ മറ്റൊരു നഗരത്തിലേക്കു പോകുകയായിരുന്നു. അവർ തങ്ങളുടെ ഗുരുവിനെപ്പറ്റി സംസാരിച്ചുകൊണ്ടേയിരുന്നു. യേശു അവർക്കൊപ്പം നടന്നു. അപരിചിതനോടെന്നപോലെ അവർ യേശുവിനോടു സംസാരിക്കുന്നുണ്ടായിരുന്നു. നാലുനാഴികയോളം അവർ ഒപ്പം നടക്കുകയും സംസാരിക്കുകയും ചെയ്തു. അവർ അദ്ദേഹത്തെ തിരിച്ചറിഞ്ഞില്ല.

പിന്നീടവർ ഒരു റസ്റ്റോറണ്ടിൽ ചെല്ലുകയും ഭക്ഷണത്തിനായി ഒപ്പമിരിക്കുകയും ചെയ്തു. യേശു തന്റെ അപ്പം മുറിച്ചപ്പോൾ, അപ്പോൾ അവർ അദ്ദേഹത്തെ തിരിച്ചറിഞ്ഞു. കാരണം തന്റെ അപ്പം അദ്ദേഹം മുറിക്കുന്ന രീതി അതുല്യമായിരുന്നു. അദ്ദേഹത്തിന്റേതു മാത്രമായിരുന്നു. ആ ആംഗ്യം അദ്ദേഹത്തിന്റേതായിരുന്നു. ആർക്കും അത് അനുകരിക്കാനാവില്ല. അത്രമേൽ ആദരവോടെ, പാവനതയോടെ, അത്രയ്ക്കും പ്രാർത്ഥനാനിരതനായി അപ്പം ഈശ്വരനാണെന്നു തോന്നിക്കുംവിധം....! അപ്പോൾ അവർ യേശുവിനെ തിരിച്ചറിഞ്ഞു.

സ്നേഹധനനായ യേശു അപ്പത്തെ കണ്ട കണ്ണുകൾ ചരിത്രത്തിലൂടെ സഞ്ചരിച്ച്, അന്നത്തിനെ ഒരല്പം പോലും ആദരിക്കാത്ത, മനുഷ്യന് വായിൽ കുത്തിത്തിരുകേണ്ട ഒരു 'വസ്തു'വായി മാത്രം ഭക്ഷണത്തെ കാണുന്ന ഇക്കാലത്ത് മനുഷ്യവംശത്തിന്റെ ആരോഗ്യവൃക്ഷം പരമനാശത്തിന്റെ അവസാന മണിക്കൂറുകളിലാകുന്നു! ■

www.ingramcontent.com/pod-product-compliance
Lightning Source LLC
LaVergne TN
LVHW041951070526
838199LV00051BA/2980